TÔI TẦM ĐẠO

Hồ Văn Em

VoVi LED Publications

PUBLISHED BY
VOVI LED Publications

Cover Design by AT Graphics

ISBN 1-931245-01-0

MỤC LỤC

LỜI MỞ ĐẦU

Tôi hồi nhỏ học trường Thầy Dòng và lớn lên theo Thiên Chúa Giáo, khoảng 20 năm chỉ biết đi nhà thờ, đọc kinh và được biết Đạo qua các giáo lý do các Sư Huynh và các Cha dạy (và có quan niệm cho đạo khác là tà).

Nói thật ra lúc ấy tôi vẫn chưa hiểu được Chân Lý là gì? Và những sự đọc kinh cầu nguyện chỉ giúp ích cho tôi thật là ít về tâm lý (sợ, không dám làm các điều dữ). Bề ngoài, đối đời, đối với mọi người tôi có thể là một con chiên tốt, hiền lành, nhưng bên trong những tánh và tư tưởng xấu cùng tham sân si của tôi đầy dẫy, không thay đổi được.

Tôi thấy và lúc ấy tôi tin rằng bảy mối tội đầu cùng mười điều răn của Chúa khó có ai giữ được, kể cả các Cha và Sư huynh hay Dì Phước (nhất là điều răn thứ sáu về dục tình - tư tưởng bậy cũng có tội). Về sau tôi được người bạn giới thiệu và gia nhập Hội Thông Thiên Học. Với những buổi diễn thuyết thảo luận, với những sách vở, tài liệu trình bày có khoa học về Chân Lý, Tâm Linh và Huyền Bí học của Hội, tôi đã sáng mắt ra có được sự hiểu biết đứng đắn về Thiên Cơ cùng Sự Thật.

Nhờ Hội Thông Thiên Học, đường đạo của tôi đã bước được một bước căn bản vững chắc trên lý thuyết (giáo lý) và thật may mắn, tiếp đó tôi được gặp ông Tám, vị Minh Sư hiện truyền dạy Pháp Lý Vô Vi Khoa Học Huyền Bí Phật Pháp. Tôi thọ được Pháp Môn thực hành (pháp lý) công phu luyện đạo tu tâm sửa tánh rất hiệu quả.

Nếu có ai hỏi tôi sự gì mà tôi cho là may mắn nhất, quý nhất và quan trọng nhất trong đời tôi (hơn cả sự nghiệp của cải mà tôi đã gây được) thì tôi xin trả lời thành thật đó là việc tôi được truyền và hành Pháp Lý nói trên.

Chỉ với một tháng rưỡi công phu đều, một thành công lớn là tôi đã loại bỏ được những tư tưởng xấu về dục tình (mà tôi dám chắc mọi người ai cũng có trong đầu óc, hoặc khi xem sách báo, phim ảnh khiêu dâm v.v...)

Bảy mối tội đầu cùng mười điều răn của Chúa trước kia tôi cho là vô phương giữ được, thì nay nhờ Pháp Môn tu mầu nhiệm, những điều đó không còn là điều khó khăn nữa.

Ngoài ra, tôi được phát triển mau lẹ về mọi phương diện: sức khỏe, tánh tình - tư tưởng - tâm linh ([1])

Có thể nói nhờ Pháp Lý Vô Vi, tôi đã trở thành con người mới.

Quyển sách này tôi trình bày cùng quý bạn đây, do sự hiểu biết cùng kinh nghiệm, nhờ sự học hỏi nơi Hội Thông Thiên Học - và nghiên cứu các kinh sách Phật - Cao Đài - Tây Tạng cùng các Pháp Môn Vô Vi khác, và nhất là nhờ sự giảng dạy chỉ bảo của ông Tám cùng sự công phu luyện đạo của tôi.

Hồ Văn Em

---

[1] Quý bạn có thể xem ở trong tập này, bảng kết quả của tôi ghi trong 23 tháng tu thiền. Bảng này không phải để khoe khoang, nhưng để nhận định được rõ ràng kết quả và giúp cho quý bạn nào, đi sau, muốn tu có được bằng chứng và niềm tin.

TÌM HIỂU CHÂN LÝ, NGHIÊN CỨU VÀ THIỀN

1- VẤN: *Xin cho biết thiền là gì?*

ĐÁP: Thiền là một phương pháp tu luyện hiệu nghiệm nhất và hơn hết trong tất cả các lối tu luyện.

Có rất nhiều pháp môn Thiền với cách hành khác nhau, nhưng không ngoài sự tập điều hòa hơi thở và tập trung tư tưởng.

Pháp Lý Vô Vi Khoa Học Huyền Bí Phập Pháp (sau xin gọi tắt Pháp Lý Vô Vi) *là một trong những pháp môn thực tế cùng hiệu nghiệm nhanh chóng nhất -* (Có thể gọi là tu tắt được) (²)

---

² Tôi nói hiệu nghiệm nhanh chóng nhất là vì trước tôi có thiền và tập theo "YOGA Pour Tous" của D. Dunne một năm trời - cùng sáu tháng thiền theo các huynh ở Thông Thiên Học, mà kết quả rất ít - so với Pháp Lý Vô Vi chỉ có một tháng rưỡi đã thay đổi con người tôi rất nhiều. Các người thực hành Pháp Lý Vô Vi (trước cũng đã từng theo các pháp môn khác) cũng đồng nhìn nhận như tôi.

Thiền rất thịnh hành với Phật Giáo trước nay, nhưng lúc sau đây, các tôn giáo khác, như Thiên Chúa Giáo, một số Linh Mục, Tu Sĩ cũng hăng say luyện tập và gặt hái được khá nhiều thành quả tốt đẹp. Các phương thức tu luyện cổ truyền Tây Phương không còn đủ sức thỏa mãn một cách hoàn toàn - cha DÉCHANEL Dòng Thánh BÊNÊDITÔ đã có soạn một cuốn sách dạy YOGA và Thiền: "YOGA cho KITÔ hữu: "Lối Đi Yên Tĩnh" do An Sơn Vị dịch (có bán ở nhà sách Liên Châu cạnh nhà thờ Đức Bà Sàigòn). Cha Boué (dòng Đa Minh ở Arbresle, Pháp) đã sống nhiều tháng trong các Thiền Miếu bên Nhật, có mở khóa dạy Thiền cho các Linh Mục, Dì Phước, các tín đồ Thiên Chúa và người ngoài.

Ông Tám ([3]) giảng về Thiền Định như sau:

"Thiền là ngồi yên một chỗ, buông bỏ tất cả những sự vọng động: Định là định tâm cho phẳng lặng.

Thiền định: Để thanh lọc mọi sự phức tạp đang bám sát xung quanh cơ thể của chúng ta. Mục đích của nó là làm cho cơ thể nhẹ nhàng và phần hồn thoát ly thế cảnh."

2- VẤN: *Tu là gì?*

ĐÁP: Phần đông nghe nói đến tu, thường cho là phải bỏ hết công việc làm ăn, gia đình, vô Chùa hay Tu viện hoặc trường chay tuyệt dục. Tu không phải là làm như vậy - mà tu là tu tâm sửa tánh - cải dữ làm lành, không gây thêm nghiệp quả. Các công việc làm ăn sinh nhai, bổn phận đối với gia đình, xã hội cứ như thường.([4])

Chữ Tu Hành ông Tám giảng như sau:

"Tu là tu bổ và sửa chữa bất cứ một nẻo hóc nào bất thông. Hành là phải công phu làm cho kỳ được, đánh đuổi tất cả những tánh xấu man rợ, sẵn có, đang tụ tập trong trí óc của chúng ta hằng ngày.

Muốn cho được thật sự thanh tịnh, chúng ta phải tự công phu, hành đúng pháp của người đã thành công truyền lại cho ta.

---

[3] Vị Minh Sư hiện dạy Pháp Lý Vô Vi Khoa Học Huyền Bí Phật Pháp.

[4] Đừng tưởng lầm là phải trốn mất vợ con, cha mẹ anh em bầu bạn, vì nếu làm như vậy thì xa Nhơn đạo rồi. Nhơn đạo đã xa thì tìm Thiên Đạo có mong gì kết quả.

Khai thông sáu cái luân xa (⁵) đang bị ngoại cảnh và lục căn lục trần lôi cuốn bao vây tâm trí ta và quyền năng của bản thể chúng ta, nó không ngoài Lục Tự Di Đà. (⁶) "

3- VẤN: *Thiền theo Pháp Lý Vô Vi - sẽ có kết quả ra sao?*

ĐÁP: Trước hết sức khỏe tăng, bệnh tật sẽ hết lần (cả những bệnh nan y, nếu công phu lâu sẽ hết hẳn).

Tính tình, tư tưởng thay đổi nhanh chóng (thường vài tuần đến vài tháng "tùy người" đã thấy công hiệu khá) trở thành tốt, tham sân si phần lớn được trừ khử mau lẹ.

Tâm hồn được bình thản, bớt lần đau khổ, đời sống hạnh phúc hơn. Tâm linh phát triển (khai mở con mắt thứ ba, xuất vía, xuất hồn, phát huệ) và đi đến mục đích rốt ráo là giải thoát luân hồi, đắc đạo.

4- VẤN: *Tu tắt là tu làm sao?*

ĐÁP: Ví dụ như đi tắt (trực chỉ thiền) không đi vòng vo và xa hơn.(⁷)

5- VẤN: *Tu Pháp Lý Vô Vi có khó không - Và có phải điều kiện lễ nghi gì không?*

---

⁵ Trong cơ thể có 7 cái luân xa, Pháp Lý Vô Vi chỉ dùng có 6 cái; không tập đến luân xa thứ bảy hỏa hầu ở Đơn Điền vì rất nguy hiểm.

⁶ Sáu chữ Nam Mô A Di Đà Phật. (Xem Phần Thực Hành Vấn Đáp 26).

⁷ (Xem Phần Phụ Vấn Đáp 4).

ĐÁP: Tu Pháp Lý Vô Vi tức Đời Đạo Song Tu, rất là giản dị, chỉ cần được người đã hành qua chỉ cách công phu độ 10, 15 phút là có thể bắt đầu tự tập lấy được([8]). Tu Pháp Lý Vô Vi không có lễ nghi nhập môn, không cần cúng lạy, tụng kinh thờ phượng; không cần bắt buộc phải ăn chay, giữ giới.

6- VẤN: *Tại sao tu hành mà lại giản dị vậy, không lễ nghi, không cúng lạy, tụng kinh thờ tượng, không ăn chay, giữ giới - Như vậy có phải là tà đạo không?*

ĐÁP: Con người vì phạm tội nên phải xuống thế gian để trả nghiệp quả cùng trau luyện tu tâm sửa tánh cho được hoàn thiện đặng trở về hợp nhất với Thượng Đế. Thiền giúp ta tu tâm sửa tánh hiệu nghiệm nhất không cần phải cúng lạy thờ tượng ai cả dù cho tượng Phật hay tượng Chúa([9]). Ta thử nghĩ lại xem: Phật đã bỏ hết mọi sự ở thế gian (như ngôi vua cao cả, của cải châu báu, vợ đẹp con khôn) mà lại còn thèm và thích ham được loài người cúng lạy sao?

Tụng kinh chỉ giúp cho khỏi lo ra và dỗ ngủ - nhưng hao thần khí (khẩu khai thần khí tán). Phải hiệp đủ tinh khí thần (tam bửu [10]) mới thành đạo được, như vậy tụng suốt đời cũng không đi đến đâu. Lễ bái thờ tượng cũng

---

[8] Về mặt Vô Vi (tức vô hình, thiêng liêng) đã có Minh Sư dìu dắt. Và sau này, người tu có thể tiếp xúc, nếu muốn, với Minh Sư để học hỏi thêm.

[9] Ông Tám đã mở huệ nhãn, có cho biết ở các tượng Phật ông không thấy có Phật xuống, mà thường thấy có ma núp. Người thế gian tưởng lạy Phật, ai ngờ lạy ma mà không biết.

[10] (Xem Phần Phụ Vấn Đáp 8).

chỉ là hình thức do người đời đặt ra để dẫn dắt những người sơ cơ, còn yếu kém vào tôn giáo.

Người tu Thiền là linh hồn tiến hóa, lễ bái thờ cúng không cần thiết nữa. ([11])

Bây giờ xin đề cập tiếp tại sao Pháp Lý Vô Vi không bắt buộc ăn chay và giữ giới?

Tại sao không bắt buộc ăn chay và giữ giới? Không cần ăn chay giữ giới: điều này có thể làm cho nhiều người ngạc nhiên vô cùng, và cho là tà đạo - Chính tôi, lúc đầu cũng cho như vậy, vì lạ quá, từ xưa đến nay tu phần đông đều khuyên trường chay giữ giới, mà sao Pháp Lý Vô Vi lại không bắt buộc ăn chay giữ giới.

Đây tôi xin trình bày rõ vấn đề này. Có Pháp môn tu bắt buộc phải trường chay giữ giới - (giới định huệ) nhưng với Pháp Lý Vô Vi là Pháp môn thực tế, cách mạng (định giới huệ) *ăn chay được thì quý, không ăn chay được cũng không sao* (nếu ăn chay có thể ăn trứng). ([12])

a) Vì thực tế người muốn tu, không phải ai cũng có thể ăn chay trường được, ép họ như vậy có hại cho sức khỏe, thay đổi cách dinh dưỡng cơ thể bị công phạt - sức khoẻ sẽ kém làm sao tinh thần mạnh mà bền chí tu luyện được. Còn vấn đề nấu chay nữa: Tiệm ăn chay thì hiếm, những người như độc thân, quân nhân tại ngũ, học sinh trong ký túc xá hay trong gia đình không tiện nấu riêng v.v... làm sao có phương tiện được. Phật Đạo rộng rãi bao la và cho tất cả mọi chúng sanh, lẽ đâu lại hẹp hòi, chỉ hạn chế cho những người ăn được trường chay

---

[11] (Xem Phần Phụ Vấn Đáp 6).
[12] (Xem Phần Phụ Vấn Đáp 7).

mà thôi. Miễn là người tu đừng sát sinh là được, và *chay lòng tốt hơn chay miệng.*

b) Thường khi con vật bị giết để ăn thịt, sự sợ hãi đau đớn oán thù phát ra từ điển xấu, thâm nhập trong miếng thịt, người ăn vào sẽ bị kích thích dục tính, như nóng giận, tình dục, bịnh tật v. v... Nhưng với Pháp Lý Vô Vi có Pháp Luân Thường Chuyển giúp cơ thể loại ra các trược điển này, không còn phá người ăn thịt nữa ([13]).

c) Về việc ăn chay, vì người tu chưa có trình độ cao, làm Pháp Luân Thường Chuyển không giải hết được trược điển do bên ngoài xâm nhập và vừa do thức ăn mặn đem vào cơ thể. Thêm vào đó việc ăn chay cũng giúp tránh khỏi nghiệp sát và bị khảo đảo trong màn đại nạn cận kề này.

---

[13] Hơn nữa điều sau đây có lẽ quá cao để hiểu được, nhưng đó là sự thật, nếu ai không tin sau này khi tu được phát huệ sẽ nhận thấy là đúng.

Người tu Pháp Lý Vô Vi khi ăn mặn, dẫn dắt được hồn con vật (bị kẻ khác giết) cho nó tu và mau được chuyển kiếp (Người không tu Pháp Lý Vô Vi mà ăn mặn thì sẽ bị trược điển của xác thịt nó phá).

Ông Tám có kể cho các đạo hữu là lúc trước ông tu Pháp Lý Vô Vi (do ông Tư truyền dạy), ông ăn chay. Đến khi được phát huệ, ông Tư có mời ông Tám dùng bữa ăn mặn. Ông Tám phản đối "Tại sao thầy biểu đệ tử ăn thịt ?". Ông Tư biết ông Tám đã phát huệ và thấy được hồn con vật bị giết (vì trong món ăn có món thịt) nên biểu ông này gọi hồn con vật và biểu nó tu. Hồn con vật nghe lời quỳ niệm Phật nhưng rồi sau bỏ đi. Ông Tư biểu ông Tám ăn miếng thịt của nó. Ông Tám nghe lời ăn và gọi hồn con vật trở lại niệm Phật và lần này nó chịu ở lại để ông Tám độ cho nó tu đặng chuyển kiếp. Do câu chuyện trên, ta hiểu tại sao tu Pháp Lý Vô Vi cho ăn mặn là vậy đó - người tu độ và giúp được con vật bị giết. Và tu cao vô vi không còn chấp chay mặn.

d) Còn vấn đề giữ giới Pháp Lý Vô Vi không bắt buộc, vì thực tế làm sao ai có thể diệt dục hoặc bỏ các tật xấu liền được.

- Người đang nghiền thuốc, rượu làm sao bỏ liền được? Tình dục làm sao diệt ngay được (mà cần phải từ từ với thời gian) ([14])

Nếu nói diệt dục ngay được là nói láo, vì diệt dục bên ngoài nhưng tư tưởng vẫn thầm kín hoặc bị dồn ép nghĩ bậy là cũng phạm tội như thường ([15]). Vả lại trong đời giàu nghèo sang hèn ai cũng thích tự do. Đặt trước một khuôn khổ tu hành nào làm cho người ta chán ngán, phải để cho mỗi người muốn tu, tự vạch lối đi theo sở thích của họ. Như vậy đường đạo mới có cơ phát triển. Quan hệ là làm sao cho các tư tưởng xấu được ngầm chuyển hóa.

Vì vậy Pháp Lý Vô Vi không khuyên, không thuyết pháp, giáo huấn sự giữ giới làm lành lánh dữ là nhờ lúc

---

[14] Nhờ công phu luyện đạo đều đều, người tu sẽ loại lần lần trược điển và thâu lưu được thanh điển, những cái gì trược (như tư tưởng xấu, tật xấu: thuốc, rượu v. v... và cả tình dục) sẽ không hợp với người tu và người tu không còn thấy thích nó nữa và sẽ bỏ nó - vì khi cơ thể trở thành thanh sẽ tự động không còn ưa cái gì trược nữa. Có nhiều người tu Pháp Lý Vô Vi bỏ được nhiều tật như ông thân sinh ông V.C. nghiền á phiện bỏ được 9/10. Cụ K bỏ luôn nghiền thuốc lào. Bà A. H. bỏ nghiền trầu, ông M.L. Pháp kiều bỏ ma túy v.v...

[15] Ta cũng nhớ có lúc rất nhiều vị linh mục bên Thiên Chúa Giáo đòi được lập gia đình. Vấn đề quan hệ đến nỗi Vatican phải đem ra hội nghị để bàn cãi. Như vậy ta cũng thấy vấn đề diệt dục trên thực tế khó làm được. Pháp Lý Vô Vi không có khuyên biểu người ta diệt dục mà để cho họ nhờ công phu luyện đạo một ngày kia sẽ tự diệt lấy dễ dàng, không phải gò bó dồn ép khổ sở.

công phu luyện đạo làm Pháp Luân Thường Chuyển mà không lo ra, không tham sân, không bịnh hoạn, không tưởng tượng, trở thành chân chánh. Như vậy, họ tự sửa lấy họ (gần như tự động) chứ không cần ai dạy bảo, ép buộc họ. ([16])

Đó là sự hiệu nghiệm lạ kỳ của Pháp Lý Vô Vi. ([17])

7- VẤN: *Tại sao (trước đây có nói) ăn chay có thể ăn trứng được?*

ĐÁP: Thường phần đông ăn chay không ăn trứng (hoặc chỉ ăn trứng không có trống). Nhưng nếu xét cho sâu vào vấn đề, người chay trường có thể ăn bất cứ thứ trứng nào ([18]) (trừ trứng lộn) vì lẽ sau đây:

1) Có vị có thần nhãn bên hội Thông Thiên Học (quan sát bằng giác quan này) cho biết là: tất cả các vật thực do thịt thú vật đều có từ điển xấu - trừ trứng và sữa. Như vậy ăn trứng không sợ trược điển vào cơ thể.

2) Ăn chay là để tránh sát sanh, thì ăn trứng không thể nói là sát sanh được - vì trứng chưa nở thành sinh vật và chỉ khi nào nở rồi có hồn con thú nhập vào xác thể (có sự sống) khi ấy ăn mới là sát sanh. ([19])

---

[16] Trong "kinh A Di Đà chú giải theo Pháp Lý Vô Vi", ông Tư có cho biết: Làm Pháp luân thường chuyển hít hơi vô bụng cho đầy rồi thở ra làm cho trái tim mở hai lỗ trống thông cho được khí hồn tung lên bộ đầu - khí điển trong ba bộ - gan, phổi và bao tử sẽ sốt sắng làm việc và cố sức thêm hơn - nhờ vậy mà người luyện đạo không lo ra, không tham sân v.v...

[17] (Xem Phần Phụ Vấn Đáp 6).

[18] Cư sĩ khả thực noãn.

[19] Cũng như vấn đề hạn chế sinh đẻ, có tôn giáo cho là có tội. Theo vị Đại Lạt Ma Tây Tạng trứ danh L. RAMPA thì không phải vậy,

8- VẤN: *Trước đây có nói đến Tam Bửu, vậy Tam Bửu là gì?*

ĐÁP: Tam Bửu[20] tức là Tinh Khí Thần, ba vật quý nhất của con người (chứ không phải là Tam Bảo như các vị sư nói ở chùa). Tu muốn thành đạo phải tụ Tinh Khí Thần. [21]

9- VẤN: *Con người là ai - từ đâu đến, đến trần gian rồi đi đâu? Tại sao phải tu?*

ĐÁP : Linh hồn là điểm linh quang của Thượng Đế cho xuống trần gian để học hỏi tấn hóa - vì linh hồn rất thanh mà cõi trần trọng trược, nên phải đầu thai vào xác thân con người cho hợp với khí chất cõi trần. Khi xuống trần: Vì mê trần, nhiễm trần, con người phạm tội và gây nhân tạo quả xấu từ vô số kiếp nên phải luân hồi mãi mãi. Vì vậy cần phải tu hầu trở nên hoàn thiện trở về hưởng phước trên Thiên Đàng, giải thoát khỏi luân hồi. Có tôn giáo nói: *"Con người xuống trần là để tu"*. Nghe qua thì có vẻ nói quá lố nhưng sự thật đúng vậy vì tu là sửa tâm, sửa tánh chứ đâu phải vô chùa, vô tu viện. [22]

10- VẤN: *Tu hữu vi, tu vô vi là thế nào?*

---

chỉ có tội là khi nào linh hồn đã nhập vào thai mới là giết mạng sống - còn ngừa sinh đẻ không có tội gì cả. Ta có thể nói không gieo hột (thảo mộc) cho thành cây cũng là sát hại cây cối sao? Các vị Lạt Ma Tây Tạng ăn chay có ăn trứng.
[20] hay Phật Pháp Tăng (theo Phật giáo). Tam Thanh (theo Cao Đài). Ba Ngôi (theo Thiên Chúa). Tam Cang (theo Nho giáo).
[21] (Xem Phần Phụ Vấn Đáp 8).
[22] (Xem Phần Phụ Vấn Đáp 9).

ĐÁP: Người tu theo hữu vi - hay là Tiểu Thừa hoặc tu phước là phải chịu dấn thân vào khuôn khổ tôn giáo. Lối tu này chỉ dạy về hữu hình - con người giữ trọn theo giới luật đó, tất cũng như mượn con đường hẹp ấy mà nương chân, đi lần đến con đường rộng lớn mênh mông là Đại Thừa (hay là vô vi - tu giải thoát vậy). Người tu hữu vi sẽ được hưởng phước (kiếp này hoặc kiếp tới) nhưng không thể giải thoát khỏi luân hồi được.

Tu vô vi (hay Đại Thừa - tu giải thoát - tu huệ) không cần hưởng phước mà với mục đích giải thoát khỏi luân hồi khỏi phải đầu thai trở lại cõi trần ô trược khổ đau này nữa. ([23])

11- VẤN: *Giáo lý và Pháp lý là sao?*

ĐÁP: Giáo lý là thuộc về lý thuyết, khuyên dạy. Ta thấy các tôn giáo dạy giáo lý rất nhiều - *còn pháp lý mới thực là quan trọng và hữu ích vì dạy về THỰC HÀNH tiến đến kết quả* ([24]). Tu thiền thuộc về pháp lý vì người tu tự mình thực hành công phu đều đặn: *Pháp Lý Vô Vi chú trọng về phần thực hành vì chỉ có thực hành mới đem lại kết quả. Đường lên TIÊN PHẬT nếu chỉ nghe lý thuyết thì muôn kiếp cũng không đi đến được - mà cần phải hành, phải tự mình bước đến.*

12- VẤN: *Tại sao kinh sách chỉ dạy về giáo lý , mà hiếm có dạy về pháp lý?*

---

[23] (Xem Phần Phụ Vấn Đáp 10).

[24] Phật khi xưa có quở ông A NAN: học nhiều mà không tu thì chẳng có ích lợi gì (Phật học phổ thông khóa VI và VII trang 123).

ĐÁP: Một phần vì tác giả không biết pháp tu; nhưng đôi khi cũng có sách nói về pháp lý nhưng với lời lẽ mơ hồ, ẩn ý. Như vậy có lẽ vì người viết, sợ nếu chỉ rõ ra, độc giả xem theo đó mà làm một mình, nguy hiểm, có hại hơn có lợi.

Pháp lý nếu đem thực hành phải cần có người truyền pháp (đắc đạo) chỉ dẫn và theo dõi người tu, mới có sự bảo đảm.

Các người tu theo Pháp Lý Vô Vi khi công phu đọc mấy câu nguyện và thực hành theo pháp này, thì đã được nhận ở trên và có Minh sư là ông Tư và ông Tám trông chừng, dẫn dắt về phần thiêng liêng (vô vi). Còn về mặt hữu vi, người tu về sau, có thể gặp tận mặt ông Tám để học hỏi thêm và giải đáp các điều thắc mắc.

13- VẤN: *Tại sao tu hành phải thiền?*

ĐÁP: Thiền là một phương pháp hiệu nghiệm nhất để tu tâm sửa tánh. Xưa đức Phật thành đạo cũng nhờ tham thiền, vậy ta cứ làm theo như đức Phật đã làm. (²⁵)

14- VẤN: *Ai có thể tu thiền được - có cần căn duyên không?*

ĐÁP: Bất cứ ai cũng có thể thiền được nếu có lòng quyết chí. Đã xuống trần thì ai cũng có căn duyên cả, duy chỉ có nhiều ít khác nhau.

Vì vậy Pháp Lý Vô Vi không buộc giữ giới, trường chay *mà chỉ cấm làm biếng, phải công phu đều đặn, vì sự trì chí kiên nhẫn là chìa khóa của thành công.*

---

²⁵ (Xem Phần Phụ Vấn Đáp 13).

15- VẤN: *Nếu ít tuổi còn trẻ tu có được không, hay phải nhiều tuổi hoặc già mới tu được?*

ĐÁP: Tu không luận già trẻ, ai cũng tu được. Trên thực tế cũng rất nhiều em còn nhỏ 12, 13 tuổi hoặc thanh niên nam, nữ tu và cũng có kết quả, có khi còn chóng hơn người lớn, vì các em tam bửu còn đầy đủ hơn và ít nhiễm trần hơn người nhiều tuổi. (²⁶)

16- VẤN: *Sao bấy lâu nghe nói tu thì nhiều, nhưng đắc chả được bao nhiêu, là tại sao vậy? Tại sao phải có Minh sư mới tu đắc được?*

ĐÁP: Điều này đúng vì người tu không được hướng dẫn đứng đắn, thường theo kinh sách, mà không có thầy giỏi dẫn dắt. Nên biết rằng kinh sách qua nhiều thế kỷ bị dịch, in hoặc sửa đổi, sai lạc không ít, hoặc bị thất truyền.

17- VẤN: *Tại sao tu bây giờ dễ dàng quá không khó khăn như xưa?*

ĐÁP: Là vì lúc này vào thời kỳ Hạ Ngươn, ơn trên ân xá cho người đời tu hành được chóng thành chánh quả. (²⁷)

18- VẤN: *Pháp Lý Vô Vi có nói về điển - vậy điển là gì?*

ĐÁP: Tất cả những sự biểu lộ của sự sống là do điển - và được tạo thành bởi sự rung động vô hình. (²⁸)

---

²⁶ Như em H. 13 tuổi, tu một năm đã xuất hồn được. Em L. 20 tuổi tu 1 tháng xuất vía được.

²⁷ (Xem Phần Phụ Vấn Đáp 17).

Trên đây là giải theo khoa học. Ông Tám giảng như sau:

"Điển là một ánh sáng thanh tịnh nhẹ nhàng và lanh lẹ. Nó đang châu lưu trong bản thể của chúng ta. Sự thấy nó thấy, sự hiểu nó lại càng hiểu hơn. Sự cảm giác nó huy động để tự bảo vệ lấy. Nó thuộc loại vô hình của tâm hồn động loạn. Chúng ta thử cắt một cục thịt heo còn tươi liệng xuống đất, thì chúng ta sẽ nhận thấy màu sắc của cục thịt với màu đỏ tươi, không lâu thì cục thịt ấy sẽ biến thành màu bầm và dần dần nó sẽ mất hẳn sự tươi sáng linh động của lúc ban đầu. Hỏi màu sắc ấy biến đi đâu? Thưa nó đã lìa khỏi phần bám sát của vật chất và quy nguyên về sắc giới, phù hợp với luồng điển khả năng của nó, để hầu chuyển theo định luật hóa sanh của tạo hóa."

19- VẤN: *Luồng điển trong bản thể của chúng ta đang nằm ở đâu?*

ĐÁP: Ông Tám giảng:

"Nó đã và đang châu lưu ở bên trong và bên ngoài bản thể của chúng ta. Nó biết được sự kích động và phản động từ bên trong cho đến bên ngoài. Bạn nên suy nghiệm khi có người đưa tay lên đầu bạn thì luồng điển bên ngoài phản ảnh sự hung hăng hay là không? Lắm lúc bạn buồn rầu bực tức, thì lúc ấy luồng điển ở bên trong không thông, vì nó đang bị kẹt. Khi ta tức giận một điều gì thì nó càng ngày càng giận hơn. Cho nên, chúng ta mới áp

---

[28] Toutes les manifestations de la vie sont d'origine électrique et qu'elles sont constituées par les influx vibratoires invisibles...
(quyển "L 'hypnose" Bibliothèque Marabout trang 43).

dụng phương pháp "Pháp Luân Thường Chuyển"([29]) để điều hòa luồng điển và khai thông nội tạng. *Người hành pháp này sẽ tiêu diệt căn bịnh Tham, Sân, Si, Hỉ, Nộ, Ái, Ố, Dục. Trong kinh có nói: "Pháp Luân Thường Chuyển Huệ Tâm Khai". Khi luồng điển được thuận chiều phát triển theo nguyên lý Thanh Tịnh Kinh thì mọi việc sẽ đều được sáng suốt. Còn về pháp "Soi Hồn"* ([30]) *thì cũng tập trung luồng điển của bộ đầu, thanh lọc trược điển của bộ đầu, nhiên hậu mới thông cảm được sự thanh tịnh của đại tự nhiên, khi ánh sáng đến là bóng tối phải biến mất, cho nên người chịu hành pháp này thì càng ngày càng thông minh và cởi mở. Khi bắt đầu tập trung điển thì bộ đầu chạy rần rần như có ai rờ mó, đầu hơi tê tê, chuyển động khắp cả bộ đầu, càng ngày càng mạnh. Khi tưởng đến Đức Phật hay thuyết về đạo pháp thì tự cảm thấy thâm tâm rất khoan khoái và dễ chịu."*

20- VẤN: *Điển do đâu mà có?*

ĐÁP: Ông Tám giảng:

"Luồng điển ở mảnh đất phù sanh này là do sự kết tập bởi những luồng thanh khí của các loài Kim, Mộc, Thủy, Hỏa, Thổ kích động và phản động tạo ra hình thù duyên dáng, còn về thiêng liêng phần hồn thì là luồng điển thanh tịnh phát sinh và cấu tạo nơi cõi không động trong quy luật chuyển điển của âm và dương, chỉ nó mới có thể tự tiêu diệt hay bồi bổ lấy nó, chứ không ai có thể tiêu

---

[29] (Xem quyển Thực Hành Tự Cứu – Pháp Hành Thiền Đời Đạo Song Tu).
[30] (Xem quyển Thực Hành Tự Cứu – Pháp Hành Thiền Đời Đạo Song Tu).

diệt nó được. Vậy chúng ta nên xét xem qua nhiều trận chiến tranh ác liệt giết không biết bao nhiêu người, nhưng số người vẫn tăng gia luân hồi tại thế gian, lớp này đi lớp khác thế, mỗi kỳ mỗi tiến hóa văn minh và phức tạp hơn, trừ phi những người tu hành đứng đắn, chịu xả phú cầu bần là tự động dứt khoát những sự tham, sân, si, hỉ, nộ, ái, ố, dục thâu nhập phong phú nuôi dưỡng từ lâu trong đầu óc của mình. Xả thân cầu đạo là quên mình không mến tiếc đến sự đau đớn của bản thể. Vũ trụ là ta, ta là vũ trụ thì sự liên kết ấy càng ngày càng rộng và lần lần sẽ thoát ly mọi cơ giới động loạn và eo hẹp của nội tâm, mới tiến đến cảnh thanh bình của bản thể tức là Tiểu Thiên Địa."

21- VẤN: *Sao có người nói tu xuất hồn là tu tà?*

ĐÁP: Đó là họ chưa biết tới và chưa gặp được chánh pháp do Minh Sư chỉ truyền.

Tu phải đi đến xuất hồn, lên được Thiên Cảnh để tiếp tục học đạo cho đến giải thoát luôn. Có nhiều pháp môn đáng tin cậy và nổi tiếng dạy tu thiền và cũng có xuất hồn. (³¹)

Trong "Phép Xuất Hồn" của Pháp Lý Vô Vi do vị Minh Sư Đỗ Thuần Hậu (tức ông Tư) (³²) có mô tả các cảnh trời khi ông xuất hồn lên du ngoạn và học đạo.

22- VẤN: *Sao có người thắc mắc nghi ngờ cho rằng trong kinh Phật không hề có nói xuất hồn mà Pháp Lý Vô*

---

³¹ (Xem Phần Phụ Vấn Đáp 21).

³² Ông Tư đã liễu đạo, hiện có ông Tám tức Lương Sĩ Hằng thay thế truyền Pháp Lý Vô Vi.

Vi lại dạy xuất hồn, như vậy có phải là chánh pháp không?

ĐÁP: Trong kinh Phật thường có nói tu để được "Minh Tâm Kiến Tánh". Ta được biết: Tâm: hồn -- Tánh: vía; vậy tức là biết được hồn thấy được vía. Pháp Lý Vô Vi có giảng hồn là chủ nhơn ông, ví như chồng xuống trần (bị giam hãm nơi con tim) và vía là phụ tá, ví như vợ (ở nơi lỗ rốn). Nếu ta tu luyện cho đến lúc hồn vía được gặp nhau (như vợ với chồng) rồi tạo thành Thánh Thai ([33]). Thánh Thai đây có nhiều tên khác nhau, tùy theo pháp môn tu: như gọi là Nhị xác thân, Thân ngoại hữu thân, (theo Cao Đài Vô Vi, Chiếu Minh) Âm dương giao cấu hóa Kim Cang (Cao Đài Tiên Thiên Hư Vô), Pháp thân, Như Lai, Kim Đơn, Phật Tử, Xá Lợi Tử, Ngọc (theo Phật Giáo)... Tu luyện có Thánh Thai rồi thì tất nhiên xuất hồn ([34]) phải đến. ([35])

23- VẤN: *Sao có người cho là tu mà còn mong thần thông thì cũng không giải thoát được?*

ĐÁP: Tu xuất hồn không phải là mong cầu thần thông (vì tu Pháp Lý Vô Vi mà còn mong vọng thì cũng không được). Bí quyết tu Pháp Lý Vô Vi là tự Tinh Khí Thần tạo thành Thánh Thai và khai Thiên Môn để xuất hồn về cõi trời học đạo cho được giải thoát.

---

[33] Trước khi có Thánh Thai, thì có Mô Ni Châu hay cục sáng một thời gian.
[34] Có sách gọi là xuất Tánh.
[35] (Xem Phần Phụ Vấn Đáp 22).

24- VẤN: *Có người nói tu Pháp Lý Vô Vi là tu Tiên phải không? Không đắc cao bằng tu Phật?*

ĐÁP: Tu Pháp Lý Vô Vi khi xuất hồn được lên Thiên Cảnh sẽ tiếp tục học đạo cho đến thành Tiên rồi tu thêm thành Phật. ([36])

25- VẤN: *Sao có người nói tu thành Tiên rồi còn phải luân hồi?*

ĐÁP: Điều này đúng như vậy nhất là về Địa Tiên. Các vị này thường có phép thần thông rất nhiều, và còn tham gia việc trần nên phải luân hồi. Tu theo Thiên Tiên, nếu không tiếp tục tu nữa, cũng có thể luân hồi nữa. Chính ông Tư và ông Tám có luôn nhắc nhở các đạo hữu khi xuất hồn được lên Trời, đừng có tham gia về phía Địa Tiên. Nếu được mời, mà cứ tiếp tục tu luyện theo Thiên Tiên sẽ được giải thoát luôn và tu tiếp cho đến khi thành Phật.

26- VẤN: *Người không tu có thiệt thòi gì không?*

ĐÁP: Rất nhiều vì mải mê quay cuồng theo bả vinh hoa, mồi phú quý. Vật chất không bao giờ làm cho con người được thỏa mãn; ước một, khi có một lại đòi hai, v.v... cứ như thế mãi. Phật có nói "còn vô minh còn đau khổ". Vì không tu không hiểu Thiên cơ, nên lo sợ đủ thứ, tai họa, bệnh tật, chết chóc. Tâm hồn luôn luôn xao động, và hãi hùng khi nghĩ đến cái chết. Tâm tánh đầy tham sân si. Người không tu không hiểu luật nhân quả, nên làm điều trái với đạo lý, nếu phạm tội nặng kiếp sau

---

[36] (Xem Phần Phụ Vấn Đáp 24).

đầu thai làm súc vật, phải nhiều kiếp mới trở lại làm người được.

Nếu hiểu biết ra, thì không tu bị thiệt thòi rất nhiều. Còn người tu, người đời không hiểu cho là điên khùng, dại dột, chán đời, nhưng sự thật khác hẳn: người tu tâm hồn được an lạc, bình thản, mãn nguyện, thấy đời hạnh phúc hơn. Họ ít thiết tha đến vinh hoa phú quý mà họ biết chỉ tạm bợ ở một kiếp trần mà thôi. Ngoài đời sống giả tạm ở trần gian, còn đời sống thật huy hoàng hơn nhiều sau khi con người bỏ xác (chết). ([37])

27- VẤN: *Sao có người nói tu là phản tiến hoá, không thực tế?*

ĐÁP: Người không tu cho là vậy, vì thấy người tu ít chú trọng và không say mê vật chất. Sự tiến hóa vật chất chỉ là tạm dùng trong cõi trần tạm bợ ([38]) chớ vấn đề tiến hóa về tinh thần trên đường đạo quan trọng hơn nhiều, có giá trị mãi mãi. ([39])

28- VẤN: *Tại sao đời sống ở thế gian lại là tạm, là giả? Sao kỳ cục quá vậy, giả sao rờ, nhìn thấy được?*

ĐÁP: Người chưa thiền, đọc sách hay nghe nói cõi thế gian là cõi tạm thì chỉ biết vậy, chứ trong lòng còn

---

[37] (Xem Phần Phụ Vấn Đáp 26).

[38] Ngay như kẻ viết quyển này và cũng như bất cứ người chân tu nào khác nếu cho làm chức vị gì thật lớn (như Tổng Thống, Vua) hoặc cho của cải hằng tỉ bạc cũng không màng. Người tu chỉ cần đủ chi dụng thôi, đủ để sinh sống nuôi xác thân và gia đình chứ không ham nhiều vì hiểu được chắc chắn rằng tất cả trên thế gian này là tạm bợ.

[39] (Xem Phần Phụ Vấn Đáp 27).

nghi ngờ và khó thể tin nổi. Nhờ Thiền mới mở trí và hiểu chắc được. ([40])

Cõi thế gian là cõi tạm vì mọi vật chất sẽ đều bị hư hoại "Hữu hình tất hữu hoại".

Phật có nói "Phàm hữu sắc tướng giai thị hư vọng" (những cái gì có hình tướng là giả).

Xưa thi sĩ Tản Đà cũng có nói "đời người chỉ là một giấc mộng lớn" thật là đúng và chuyện Lưu Nguyễn nhập Thiên Thai không phải là hoang đường, vì 100 năm thế gian chỉ bằng một ngày trên Thiên cảnh. Nếu một kiếp sống của con người là khoảng ví dụ 70 năm, so với linh hồn bất tử (hơn cả ngàn, cả triệu năm và mãi mãi) thì 70 năm ngắn ngủi là giả tạm rõ ràng.

29- VẤN: *Tại sao nói có Thượng Đế, linh hồn và các cõi trời, sao không trông thấy được?*

ĐÁP: Đúng, mắt phàm của con người không trông thấy được, vì Thượng Đế, linh hồn và các cõi trời thanh hơn cõi trần rất nhiều (nói theo khoa học sự rung động nhanh hơn), thì làm sao tai mắt thấp thỏi và hạn chế của chúng ta nghe thấy được. Ví dụ như tiếng động lỗ tai ta chỉ nghe được âm thanh rung động từ 32 đến 32.000 chu kỳ một giây (Fréquence 32 à 32.000 Cycles par Seconde). Thấp hơn hoặc cao hơn, chúng ta không nghe được (lỗ tai con chó còn nghe được âm cao hơn lỗ tai người). Có những tiếng động như siêu âm (ultrason) ta không nghe được, nhưng máy móc điện tử bắt được. Để cho dễ hiểu, có thể tạm ví xác thân và mọi vật chất thế

---

[40] (Xem Phần Phụ Vấn Đáp 28).

gian với âm thanh thường (rung động thấp), còn linh hồn và các cõi trên với siêu âm (rung động thật cao).

Muốn thấy và nghe được những vật và cõi rung động thật cao phải có khả năng thần nhãn (tức con mắt thứ ba) và xuất hồn. Nhờ thiền sau này có thể đạt được hai quyền năng này và người tu sẽ thấy rõ linh hồn và các cõi trên quả có thật và huy hoàng hơn cõi thế gian nhiều, đúng như kinh sách hoặc các vị Chân tu đắc đạo cho biết. ([41])

Ta thường hình dung sai lạc là linh hồn thấy mờ mờ chứ thật ra hai linh hồn gặp nhau cũng đồng thấy nhau rõ ràng và thực như hai người thế gian thấy nhau.

30- VẤN: *Sao nghe nói có nhiều cõi Trời có phải không?*

ĐÁP: Phải có trên ba mươi cõi Trời. Các cõi Trời cứ mỗi cõi lại tốt đẹp và hạnh phúc hơn cõi dưới gần bên.

Các tôn giáo (như Phật giáo, Hội Thông Thiên Học v.v...) có nhiều danh từ có khi khác nhau để gọi các cõi này.

Cõi thế gian ta ở chỉ cỡ áp chót nghĩa là hơn Địa ngục, còn là thấp và trọng trược hơn nhiều cõi khác. Thật đáng buồn sao ta không chịu cố gắng tu hành để được giải thoát đi lên trên. ([42])

31- VẤN: *Có người nói tu một kiếp sướng muôn thuở có phải không?*

---

[41] (Xem Phần Phụ Vấn Đáp 29).
[42] (Xem Phần Phụ Vấn Đáp 30).

ĐÁP: Đúng nếu tu chân chánh và có Minh sư chỉ dạy Chánh Pháp, chứ đừng tu giả hoặc lấy đạo tạo đời, lợi dụng Thần Thánh Phật Trời (vì rất nguy hiểm, tội nặng có thể nhiều kiếp mới trả xong). (⁴³)

32- VẤN: *Ngoài những kinh sách của đạo giáo hoặc các vị Chân tu nói về xuất hồn, có cách nào hay cái gì khác để chứng minh về xuất hồn không?*

ĐÁP: Có chứ ! Hội nghiên cứu tâm linh ở Genève trong cuốn "Photographie transcendantale" (⁴⁴) (trang 189 đến 201) có thuật một trường hợp xuất hồn và có hiện hình (⁴⁵) của bà Mary G.C. Vlasek với nhiều bằng cớ: thơ nhân chứng, tờ khai có chứng thực chữ ký của nhiều nhân vật tên tuổi và đáng tin cậy.

Ngoài ra người bị chụp thuốc mê giải phẫu lần đầu có người thấy được hồn (vía) xuất ra khỏi xác. Trong cuốn "L' Hypnose" của Bibliothèque Marabout (trang 80 - 136) có kể mấy trường hợp bịnh nhân khi bị chụp thuốc mê (sau tỉnh thuật kể lại) có dòm thấy xác của họ nằm trên giường mổ và các bác sĩ, y tá đang làm việc...

Trong cuốn "Những bí ẩn của cuộc đời" (⁴⁶) của Gina Cerminara (do Nguyễn Hữu Kiệt dịch) có kể về ông Edgar Cayce (rất nhiều người Mỹ biết) xuất hồn cùng

---

⁴³ (Xem Phần Phụ Vấn Đáp 31).
⁴⁴ Société d'Études psychiques de Genève Eds, pour la France, Annemasse (Haute Savoie) - quyển sách này xuất bản đã lâu, chắc không còn bán. Hiện ở thư viện Hội Thông Thiên Học 462 Võ Di Nguy Sàigòn có còn một cuốn.
⁴⁵ Đây là trường hợp xuất hồn và có hiện hình. Tu bên Pháp Lý Vô Vi có xuất hồn, không có hiện hình, nhưng xuất lên cõi rất cao.
⁴⁶ Many mansions (tên sách)

chữa bịnh bằng cách thần bí, thấy kiếp trước. Hiện còn 30.000 hồ sơ lưu trữ tại Virginia, Long Beach (nước Mỹ) ghi nhận cùng các nhân chứng về các sự việc này ([47]). Vào thời xưa, bên Thiên Chúa Giáo, Đức Giáo Hoàng Clément cũng xuất hồn được.

33- VẤN: *Người tu thiền có phân biệt tôn giáo, giống dân không?*

ĐÁP: Bất cứ người tu chân chính nào và hiểu đạo, thì không còn chia rẽ tôn giáo này với tôn giáo nọ, không phân biệt người nước này, nước nọ. Vì các tôn giáo, đều dẫn dắt tín đồ đến chỗ Chân Lý duy nhất, (con người nhờ tôn giáo như qua cái cổng mới tìm thấy đạo – chứ đúng ra tôn giáo không phải là Đạo). Các tôn giáo cũng như nhiều nẻo đường dẫn đến đỉnh núi là Chân Lý - hoặc những sông rạch đưa ra đến biển cả.

Tất cả con người đều là linh hồn, do Thượng Đế mà ra, cũng như anh em với nhau ([48])

34- VẤN: *Nhiều người muốn tu, mà vì hoàn cảnh gia đình chưa tiện, có thể hẹn sau này tu được không?*

---

[47] Xin giới thiệu cùng bạn nào có óc khoa học đa nghi các hiện tượng thần bí, xin xem hai quyển này: "Những bí ẩn của cuộc đời" và "Đông Phương Huyền Bí" cùng một dịch giả Nguyễn Hữu Kiệt (có bán ở hiệu sách Khai Trí Sàigòn, hoặc các hiệu khác).

Hai cuốn này do hai tác giả Âu Mỹ (Bà Gina Cerminara và ông tiến sĩ triết học P. Brunton) viết với tinh thần Tây Phương lý luận đa nghi, không tin tưởng dị đoan và điều tra kỹ càng để tìm hiểu sự thật, đã giúp tôi tin tưởng nhiều trên con đường đạo lúc ban đầu.

[48] (Xem Phần Phụ Vấn Đáp 33).

ĐÁP: Phần đông người đời hễ nói đến tu là hẹn sau này, vì mắc bận gia cảnh, lo gia đình và không có thì giờ. Tâm hồn đâu để mà tu! Đã nói rằng đời đạo song tu, ai tu cũng được bất luận giàu nghèo, bận hay không bận - mắc lo gia đình hay không. Vì một ngày 24 giờ ta dùng để lo ăn ngủ, lo cho xác thân giả tạm, lo cho gia đình mà không có thể để riêng ra 10 phút đến nửa giờ lo cho linh hồn được sao? (10 phút nửa giờ quá ngắn ngủi đâu có tốn hao gì nhiều trong số 24 giờ mỗi ngày).

Chúng ta lo cho xác thân - còn linh hồn là phần tối quan trọng và bất diệt, ta lại bỏ bê nó sao?

Hơn nữa nếu cứ hẹn sẽ tu, không biết số mạng ta có còn sống lâu ở cõi trần này hay là bị chấm dứt bất tử vào ngày nào (vì do nghiệp kiếp trước) ([49]).
Như vậy là trễ thêm một kiếp nữa phải luân hồi có phải là thiệt thòi không? ([50])

35- VẤN: *Nếu có gia đình, có người tu hay bỏ nhà đi tu, thái độ của thân nhân thường hay cản trở khích bác, như vậy có phải không?*

ĐÁP: Đó là điều lầm lạc vô cùng - vì đáng lý phải khuyến khích thêm đặng giúp người tu bước mạnh trên đường đạo - mà vì vô minh mà làm hại người mình thương - cứ tưởng rằng cản trở là giúp đỡ cho người tu kéo họ về đời, tưởng cho họ sung sướng, nhưng trái lại thân nhân đã đặt tình thương sái chỗ, làm cản trở sự tiến

---

[49] Ta cứ ra nghĩa địa và đọc nơi các tấm mộ bia, người chết đủ các hạng tuổi: con nít cũng có, thanh thiếu niên nam nữ già trẻ đều có. Cái chết rất bình đẳng không phân biệt tuổi tác.
[50] (Xem Phần Phụ Vấn Đáp 34).

hóa của người ấy - nếu người tu thiếu cương quyết nghe lời thân nhân thì ôi thôi lại thêm một kiếp luân hồi và bị chậm tiến hóa.

Người đời chỉ biết một khía cạnh (đời) - chứ người tu thấy được cả hai phía (đời và đạo) nên dù sao họ cũng hiểu biết hơn và so sánh: Nếu đời hơn đạo, cõi đời này không giả tạm, thì Phật có dại gì (có người cha nào mà phản bội, muốn điều xấu cho con) mà bảo con là Ra-hầu-la đi tu, chứ không truyền ngôi báu cùng quyền cao chức cả sang giàu thế gian?

Có người vì mê trần, suốt đời chạy theo danh lợi, tình tiền như kiến bò quanh miệng chậu, không thấy gì hơn ngoài miệng chậu. Cũng như chúng sinh đang ngụp lặn trong dòng nước (bể khổ) của cuộc đời mà không tìm cách vượt ra.

Có người hiểu được muốn vượt ra lại ngăn cản vì vô minh, hoặc đổ cho là bị bùa mê thuốc lú của ông thầy nào?

36- VẤN: *Tu Pháp Lý Vô Vi có ỷ lại, van vái nhờ ai cứu rỗi dùm không? Và có bắt buộc phải nhắm mắt tin tưởng điều gì trước không?*

ĐÁP: Không! Bất cứ pháp tu chân chánh nào và chính Đức Phật cũng không có bảo ta phải nhắm mắt tin tưởng một cách mù quáng. [51]

37- VẤN: *Tu có sửa đổi được số mạng, tướng số không?*

---

[51] (Xem Phần Phụ Vấn Đáp 36).

ĐÁP: Có, nếu tu thật không tu dối - và tu đúng chánh pháp, những nghiệp quả nhẹ được tiêu tan, và nghiệp nặng được giảm bớt nhiều (Các cụ xưa có nói: "Đức năng thắng số" là vậy đó).

Người tu sắc mặt được trẻ ra, da mặt hồng hào hơn. Muốn thí nghiệm trước khi đi tu ta đi xem thầy tướng hay tử vi nào thật giỏi - ghi kỹ các lời đoán. Sau thời gian tu, đi xem lại sẽ thấy khác ngay. (^{52})

38- VẤN: *Có người nói tu thiền hoặc tu Pháp Lý Vô Vi là sẽ làm chủ bản thể là làm sao?*

ĐÁP: Người xưa thường nói thắng người thì dễ mà thắng được mình là dõng mãnh nhất đời.

Người tu Pháp Lý Vô Vi nhờ thiền định nên lần lần trị được thất tình lục dục - điều khiển chứ không để xác thân (bản thể) làm chủ họ. (^{53})

39- VẤN: *Sao lại nói tu xuất hồn là học cái chết?*

ĐÁP: Người đời vì không hiểu chết là gì và cho chết là hết. Chứ thật ra chết là hồn xuất ra khỏi xác luôn (ngoài ý muốn).

---

[52] Trong các bạn tu ai cũng biết trường hợp chú N. có số sẽ phải giết vợ con và vào tù, (để trả nợ kiếp trước có giết ba mạng người) nhưng nhờ quyết chí tu hành đã cải được số. Ba linh hồn theo chú để đợi dịp báo oán, thấy chú đã tu và được ông Tám khuyên nên đã bỏ đi không theo hại chú nữa.

[53] Cố Thủ Tướng Anh quốc WINSTON CHURCHILL có nói "Ta phải thắng kẻ thù cuối cùng và tệ hại nhất của ta là chính ta".

Người tu Pháp Lý Vô Vi khi thành công có thể xuất hồn ra bất cứ lúc nào tùy ý và trở lại về được bản thể, và khi đến số phải bỏ xác thì được biết trước vài ngày.

Đối với người đời, chết là sự hãi hùng ghê gớm nhất vì họ cho chết là hết tất cả, nhưng đối với người tu chơn, không bao giờ sợ chết, vì họ biết là được bước qua thế giới mới tốt đẹp hơn nhiều. Một điều mà người thế gian lầm lẫn rất tai hại là khóc la kêu réo thảm thiết cùng sát sanh cúng tế, khi thân nhân qua đời. Làm như vậy rất có hại cho họ, linh hồn họ không mau siêu thoát được và bị trì kéo ở cõi trần.

Nếu thương họ thì đừng khóc la, đừng sát sanh mà gởi đến cho họ bằng tư tưởng, tình thương và lòng thành mong cho họ chóng siêu thoát. (^{54})

40- VẤN: *Như vậy khi xuất hồn ra có gì nguy hiểm và có trở về xác được không?*

ĐÁP: Không có gì nguy hiểm, nếu tu đứng đắn và có người đã thành công dìu dắt. Khi hồn xuất ra còn một sợi dây sáng (dãn dài vô tận) nối liền hồn và xác - khi trở về xác, hồn nương theo sợi dây này.

Khi nào tới số chấm dứt kiếp trần thì sợi dây này đứt luôn.

41- VẤN: *Người nào tu Pháp Lý Vô Vi đều có thành công?*

ĐÁP: Tất cả mọi người tu Pháp Lý Vô Vi (cũng như tu thiền pháp môn khác mà có Minh sư chỉ dạy) đều

---

[54] (Xem Phần Phụ Vấn Đáp 39).

thành công nếu kiên nhẫn công phu đều, cũng ví như chụm củi nấu cơm sẽ phải chín hoặc như học đọc, học viết thì ngày kia sẽ phải biết.

Duy thời gian lâu mau, thì tùy căn cơ nghiệp quả và sự cố gắng của người tu hành.

42- VẤN: *Sao có người nói tu giải thoát khó lắm - phải nhiều kiếp mới hy vọng được - không thể nào trong một kiếp mà được? (như trong hội Thông Thiên Học thường nói)*

ĐÁP: Hội Thông Thiên Học nói đúng vì hội thuộc về Địa Tiên. Các vị này vì lòng thương nhân loại còn tham gia việc trần nên phải luân hồi nhiều lần để giúp chúng sanh.

Tuy nhiên vào thời kỳ này là Hạ Ngươn, việc tu hành được ơn trên ân xá cho dễ dãi, nên việc giải thoát có thể thực hiện nội trong một kiếp chứ không cần lâu, nếu người tu tìm được Minh Sư và thọ được pháp chân truyền. ([55])

43- VẤN: *Tại sao có người nói: người mới tu thiền mà không biết gì - tu lại mau kết quả hơn người xem sách và biết nhiều. Và không học cũng biết sao lạ vậy?*

ĐÁP: Điều này hoàn toàn đúng, vì người học nhiều bị lạc trong rừng sách - có lắm điều mâu thuẫn nhau - và phần nhiều tác giả những quyển sách không có tu hoặc chưa đắc đạo và phát huệ - nên viết hoặc dịch thường có

---

[55] (Xem Phần Phụ Vấn Đáp 42).

khi sai ý vì lấy phàm tâm (^{56}). Người tu không học nhưng đến khi phát huệ - thì mọi sự đều biết. (^{57})

44- VẤN: *Có phải ly gia cắt ái hoặc phải lên non vô rừng tu mới được không? Tu Pháp Lý Vô Vi đời đạo song tu có thể đắc đạo được không?*

ĐÁP: Lên non vô rừng đó là thời xưa... Chứ bây giờ bất cứ ở đâu, ở xứ nào, mà có tâm tìm thầy học đạo sẽ có cơ hội gặp được Minh Sư chỉ dạy Chánh Pháp và cố gắng bền chí thì ai cũng thành đạo được - quan niệm tu là phải lên non núi, thì không hoàn toàn đúng vì thế gian là trường huấn luyện và học hỏi của linh hồn. (Ở đời có đụng chạm mới có tiến). Nếu xa trường học hỏi làm sao linh hồn tấn hóa được?

Làm người quý hồ được đức tánh, xa chỗ rèn nên đức tánh thì làm thế nào cho có đức tánh đặng, dầu cho có bền chí ở non cao rừng rậm đi nữa cũng là sự bất đắc dĩ mà thôi chứ non núi nào cũng ở thế gian này. (^{58})

45- VẤN: *Sao người ta thường nói tu thiền có người bị tẩu hỏa nhập ma - hoặc bị điên là vì sao?*

ĐÁP: Điều này đúng, nếu tu không có người đã thành công chỉ dẫn, hoặc tu theo sách vở một mình. Tu

---

^{56} Không công phu luyện đạo (thực hành) làm sao hiểu thâm sâu được ý Đạo.

^{57} Ví dụ như ông Tám trước đây đâu có đọc kinh Phật, nhưng khi phát huệ rồi, ông ấy nói pháp hoặc ai hỏi ông trả lời cũng y như giáo pháp Phật dạy. (Xem Phần Phụ Vấn Đáp 43).

^{58} (Xem Phần Phụ Vấn Đáp 44).

Pháp Lý Vô Vi hoàn toàn được bảo đảm không bao giờ bị tẩu hỏa nhập ma và điên cả.

Muốn vậy, ta cần phải hiểu rõ ràng cặn kẽ vấn đề. Nguyên nhân chánh là họ không có được Minh Sư hướng dẫn (Minh Sư đây tức là người đã đắc đạo rồi). Vì Minh Sư đã thiền thành công, phát huệ và có kinh nghiệm thực sự, và nguyên nhân nữa là nhiều người tu chỉ xem theo sách vở có khi dạy sai.

Bí quyết để không bao giờ bị tẩu hỏa nhập ma và bị điên là nhờ các điều dặn sau:

1) Đừng bao giờ thiền mà tập trung tư tưởng hoặc đem hơi thở xuống thấp quá dưới rún (ở giữa lỗ hậu môn và gốc dương vật có một cái luân xa - bí huyệt) gọi là Đơn Điền ([59]) nếu khai mở do tập trung tư tưởng hoặc đem hơi thở đến, luồng hỏa hầu sẽ đi lên.

Người tu không có Minh Sư trông nom sẽ bị tẩu hỏa nhập ma (điên) nóng ghê gớm hoặc dâm dục vô độ. ([60])

Pháp môn Pháp Lý Vô Vi không bao giờ cho tập luân xa nói trên (vì vậy khi thở chỉ đem hơi đến rún là thấp nhất).

2) Khi công phu luyện đạo nếu có vong linh hoặc Vị nào (có khi giả danh là Tiên Phật) dụ dỗ quyến rũ xin

---

[59] Đơn Điền có Thượng Đơn Điền (ở giữa đỉnh đầu), Trung Đơn Điền (ở giữa hai chân mày) và Hạ Đơn Điền (Đơn Điền đã nói ở trên đây). Tập trung vô hai Đơn Điền trên không có nguy hiểm.

[60] Trái lại nếu người tu tâm tánh đã được trong lành, không còn những dục vọng xấu xa, mà có Chơn Sư chỉ dẫn - luồng hỏa hầu này ích lợi vô cùng, giúp khai mở các luân xa khác, người tu sẽ đắc thánh và có quyền năng siêu phàm.

mượn xác thì nhất định từ chối không bao giờ chịu, dù chỉ cho mượn trong vài phút, vài giờ.

Vì khi bằng lồng cho họ vào rồi, thì đuổi họ đi rất khó, cũng như mình mở cửa cho kẻ ác hoặc ăn cướp vào nhà rồi. ([61])

Linh hồn bao giờ cũng làm chủ xác thân - nếu không cho thì không ai có thể mượn được, dù đó là Thánh Thần Tiên thật đi nữa.

3) Người tu theo Pháp Lý Vô Vi khi công phu luôn luôn giữ co lưỡi, răng kề răng, động tác này giúp (đóng khớp xương sau đầu) cản không cho tà ma xâm nhập được.

4) Khi công phu thấy có ánh sáng ngay trước mặt thì tin theo - vì là chánh, còn ánh sáng ở hai bên, thì đừng tin và nhìn vì đó không phải là chánh.

5) Công phu một thời gian, các lỗ chân lông trong cơ thể người tu phát quang và đẩy dang ra mọi ảnh hưởng tà.

46- VẤN: *Sao có nơi bảo đừng nên tập xuất hồn, vía. Ra gặp ma, sợ có thể bị điên?*

---

[61] Có một cô tu Pháp Lý Vô Vi khi xuất hồn được - thấy có một Bà (linh hồn) cứ ngày nào cũng đến, lúc cô này đang công phu, đứng bên năn nỉ và mượn xác Cô. Bà ấy hứa sẽ dùng quyền phép chữa bịnh cho người thế gian và Cô này sẽ được nổi danh, giàu có và được cúng lạy. Nhưng Cô này đã nghe lời ông Tám dặn, nên quyết liệt từ chối, mặc dù linh hồn Bà đó xuống nước năn nỉ chỉ xin mượn xác Cô vài giờ thôi. Rốt cuộc Bà này phải bỏ đi và không làm gì được.

ĐÁP: Điều này đúng là khi nào người tu không có Minh Sư (người thành công trước rồi) chỉ dạy.

Nếu có Minh Sư như tu Pháp Lý Vô Vi thì không còn sợ gì nữa vì được dạy các phương pháp ngăn ngừa cùng được theo dõi bảo vệ trên phần vô vi vô hình. Bằng chứng là nhiều người tu Pháp Lý Vô Vi từ trước đến nay khi công phu thấy ma hoặc khi xuất hồn gặp ma có ai bị sao đâu.

47- VẤN: *Lúc trước tu theo pháp khác, nay tu Pháp Lý Vô Vi, hành luôn cả hai pháp có được không?*

ĐÁP: Cái đó tùy thích của người tu, nhưng không có lợi và có thể chậm đường tu. Lúc đầu, trước khi tu Pháp Lý Vô Vi, tôi cũng được biết pháp xuất vía của vị Đại Lạt Ma Tây Tạng Rampa, và cũng có ý làm luôn cả hai pháp. Sau cùng nghiên cứu và hiểu kỹ Pháp Lý Vô Vi càng thấy pháp này cao và hay, tôi bỏ ý định hành cả hai pháp. Trên thực tế, đã có những người hành nhiều pháp, và kết quả rất chậm.

48- VẤN: *Các pháp thiền có nhiều, nhưng làm sao biết và phân biệt được pháp nào chánh và hiệu nghiệm?*

ĐÁP: Trước tiên nhờ sự giới thiệu của người đã hành qua pháp đó rồi và có kết quả (thường là bạn bè thân tín, tin cậy được) ta xét thấy, theo nguyên tắc, pháp đó hợp với ta, ta phải tự mình thực hành để thí nghiệm mới biết được. Hành một thời gian ngắn mà thấy sức khỏe có gia tăng, tánh tình có thay đổi bớt tham, sân, si thì đó là chánh và có hiệu nghiệm. Lúc bấy giờ, ta hãy quyết định và trì chí hành tiếp mãi cho đến thành công hoàn toàn.

49- VẤN: *Bất cứ ai già trẻ, tôn giáo nào khác, hành thiền theo Pháp Lý Vô Vi có được không?*

ĐÁP: Tất cả mọi người ai muốn cũng được vì Pháp Lý Vô Vi là một phương pháp giúp phục hồi sức khỏe, hết lần bịnh tật, sửa tâm, sửa tánh, phát triển tâm linh, nên rất cần và ích lợi cho mọi người, không phân biệt tôn giáo, chủng tộc. ([62])

50- VẤN: *Tu Pháp Lý Vô Vi có mê tín không?*

ĐÁP: Ông Tám luôn luôn nhắc nhở các người tu đừng có mê tín ([63]) và đừng tin gì trước, cả những lời ông Tám hoặc ông Tư nói, nếu lý trí mình chưa chấp nhận, mà người tu nên tìm hiểu và nhất là hành (công phu) rồi tự mình sẽ thấy sự thật.

51- VẤN: *Tại sao ông Tám không thâu nhận đệ tử và không nhận làm thầy?*

ĐÁP: Ông Tám rất khiêm nhường, ông không nhận là thầy vì ông nói còn nhận là thầy là còn chấp cái Ta, và biết bao nhiêu thầy bị hư vì đệ tử tâng bốc, suy tôn v.v...

Không thâu nhận đệ tử để tránh người tu ỷ lại nơi ông thầy mà thiếu tinh thần tự tiến.

---

[62] (Xem Phần Thực Hành Vấn Đáp 13 và 26).
[63] Mê tín rất dễ lạc vào đường tà.

Ông Tám chỉ nhận các người tu là đạo hữu và ông đã thành công trên đường Đạo nên chỉ đường cho nhau cùng nghiên cứu và tu.

52- VẤN: *Xin cho biết về hai bài thơ dạy Đạo của ông Tám cho đạo hữu mỗi tuần (trước năm 1975, tại Việt Nam)*

ĐÁP: Hai bài thơ này bằng tiếng Việt mỗi tuần vào thứ sáu ông Tám viết ra, không cần suy nghĩ (nên biết ông Tám không hề có học làm thơ bao giờ). Một bài thơ do hồn (Chơn Nhơn) ông Tám và một bài thơ do Vía (Cô Tiên) dạy.

Thường trong hai bài có giải đáp các thắc mắc về đường tu của các người tu Pháp Lý Vô Vi trong tuần (64).

Hoặc có người mới nào khác sẽ đến gặp ông Tám cũng có khi được nói trước trong bài thơ.

Hễ ai có tâm trạng nào đọc và nghiệm sẽ riêng mình hiểu, có câu dạy về mình.

Bài thơ lời văn có khi hơi cao cần phải đọc và suy nghĩ kỹ (65).

Cũng có khi ông Tám ra bài thơ bằng tiếng Trung Hoa hoặc tiếng Anh để cho các người tu là người Tàu và người Mỹ.

53- VẤN: *Tu hành mà đạt đến chữ "không" hay "tâm không" nghĩa là gì?*

---

64 Mặc dù người tu chưa nói mà ông Tám vẫn biết trước.

65 Trong buổi nói pháp, ông Tám đọc các bài thơ này và giảng thêm cho dễ hiểu. Nhiều bạn tu có thâu âm để về nghe.

ĐÁP: Tu hành mà đạt đến mức *"tâm không"* tức là cũng như làm chủ bản thể nói trước đây.

Tất cả những chuyện gì ở trần gian không còn làm cho tâm người tu xao động. Người tu đạt tới mức thanh tịnh và an lạc có thể xem như thành Đạo.[66]

54- VẤN: *Có người nói người tu thiền chỉ lo cho mình, không có tham gia những việc phước thiện, bố thí, xã hội v.v... như vậy có ích kỷ không?*

ĐÁP: Nếu xét nông cạn thì có vẻ đúng, nhưng thật ra không phải như vậy. Người tu thiền làm theo Đức Phật đã làm, ngày ngày công phu luyện Đạo. Cho đến khi tự giác rồi mới giác tha - thân mình mà chưa giác được, lo chưa yên, chưa làm chủ đặng bản thể, bị thất tình lục dục điều khiển [67] mà lại đi lo chuyện người thì không đi đến đâu.

Những việc xã hội, đã có những tổ chức của Chính Phủ lo và phận sự của bên khối Địa Tiên.

Tuy nhiên, nếu hiểu thì sẽ biết người tu thiền cũng làm những công tác *"phước thiện"* lớn hơn bố thí, vật chất nhiều. Họ giúp cho con người được giác ngộ và dẫn dắt vào đường Đạo (ví như giúp tận gốc rễ chứ không giúp khơi khơi trên cành ngọn).

---

[66] (Xem Phần Phụ Vấn Đáp 53).

[67] Thất tình: hỉ, nộ, ái, ố, ai, lạc, cụ – Lục dục: nhãn, nhĩ, tỉ, thiệt, thân, ý (mắt, tai, mũi, lưỡi, thân, ý). Có tôn giáo gọi đó là thập tam ma (13 con ma xúi dục linh hồn). Ông Tám có kể cho các đạo hữu nghe một chuyện vui. Khi ông Tám tu thành công, bạn bè hỏi khi gặp ông: "Anh bây giờ làm gì?" Ông Tám đáp: "Tôi làm chủ". Anh bạn mừng: "Anh làm chủ hãng nào ?" Ông Tám cười đáp: "Tôi làm chủ bản thể tôi."

Sau này khi thành đạo, họ còn giúp đỡ cho nhân loại rất nhiều về mặt tâm linh và phần âm cho vô số linh hồn mà phàm nhãn khó thấy và biết được. ([68])

55- VẤN: *Tại sao lại nói giúp những người giác ngộ và dẫn dắt vào đường Đạo lại lớn hơn cả giúp đỡ tài vật.*

ĐÁP: Vì bố thí tiền tài dù có nhiều bao nhiêu cũng chỉ giúp về phần vật chất, làm cho người giàu có sung sướng nhất thời mà thôi. Còn giúp đỡ về giáo pháp là giúp về phần tinh thần, làm cho người hiểu biết giáo lý về tu hành, thoát ly sanh tử luân hồi, kiến tánh thành Phật, rồi trở lại độ chúng sanh. ([69])

56- VẤN: *Trong cuốn "Phép Xuất Hồn" của ông Tư viết, có tả những cảnh trên trời. Có người cho là sản phẩm của sự tưởng tượng hay ảo ảnh mà ra – có phải vậy không?*

ĐÁP: Hầu như tất cả mọi người chưa tu hoặc nghiên cứu về Chân lý đều nghĩ như vậy. Chính ông Tư cùng ông Tám cũng thường nhắc bạn tu đừng tin lời hai ông nói. Cứ tự mình công phu luyện đạo đi rồi sẽ thấy có thật không? Như người mẹ thai nghén đứa con đến khi sanh nở, người mẹ có cho đó là ảo ảnh, tưởng tượng không?

Cũng đã có nhiều người tu Pháp Lý Vô Vi xuất hồn (lúc đầu cũng mang tâm trạng nghi ngờ đó), có dịp đi qua các cảnh trời và được thấy như lời ông Tư hoặc ông Tám tả. Làm sao tưởng tượng giống như nhau được, nhất

---

[68] (Xem Phần Phụ Vấn Đáp 54).
[69] (Xem Phần Phụ Vấn Đáp 55).

là tu các pháp môn khác nhau. Làm sao tưởng tượng được những cảnh mà khi xuất hồn nhìn thấy được rõ ràng, trước mắt, những cảnh, nhân vật, màu sắc ở thế gian không có. Làm sao mà tưởng tượng được ngay tức khắc bất cứ mỗi khi nhập định xuất thần. Làm sao tưởng tượng được giống nhau nếu hai người đồng cùng xuất hồn đi với nhau một lượt, hoặc có thể xuất trở lại, theo ý muốn, nơi đã xuất đến lúc trước.

57- VẤN: *Tại sao đạo Phật và Thiền là của Á Đông mà sao sách và tài liệu của Âu Mỹ lại có nhiều hơn sách tiếng Việt?*

ĐÁP: Người Âu Mỹ có nhiều phương tiện về vật chất nên việc nghiên cứu phiên dịch ấn loát được phổ biến sâu rộng hơn. Tuy nhiên, các sách ấy không có thể nói lên được tất cả những gì thâm thúy cao siêu vì danh từ Âu Mỹ không đủ để nói về Đạo. Người Âu Mỹ quá thiên về vật chất, như thế tâm hồn khó có thể hiểu sâu xa được những vấn đề tâm linh và chân lý[70]. Làm sao

---

[70] Tiến sĩ triết học Anh -- P. Brunton đã chẳng nhìn nhận là nền triết học Tây Phương so với sự minh triết của Á Đông trong cuốn "Search of Secret India" thì còn rất ấu trĩ. Lúc trước khi chưa tu, còn mê đời, tôi thường than là phải sanh làm người Việt Nam, cái xứ sở đau khổ, chậm tiến, hàng chục năm bị chiến tranh, và thường cảm thấy tủi hổ mỗi khi xuất ngoại thấy sự tiến bộ, văn minh vật chất quá mức của xứ ngoài.

Nhưng quan điểm này đã đổi khác hoàn toàn, từ khi tôi tu. Tôi mừng và cho là đại phước mới được sanh ở xứ Việt Nam này, một nơi mà mối Đạo được phổ biến rất nhiều và rất cao thâm.

Thử hỏi nếu được sanh ở các xứ khác, như Âu Mỹ, làm sao tôi có thể thấy được mối Đạo cao (Vô Vi giải thoát) như tôi được gặp, mà

họ có thể có được những bửu pháp dạy tu chân truyền và khẩu truyền.

Lấy ví dụ cuốn sách *"YOGA Pour Tous"* (dạy các tư thế YOGA và thiền của D. DUNE) rất nổi tiếng ở Âu Mỹ (cách đây 10 năm – 1960 phong trào tập YOGA và thiền, ở Việt Nam cũng có nhiều người tập nhưng không thấy ai thành công) mà tôi xem cũng rất sai trật. Hơn nữa, với tinh thần Âu Mỹ – mạnh về vật chất, họ cũng lái Đạo qua đời – vì vậy có những cuốn sách nặng mùi vật chất như *"YOGA Pour la Table"* (Yoga trên bàn ăn) *"YOGA Pour Elle"* (Yoga cho nàng) v.v... làm sao Đạo có thể cao thâm được?

Ở xứ ta hiện nay có rất nhiều pháp môn tu vô vi rất vi diệu – và cũng lắm vị tu hành rất cao và đắc đạo. Nếu ai có chí tu và có duyên, cũng sẽ có dịp được những quyển sách quý giá này đến tay mình.

58- VẤN: *Pháp Lý Vô Vi có phải giống YOGA không?*

ĐÁP: Yoga có nhiều trình độ. Hatha Yoga: giúp luyện xác thân. Kundalini Yoga: luyện hỏa hầu để có các quyền năng tâm linh (thần thông). Laya Yoga: giúp luyện trí nhớ. Raja Yoga: phát triển siêu thức và minh triết. Samadha Yoga: dẫn đến đại định và giải thoát.

---

làm sao được gặp Minh Sư chỉ truyền cho. Hoàn cảnh chiến tranh đau khổ lâu dài đã thức tỉnh rất nhiều người về cuộc đời giả tạm và dẫn họ đến con đường Đạo (nhờ vậy ở Việt Nam số người tu rất nhiều).

Ở những xứ tiến hóa về vật chất, ta hãy xem Đạo chỉ bành trướng về sắc tướng bên ngoài (hình thức, lễ nghi, tức hữu vi) không phải là chơn đạo, làm sao có thể dẫn dắt con người đến giải thoát nổi ?

Pháp Lý Vô Vi cách hành khác yoga, rất giản dị và hiệu nghiệm nhanh chóng phi thường.

59- VẤN: *Người đời cho là có sự may rủi mà sao Đạo lại nói rằng không?*

ĐÁP: Người đời vì không hiểu rõ ngọn ngành gốc gác nên cho là có sự may rủi. Chứ thật ra không có may rủi và đó chỉ là kết quả của hành động và tư tưởng của kiếp trước hay kiếp hiện tại. Cái nhân nào thì có quả đó chứ không phải may rủi hay sự ngẫu nhiên. Ta hãy tin chắc rằng chẳng hề có sự ngẫu nhiên hoặc may rủi đâu. Ta sướng hay cực, ta được người thương hay bị ghét, ta giàu sang hay hèn hạ đều do duyên lành hay quả xấu của ta đã gây ra nghiệp báo, bởi vì thiên địa chí công và không bao giờ *"hữu nhãn mà vô quả đặng"*. ([71])

60- VẤN: *Phật nói con người từ Hư không rồi sẽ trở về Hư không là sao?*

ĐÁP: Người ta thường lầm tưởng hư không đây là hết tất cả, không có gì, nhưng hư không đây là có cái có trong cái không.

61- VẤN: *Xin cho biết về Hội Long Hoa hay Tận thế mà nhiều tôn giáo có nói tới?*

ĐÁP: Ông Tám không đề cập tới vấn đề này và chỉ cho biết là Long Hoa đã khai hội ở trên rồi.

Ông Tám cũng có khuyên cứ cố tu đi đừng bận tâm đến tương lai cùng thời cuộc sẽ xảy tới làm chi.

---

[71] (Xem Phần Phụ Vấn Đáp 59).

Tuy nhiên để thỏa tính tò mò của quý bạn tu, tôi có sưu tầm và trình bày để quý bạn xem chơi.[72]

62- VẤN: *Xin cho biết qua nguồn gốc của Pháp Lý Vô Vi?*

ĐÁP: Ông Tư (Đỗ thuần Hậu) là người đầu tiên dạy Pháp Lý Vô Vi. Ông này trước thọ giáo của ông Cao Minh Thiền Sư ở Sa Đéc. Vị này dạy tu và xuất vía do lỗ rún (Chưởng Anh Nhi) không đi được cõi cao. Sau nhờ nghiên cứu học hỏi thêm và được ở Trên dạy, ông Tư xuất hồn được lên cõi cao hơn và pháp tu Pháp Lý Vô Vi được biến cải tiến bộ hơn trước (hồn xuất do từ nơi giữa trung tâm chân mày đến đỉnh đầu).

Ông Tư vừa tu theo văn mà cũng lại giỏi về võ Phật (bùa lỗ ban, chữa bịnh, trừ tà ma). Ông Tư có để lại nhiều sách dạy Pháp Lý Vô Vi do chính ông viết. Trong số các cuốn có mấy cuốn sau được in ra (biếu không):
- Đời Đạo Song Tu
- Phép Xuất Hồn
- Kinh A Di Đà (giảng theo Pháp Lý Vô Vi)

Các sách của ông Tư người mới đọc có thể không thích lối hành văn này, nhưng người tu luyện Pháp Lý Vô Vi *sẽ thấy điển chạy ở bộ đầu (vì ông viết bằng điển) và càng tu càng đọc, càng thấy hay và cao.*

Quyển *"Phép Xuất Hồn"* ông có kể và tả cho nghe các cảnh nơi cõi Tiên[73] khi ông xuất hồn lên học Đạo.

---

[72] (Xem Phần Phụ Vấn Đáp 61).

[73] Có bạn đọc thắc mắc về đoạn Ông Tư kể thấy tiên trên mặt trăng, mà làm sao Apollo của Mỹ lại nói không có đời sống trên ấy? Trên mặt trăng cũng như trái đất đều có hai cõi: hữu hình và vô hình,

Người mới đọc hoặc chưa hiểu và chưa từng nghe qua về huyền bí, sẽ sửng sốt và ngạc nhiên nghi ngờ cho là chuyện tưởng tượng bày đặt ra[74]. Không phải vậy mà hoàn toàn là thật vì nhiều người (không tu theo Pháp Lý Vô Vi và tu theo các pháp môn khác) – xuất hồn được lên cũng thấy và đi qua các cảnh đó hoặc có khi gặp nhau ở trên đó. Đoạn sau, cuốn *"Phép Xuất Hồn"* có đoạn *"Mơ Duyên Quái Mộng"* ông Tư đã tiểu thuyết hóa (cho dễ hiểu) chuyện hồn và vía khi tu được gặp nhau – *chuyện này người chưa hiểu hoặc mới tu cũng sẽ ngạc nhiên không ít và cho là chuyện đùa. Xin cứ ráng tu đi và sau sẽ tự mình thấy có thực như vậy không.* Đặc biệt cuốn *"Kinh A Di Đà"* ông Tư giảng kinh lời lẽ toàn bằng điển quang – *phải công phu trình độ khá, có điển, đọc mới hiểu.*

---

phải có Thần nhãn mới thấy được cõi vô hình (cõi Ông Tư tả là cõi vô hình trên mặt trăng).

[74] Đó chỉ là một trong nhiều huyền bí của Thiên cơ mà trí óc loài người nếu chưa tu, không hiểu thấu. Cũng như khi xưa Phật cầm nắm lá Simcapa, và hỏi đệ tử: "Lá trong tay ta nhiều hay lá trong rừng nhiều?" Các đệ tử đáp: "Lá trong rừng nhiều". Phật bèn hỏi: "Những điều ta biết cũng như lá trong rừng, nhưng những điều ta dạy được các con chỉ bằng nắm lá trong tay ta". Phật không thể dạy nhiều vì trí phàm non nớt quá, nhiều việc không hiểu nổi.

Chính kẻ viết bài này theo Thiên Chúa Giáo, theo Tây học và đã có dịp xuất ngoại nhiều lần (và viếng 23 xứ trên hoàn cầu), lúc trước nghe nhiều chuyện cho là dị đoan, tà đạo v.v... nhưng nhờ thiền và nghiên cứu thiên cơ, đã được mở trí và nghĩ là nhiều chuyện lúc trước mình khinh khi và cho là dị đoan, thật ra không dị đoan tí nào. Chỉ tại mình ngu không hiểu tận tường hoặc gặp kẻ giả mạo mà thôi.

Ông Tư đã liễu đạo[75] vào năm 1967. Hiện nay có một số đệ tử của ông ấy, trong số có hai người là trội hơn cả :

1) Ông Tám (Lương sĩ Hằng) đã phát huệ, mở đệ tam nhãn và xuất hồn. Ông Tám đã đi một bước đường rất xa Chân Pháp nơi Đức Di Đà.

2) Thầy Hai (ở Sa Đéc). Ông này giỏi về võ Phật (bùa phép, trừ tà ma).

Vào thời trước 1975, ông Tám mỗi tuần giảng dạy tại thiền đường ở Sài gòn. Những ai muốn học Pháp Lý Vô Vi *có thể đến tự do* vào ra trong những giờ kể trên. Ông Tám sẵn sàng giải đáp, chỉ tất cả những điều gì cần biết và thắc mắc về Đạo và công phu tu hành, trong một bầu không khí rất thân mật *bình đẳng*, không phân biệt địa vị xã hội cao thấp cùng giàu nghèo[76].

Ông Tám rất khiêm nhường không hề bao giờ nhận là thầy và nói thâu nhận đệ tử, mà chỉ nói là người đã thành công nên cùng các đạo hữu nghiên cứu và dẫn dắt những ai muốn tu.

Ông không chịu được gọi là thầy vì ông nói nếu còn nhận là thầy thì còn chấp cái Ta – và không thâu nhận đệ tử, vì như vậy họ sẽ ỷ lại, mất tinh thần cầu tiến. *Sự*

---

[75] Mặc dầu ông Tư đã liễu đạo, nhưng ông Tám vẫn gặp ông thường, khi xuất hồn. Cũng có một số người tu Pháp Lý Vô Vi xuất vía hoặc hồn cũng được gặp ông Tư trên thiên cảnh.

[76] Ông Tám cũng thường nhắc nhở người mới tu, không nên vội tin những lời đồn hay quảng cáo về ông Tám mà nên nghiên cứu và hành.

tu hành phải do chính mình. Chính mình tự tu tâm sửa tánh lấy mới được([77]).

Những người sau một thời gian ngắn tu hành được bớt trược, đến gần ông Tám đều nhận thấy điển chạy ở luân xa giữa đỉnh đầu hoặc trung tâm chân mày và trong người thấy nhẹ nhàng thơ thới([78]) về nhà tối hôm đó, công phu được dễ và lâu hơn ngày thường.

Vì lẽ đó, nhiều người dầu không còn gì thắc mắc để hỏi cũng đến thiền đường để "sạc thanh điển".

Cả ông Tám lẫn ông Tư đều không cho tổ chức đoàn thể cùng bày đặt lễ nghi, vì ở trên đã có sẵn tổ chức rồi. Hơn nữa, nếu tổ chức ở thế gian sẽ hư Đạo vì chính trị sẽ lợi dụng để chen vào. Ngày 27-2-1972, ông Tư có nhắn các đạo hữu như sau (qua ông Tám):

"Đừng lập lễ nghi thế gian, đừng bày biểu thế gian, tổ chức, phải xả phú cầu bần, những cái gì trong nội tâm ra các bạn nên liệng đi để tiến đến sự thật".

Ông Tám đã phát huệ và mở đệ tam nhãn – nên dòm mọi người đều có thể biết các tư tưởng của họ, cùng kiếp quá khứ tương lai. Lúc trước có một độ, ông có giúp đời

---

[77] Trong Kinh Pháp Cú, Đức Phật dạy:
"Chỉ có ta làm điều tội lỗi.
Chỉ có ta làm cho ta ô nhiễm.
Chỉ có ta tránh điều tội lỗi.
Chỉ có ta gội rửa cho ta.
Trong sạch hay ô nhiễm là tự nơi ta.
Không ai có thể làm cho người khác trở nên trong sạch."
[78] Nhờ điển ông Tám mạnh kéo điển những người đến gần cũng ví như một sợi dây đờn khảy lên làm rung nhẹ những sợi nhỏ gần bên (Vibration).

và tiên đoán nhiều việc đều đúng, thiên hạ đồn đãi và đến nhà ông, nhờ cậy đông đảo gần sập căn gác ở nhà.

Sau ông thấy ít người thật tâm chịu tu mà chỉ đến để nhờ vả về việc đời (danh vọng, tài lợi). Và làm như vậy chậm cho sự tiến hóa tu lên cao nữa, nên ông ngưng và chỉ dạy cho ai muốn tu mà thôi. Ông Tám hiện mỗi đêm ngủ rất ít (1-2 giờ mà thôi), còn thì nhập định xuất hồn lên cõi trên hoạt động, làm việc rất nhiều (hoặc giúp đỡ các đạo hữu trên đường tu về phần vô vi). Có nhiều người tu Pháp Lý Vô Vi giữa khuya đang công phu được thấy hoặc nghe (tùy người thanh trược nhiều ít) ông Tám xuất hồn đến giúp đỡ – dạy đạo – kéo hoặc dẫn hồn vía lên cõi trên (Trung giới – Bồng Lai – Tiên cảnh v.v...)

Người nào thật lòng tu và cố gắng tu, ông Tám đều giúp đỡ rất nhiều về phần vô vi, (lắm người được giúp không biết vì chưa được thanh, còn trược nhiều) nhưng không cho họ biết, vì người được cho biết trước, thường mừng hoặc vọng như vậy làm cản trở họ sẽ không thấy được nữa.([79])

Trong số những người tu (cư sĩ và có cả sư nữa) có nhiều người đã từng theo nhiều tôn giáo và pháp môn khác, như Sư Bút, hội Thông Thiên Học, Tin Lành, Thiên Chúa, theo các chùa, các hòa thượng, tu Tịnh Độ, khất sĩ, tụng kinh, cầu siêu, có người ăn chay trường vài hoặc trên mươi năm đều công nhận là càng ngày càng nhận thấy ông Tám dạy thực tế và đúng giáo lý của Phật và pháp môn tu thiệt tuyệt diệu, hiệu nghiệm. Nên biết

---

[79] Có nhiều người dù chưa được gặp mặt ông Tám, nhưng được bạn bè chỉ lại Pháp Lý Vô Vi, ở nhà công phu, cũng được thấy ấn chứng và có kết quả, có khi còn chóng hơn nữa.

có nhiều người trong thời gian đầu (có khi kéo dài 1-2 năm) vẫn còn nghi ngờ Pháp Lý Vô Vi là tà đạo và theo dõi quan sát cật vấn (⁸⁰) ông Tám vì thấy ông Tám cho ăn mặn và không bắt giữ giới. (⁸¹)

Có người mở được con mắt thứ ba, và thấy được khi ông Tám đang nói pháp (⁸²) hào quang sáng rực bao phủ quanh đầu. Hoặc có người thấy được có thần tiên hoặc vong linh đến nghe và hỏi pháp ông Tám. Ông Tám có cho biết hồn ông ở cõi trên, rất hiếm khi nhập vào bản thể (hiện cái vía ở lại để giữ xác thân của ông). Ông Tám nói nếu xuất gia, ăn không của bà con bá tánh thì còn mang thêm nợ. Ông Tám cũng có gia đình nhưng từ lúc tu thành công, đã diệt được dục. Ông Tám đã từng xuất hồn và gặp được nhiều đấng cao cả như Hắc Bì Phật, Phật Quan Âm, Phật Di Đà, Đức Giê Su v.v...(⁸³)

---

⁸⁰ Ngoài ra, cũng có những người như thầy Pháp. Thầy thôi miên, đến thử ông Tám nhưng vô hiệu (vì thanh điển của người tu bao giờ cũng hơn là vì chánh). Đặc biệt có lần có một vị sư ở La Phù Sơn bên Tàu xuất hồn qua thử tài ông Tám và sau cùng phải nhìn nhận và yêu cầu ông Tám cho một đệ tử của ông ở Việt Nam được đến gặp ông Tám.

⁸¹ (Xem Phần Phụ Vấn Đáp 6).

⁸² Ông Tám không dùng kinh sách văn tự khi thuyết pháp (khi xưa, Tổ Bồ Đề Đạt Ma cũng không dùng văn tự kinh sách, chỉ cốt lấy diệu pháp tương truyền cho người mau hiểu đạo).

⁸³ Trong Ấn Độ Huyền Bí (của P.Brunton do Nguyễn Hữu Kiệt dịch, trang 187) cũng có kể tác giả khi gặp ông Sudhei Babu một chiêm tinh gia và tu sĩ Ấn Độ. Ông này cho biết khi ông xuất thần đại định thỉnh thoảng cũng có thấy vài Đấng Giáo Chủ cao cả và có lần thấy Đức Chúa Giê Su (L.S.G. người Thiên Chúa Giáo nghe chắc có lẽ ngạc nhiên và cho là tưởng tượng) Trong số học trò ông

Bảng tự thuật 23 tháng thiền theo phương pháp Pháp Lý Vô Vi của tôi

A – Trong 6 tháng đầu

* Về sức khỏe:
- Hiếm đau ốm, trong người luôn khỏe khoắn, rất lâu không bị cảm.
- Hết hẳn khó chịu bao tử buổi trưa sau khi ăn (lúc trước bị cả năm như vậy)
- Không bị bần thần, khó tiêu, mệt mỏi sau các buổi tiệc.
- Ngủ dễ và không còn thỉnh thoảng khó ngủ như xưa (lúc trước mỗi tuần một lần hay hơn bị khó ngủ, trằn trọc đến 2, 3 giờ sáng)

* Về tánh tình: - THAY ĐỔI KINH KHỦNG
- *Bớt nóng nảy rất nhiều* (mỗi sáng đi làm không có hấp tấp, bồn chồn, không có la hét đánh mắng con, gây gổ với vợ)
- *Tâm hồn an lạc, sung sướng, gần hoàn toàn thản nhiên* (không dễ bị xao động như trước, bình tĩnh hơn, không sợ cái chết, cái đau, cái tai nạn vì biết là nếu có là do nghiệp quả phải nhận chịu trả cho hết).
- Không còn lo âu vì thời cuộc, vì thuế má, vì hụt tiền, vì không có áp phe.

Tám có cô L. cũng đã từng xuất hồn và được gặp Đức Giê Su và Đức Mẹ Maria.

- Không có chán nản, không có buồn bã, không có lạc lõng tâm hồn mỗi chiều rảnh không có việc gì làm hay đi chơi.

- Không có gây lộn, nổi nóng khi lái xe, ai chửi hoặc bóp kèn thúc hối, trái lại rất ôn hòa chào họ, không có xao động cả khi lính phạt xe mà trái lại biết lỗi mình vi phạm luật đi đường, tôn trọng pháp luật và giữ bổn phận công dân.

- Không bị tiền tài danh vọng lôi cuốn như trước, không ham mê đeo đuổi, mà chỉ cần đủ nhu cầu, không ghen tị khi thấy ai khá hơn, có áp phe hơn, vì đã hiểu rõ mọi sự đều giả tạm ở cõi trần này.

* Về tư tưởng:

- Gần như hoàn toàn kiểm soát được tư tưởng.

- Thắng lợi đẩy bỏ các tư tưởng xấu khỏi trong trí và đem vào các tư tưởng tốt đẹp, thanh cao (*một điều mà xưa tôi không tin là có thể được*).

- Hiện đang trong giai đoạn tập đức tính hy sinh (bắt đầu từ các điều nhỏ nhặt rồi lần lần qua các việc lớn) đức tính thương yêu mọi người, kể cả kẻ làm hại mình.

- Đã ngự trị được tình dục (ngay sau 1 tháng rưỡi) trong tư tưởng (một điều mà trước không thành công được, mặc dầu có cố gắng sửa trị đọc kinh cầu nguyện. *Điều này chứng tỏ sự hiệu nghiệm phi thường của pháp môn vô vi*).

- Mỗi lần ra đường cản không cho vô trí các hình ảnh tư tưởng xấu của thành phố xâm nhập vô trí.

- Suy nghĩ mọi việc được rõ ràng sáng suốt hơn trước.

* Về tâm linh:

- Thức tỉnh hoàn toàn được Chơn Nhơn.
- Gần được với Chơn Nhơn mỗi ngày do tham thiền.
- Luân xa chân mày quay nhanh, mỗi khi tập trung, điển chạy trên trán, thái dương, mũi.
- Luân xa đỉnh đầu quay khá có khi rút tê Hà Đào Thành.
- *Quan hệ và trọng đại nhất là hiểu được rõ ràng, không chút nghi ngờ về CHÂN LÝ THẬT và biết được nhiều về Thiên cơ và huyền bí của vũ trụ.*
- Biết được rõ ràng chắc chắn đời sống sau khi bỏ xác (mà người đời gọi là chết và ghê sợ) và không còn sợ sự chết mà trái lại vui sướng nếu hết số trần, linh hồn được qua cõi trời.
- Thấu được sự mầu nhiệm của luật Nhơn quả, Công bằng, và nhờ vậy gìn giữ được mọi hành động theo lẽ phải cùng tư tưởng ngay chánh.
- Phụng sự, tư tưởng bất vụ lợi trong các sự giao thiệp.

* Linh tinh:

Các điều lạ nhận thấy:
- Gặp thêm nhiều bạn đồng ý hướng tu và đàm đạo về đạo lý say mê.
- Điển lành đã thu hút được nhiều người xung quanh, cảm hóa và hấp dẫn hơn, dẫn dắt được một số người theo pháp môn và chính tự họ thấy có kết quả nhanh chóng.
- Gần như rất ít gặp người xấu hơn trước hay nghịch cảnh xấu (không kể mấy lần khá quan trọng, cảnh thử lòng mà người mới bước chân vào đường đạo phải chịu thử

thách khi đi đường, khi mua đồ, khi điện thoại, khi giao thiệp, v. v...)

- Muỗi rất ít khi cắn, cả bò mắt khi làm vườn (có lẽ nhờ ăn chay).

2 -1971 Tân Hợi Niên

B – Từ tháng thứ 7 đến tháng thứ 23

Tháng thứ 7
- Thiền được 45 phút
- Định trí được 50 %
- Ông Tám để tay vô xương sống khi làm pháp luân và cho hay hết trược điển.

Tháng thứ 8
- Sau khi thiền, ngủ nửa mê nửa tỉnh thấy xuất hồn bay lên hai lần.

Tháng thứ 9
- Thiền được 60 đến 100 phút, có khi thấy người lắc và xoay.

Tháng thứ 10
- Thiền xong ngủ nửa mê, nửa tỉnh thấy cục sáng 10 giây, tưởng đèn mở mắt coi thì không có, nhắm mắt trở lại vài giây lại thấy cục sáng. Có lần thấy ít sáng hơn, nhưng thấy hà sa vài giây (chỉ thấy một lần).
- Có nhiều việc thắc mắc nội tâm, thì khi gặp ông Tám chưa hỏi tự nhiên ông Tám nói ra, hoặc lật sách Đạo, tự nhiên được giải đáp đúng.

Tháng thứ 13
- Bắt đầu nghe điển kêu o o bên tai mỗi khi ông Tám nhắc hoặc xuất hồn đi ngang (nhiều lần như vậy, ghi và hỏi ngày giờ ông Tám xác nhận đúng).

Tháng thứ 14

- 5 g 30 sáng nửa mê nửa tỉnh ông Tám xuất hồn, kéo vía tôi lên cảnh Tiên. Thấy đền đài, Tiên ông, Tiên bà màu sắc rực rỡ chưa từng thấy.

Tháng thứ 15

- Tình cờ rồi nghiệm đè nhẹ con ngươi (tắt đèn nhắm mắt) thì thấy bựt sáng rực rỡ (như đèn pha) trước mắt có đến hơn vài phút, nghỉ vài phút, làm lại thấy sáng trở lại, thì mờ lần và tối trở lại (sau hỏi ông Tám cho biết thiền có điển).
- Thiền được 2 đến 2 giờ 15.
- Có đêm thiền xong, ngủ thấy xuất mà không rời ra được khỏi xác.
- Đêm sau thiền xong, ngủ thấy xuất ra bay gần gần.

Tháng thứ 16

- Thiền được 2 tiếng 45 đến 3 tiếng 10 phút. Ông Tám kéo vía tôi cùng nhiều người khác tập bay (nhiều hiệp) ở cõi Trung giới (không thấy màu sắc rực rỡ như ở cảnh Tiên).
- Thiền xong, ngủ nghe tiếng nổ (như súng sáu). Ông Tám giải: *"Trược khí ra gặp thanh khí thì nổ - về sau sẽ còn nhiều tiếng nổ khác nữa."*

Tháng thứ 17

- Thiền xong, ngủ nửa mê nửa tỉnh thấy xuất vía ra, dòm lại thấy sợi dây sáng, và căn buồng ngủ, bay ra cửa kính thì bị vợ tôi đụng, hồi tỉnh lại.

Tháng thứ 18
- Từ tháng thứ 14 cứ đúng 1 tháng sau vào ngày 16 –17 thì thấy một khác.
- Thiền xong ngủ thấy đánh phép với 4 con ma. Ông Tám giải: "*Hành quân nội bộ trong bản thể*".

Tháng thứ 19
- Ông Tám xuất hồn đến và cho tôi thấy kiếp trước (thấy rõ và màu sắc).
- Có đêm ông Tám xuất đến, nói pháp, cho cuốn sách và dặn cố tu sẽ phát huệ, và ...(Đêm đó vợ tôi cũng được ông Tám cho thuốc và làm phép phân thân cho coi).
- Thấy giữa trán bị nứt xương từ trung tâm chân mày lên đến mái tóc. Vài ngày sau thấy phía trên nứt thành chữ V – khi thiền thấy bị ê ở chỗ nứt. Ông Tám giải: "*Nứt phía trước tốt không qua lớp Ngũ quỷ như nứt phía sau đầu*".
- Ông Tám có nói lên luận về Đạo với ông Tư rồi trong khi hai người nói sẽ như nghe Phật nói (vì điển xuống).

Tháng thứ 20
- Ngày 16 – 4, công phu xong, ngủ thiếp thấy xuất đi, bay với xem nhiều đồ vật trên cảnh (hình như Bồng Lai). Chưa lần nào đi nhiều thấy đẹp và rõ như lần nầy. (Trong khi bay có búng tay 3 cái để thử xem có thật không).
Sau cùng gặp ông Tư và ông cho điếu thuốc (sau suy nghĩ mới hiểu Ông dạy tôi phá chấp về vấn đề này).

Tháng thứ 21

- Ngày 16 – 5 thấy xuất vía bay và nhào lộn trên mái nhà (cõi Trung giới).

Tháng thứ 22
- Ngày 15 – 6 đi Đà Lạt chơi, tối ông Tám ở Sài gòn xuất hồn lên, tiếp điển, kéo vía tôi bay xuyên qua mấy trần nhà khách sạn Palace. (Về Sàigòn gặp ông Tám xác nhận đúng) và thấy đi trong bản thể.

Tháng thứ 23
- Ngày 17 – 7 –72 vía xuất lên hồ sen trên vườn. Thấy lần thứ hai kiếp trước: nhân duyên và đám cưới.

TỔNG KẾT 23 THÁNG

* Sức khỏe:

a) Sau 6 tháng đầu: sức khỏe tăng gia nhiều. Bịnh mất ngủ kinh niên hết luôn, bịnh bao tử lúc chưa tu (phải chữa bên Nhật 2 lần) gần như hết luôn.

Cảm cúm không còn bị nữa từ khi thiền (đúng như ông Tư nói cướp khí hạo nhiên vào giờ Tý). Hiếm khi bị cảm, hoặc vì cẩu thả mới bị nhiễm cảm sơ. Thiền thì hết ngay, không bị nặng hoặc kéo dài hằng tuần như người không thiền.

b) Sau 23 tháng, cân tăng 2 ký, sức khỏe vẫn tăng đều – sức mạnh dẻo dai hơn trước, sắc mặt hồng hào tốt hơn trước.

* Tánh tình:

- *Thay đổi kinh khủng, gần như toàn diện* – có thể nói là con người mới. Quan niệm và nhìn đời khác hẳn khi chưa thiền, loại được gần như hoàn toàn các tư tưởng xấu.

Tuyệt đối không hành động trái lẽ phải – trái đạo. Chiến thắng được tình dục: không nghĩ bậy, không bị ảnh hưởng tư tưởng xấu do phim ảnh, sách báo. Thời cuộc tình hình lộn xộn, không còn làm cho lo sợ. Nói tóm lại, đã tiến rất nhiều về phương diện ngự trị cái tâm cho bớt xao động – dẹp trừ được phần lớn tham sân si, chỉ còn rất ít, và tin chắc với pháp môn rất vi diệu này sẽ đốn sạch gốc rễ và sẽ hoàn toàn làm chủ được bản thể.

Các thú vui phàm tục thấy bớt thích nhiều, cả đến việc du lịch xuất ngoại là điều tôi thích nhất trên đời, cũng không còn ham – vì trước xuất ngoại là mê thích, cảm phục cái văn minh vật chất của Nhật, Pháp, Mỹ v.v... nay những sự này không còn lôi cuốn tôi được nữa vì tôi đã tìm được con đường văn minh tinh thần cùng cõi trên cao đẹp hơn nhiều.

- Từ khi tìm biết được Chơn Lý và thấy được ánh sáng diệu mầu của Đạo, không còn sợ chết vì biết chắc là chỉ bỏ lại xác thân giả tạm còn linh hồn là bất tử, không còn sợ tai họa đau ốm vì nếu có, đó là do nghiệp quả phải trả cho xong nợ tiền kiếp mới tiến mau đến giải thoát được.

- Không còn ganh ghét, thù hằn với bất cứ ai; trái lại, còn thương tất cả mọi người.

- Nhiều khi bùi ngùi cảm động thương xót cho những người chưa có duyên thấy Chơn Lý và Thiên Cơ đang ngụp lặn đau khổ trong cõi trần, *mê hoặc vì danh và lợi, không biết đến kiếp nào mới thoát ra khỏi bể khổ*, và ngẫm lại, nhờ đại phước mình mới giác tỉnh và gặp chánh pháp cùng Minh sư dẫn đến con đường chân hạnh phúc, sẽ đạt đến sự toàn thiện và giải thoát khỏi luân hồi.

* Tài chánh:

- Từ khi thiền không còn ham áp phe, vật chất tiền bạc không còn lôi cuốn nữa, mà chỉ cần đủ tiêu.

- Các sự giao thiệp, hành động cùng tư tưởng gần như bất vụ lợi không như trước tính lợi hại hoặc lợi dụng nhờ vả trong sự giao thiệp.

- Tuy vậy mà *mặc dầu không mong cầu – không cầu xin* (người tu chân chính không cầu xin phát tài, không van vái thờ lạy xin xỏ), mà lạ thay vấn đề tài chánh lại rộng rãi hơn trước, không còn có lúc bị túng thiếu. Y như trong kinh Phật, 8 vạn Thiên Thần có tuyên thệ xin đứng ra bảo vệ các người tu thiền về tánh mạng, tài sản và gia đình.

* Tâm linh:

- Tiến triển nhiều, ông Tám đã kéo hồn vía xuất lên cõi trên nhiều lần.
- Linh tánh mở được thêm.
- Được thấy kiếp trước hai lần.
- Nghe được điển ông Tám kéo mỗi khi gần ông Tám.
- Nghe được điển ở các bùa chú, phép phát ra.
- Khớp xương trán đã mở (nứt) và bên trên bộ đầu đã nở ở trong. Việc nở luôn ra ngoài (Khai Thiên Môn) sẽ chắc chắn đến với thời gian và sẽ tự mình xuất hồn lên cõi Trên học Đạo.

(7-1972).

PHẦN PHỤ VẤN ĐÁP

ങ‍ങ‍ങ ✸ ‍ഇ‍ഇ‍ഇ

TÀI LIỆU NGHIÊN CỨU và TRÍCH CÁC
PHÁP MÔN TU cùng KINH SÁCH KHÁC

Lúc đầu, khi mới biết ông Tám và theo Pháp Lý Vô Vi, tôi cũng như nhiều đạo hữu khác vẫn chưa tin nơi ông Tám. Vì vậy tôi có tìm tòi nghiên cứu thêm các pháp môn khác, và kinh sách Phật Giáo, Cao Đài Giáo (Phái Vô Vi), Tịnh Độ Vô Vi, Vô Vi Pháp, hội Thông Thiên Học, Tây Tạng v. v...

Tôi thấy rốt cuộc chân lý chỉ có một và các chánh pháp tu giải thoát([84]) mặc dầu cách hành có khác nhau và kết quả mau hay chậm khác nhau, muốn được giải thoát phải THIỀN, tập trung Tinh Khí Thần, có Mô Ni Châu ([85]) rồi tạo Thánh Thai.

Tinh Khí Thần([86]) được gọi với nhiều danh từ khác nhau:

- **Theo kinh sách Phật**: Tam Bảo, hay Phật Pháp Tăng.

- **Theo kinh sách Cao Đài Vô Vi**([87]) (phái Chiếu Minh, Tam Thanh): Tinh Khí Thần, Tam Thanh hay Tam Huê.([88])

- **Theo Pháp Lý Vô Vi**: Tinh Khí Thần, Ba Báu Linh.([89])

---

[84] Khác với tu phước, còn phải bị luân hồi.

[85] Hoặc Mâu Ni Bửu Châu, Cục tròn sáng, Ngọc . . .

[86] Xem Phụ Vấn Đáp 8.

[87] Khác với Cao Đài Tây Ninh, tu hữu vi.

[88] Tụ Tinh Khí Thần gọi là Tam Huê Tụ Đảnh, hay quy y Phật Pháp Tăng (Phật Pháp Tăng đúng thực nghĩa là như vậy).

[89] Nho Giáo có Tam Cang, Thiên Chúa Giáo có Ba Ngôi cũng đồng một lý với Tinh Khí Thần.

Thánh Thai([90]) cũng được dùng với nhiều tiếng khác nhau:

- **Theo Kinh Sách Phật**: Pháp thân (Tâm Ấn Đạo Phật), Xá Lợi (Đạt Ma Bửu Quyện), Âm Dương phối hiệp tạo Anh Nhi (Thất Chơn Nhơn quả), Thân ngoại hữu thân (Vô Vi Pháp, Tịnh Độ Vô Vi), Thánh Thai (Đại Thừa Giáo) hoặc Như Lai, Minh Tâm Kiến Tánh ([91]) v. v...

- **Theo Cao Đài Vô Vi**: Nhị xác thân, Thánh Thai Phật Tử, Kim Thân, Xá Lợi Tử, Âm Dương giao cấu hóa Kim Quang v. v...

- **Theo Pháp Lý Vô Vi**: Thánh Thai, Hồn Vía gặp nhau.

- **Theo Zen**: Thiền của Nhật cũng có nói đến Thánh Thai.

Xin mời quý bạn xem tiếp sau, bổ túc các câu vấn đáp trước đây, với phần tham khảo theo pháp môn và kinh sách khác (cũng đồng Chân Lý với Pháp Lý Vô Vi).

* Phụ vấn đáp 2: *(Tu là gì ?)*

Trong "Đại Thừa Chơn Giáo" của Cao Đài Giáo, phái Vô Vi Chiếu Minh (trang 173), Đức Nam Phương Giáo chủ có dạy về tu như sau:

"Ở ăn như thể thường tình,
Lo tu luyện đạo sửa mình tinh ba.
Tu không biểu mặc đồ dà,
Cạo râu thí phát bỏ nhà, lìa con.

---

[90] Xem Phụ Vấn Đáp 22.
[91] Tâm hồn, tánh vía.

> *Ông bà cha mẹ đương còn,*
> *Phải lo báo đáp cho tròn hiếu trung.*
> *Vợ chồng trọn nghĩa thủy chung,*
> *Giữ như sen mọc dưới bùn không dơ".*

* Phụ vấn đáp 4: *(Tu tắt là làm sao?)*

- Trong "Bản Đồ Tu Phật" tập IV (Hương Đạo xuất bản, trang 7) Trực Chỉ Thiền là phép thiền chỉ thẳng tâm người, thấy tánh thành Phật, *không dùng phương tiện tu quán và cũng không cần kinh giáo.*

- Trong "Đại Thừa Chơn Giáo" trang 51, Đức Ngọc Hoàng Thượng Đế có dạy:

> *" Tu cũng có đi vòng đi tắt,*
> *Đi tắt là ngộ đắc thiên cơ".*

* Phụ vấn đáp 6: *(Tu hành không cần lễ nghi cúng lạy, thờ tượng).*

- Trong Đại Thừa Kim Cang Luận (Chùa Vạn Phước ở Huế ấn tống) trang 10, Phật có nói:

"Sau khi ta diệt độ rồi, trong đời mạt pháp có nhiều chúng sanh căn trí thấp thỏi, tâm ý mê say, trí tình mờ tối, tuy có trì trai giữ giới đều không trí huệ, cái tâm ngu mê, cống cao ngã mạn, tôn sùng tà kiến, không chịu hạ tâm mình để cầu thầy học hỏi những pháp chân chánh, khư khư chấp trước nhận giả làm thiệt hoặc chấp trước kinh sách, văn tự, hoặc chấp trước tụng trì cho nhiều số v. v..."

Phật có dạy quá rõ ràng trong kinh Kim Cang: Nếu dùng âm thinh sắc tướng không thể thấy Như Lai, Phật tánh của mình:

"Nhược dĩ sắc, kiến ngã
Dĩ âm thinh, cầu ngã
Thị nhơn hành tà đạo
Bất năng kiến Như Lai"

- Trong "Đạt Ma Bửu Quyện" (Làng cô nhi Long Thành ấn tống, trang 4)

"Tu mà gõ mõ tụng kinh lập chùa, thượng cốt là tu như thả ghe qua bến, bắc cầu qua sông chứ chưa phải thiệt tu".

Đạt Ma Lão Tổ có hỏi hòa thượng Thần Quang rằng:

"Thần tăng tụng kinh này để làm gì ?" Thần Quang đáp: *"Kinh này gọi là kinh Niết Bàn. Thật là bửu pháp quý vô cùng, nếu ai tụng được, thì dứt đàng sanh tử."* Lão Tổ cười rằng: *"Nếu gọi bửu pháp thì bánh vẽ trong giấy ấy để ăn đỡ đói đặng chớ ?"*

Thần Quang đáp: *"Bánh vẽ trong giấy làm sao ăn no cho đặng?"*

Lão Tổ nói: *"Bánh vẽ trong giấy ăn không đỡ đói được, thì phép trong giấy đó làm sao giác liễu cho đặng đàng sanh tử mà gọi là bửu pháp, hãy trao ta đốt cho rồi, để dối đời sao đặng ?"* (trang 9)

- Trong "Giảng Lý Quyển Dưới Chân Thầy" của Đức C.W. Leadbeater và bà Annie Besant (⁹²) (Dịch giả Nguyễn Thị Hai) có dạy: (trang 151)

"Bạn phải thoát ly tất cả sự mê tín dị đoan trong các nghi thức, trong sự lễ bái, và trong sự công hiệu của các hình thức toàn là bên ngoài ..."

"Những sắc tướng này là những chiếc gậy cần ích cho kẻ nào không đi một mình đặng. Nhưng khi bạn có thể đi không cần gậy, thì bạn nên dẹp nó lại một bên ..."

- Trong "Đại Thừa Chơn Giáo" (trang 86), Đức Thái Thượng Lão Tổ có dạy:

"Pháp Như Lai cửa thiền chế cải
Dùng hữu hình cho sái Phật tông
Thinh âm sắc tướng tràn đồng (⁹³)
Làm cho xa mất chữ Không đâu rồi"

- Trong "Vô Vi Pháp" của một vị minh sư ở núi Tà Lơn (do cư sĩ Nguyễn Xuân Liêm ấn tống) có dạy: (trang 45)

"Ỷ lại thần quyền ham tín ngưỡng,
Đeo theo giáo pháp giỏi khen chê.
Tu côi tu quạnh thêm tà mị,
Bày đặt bày điều chỉnh gớm ghê.
Những dạng bề ngoài là giả dối,
Tây phương trước mặt khó trông về ".

---

⁹² Hai chơn sư bên hội Thông Thiên Học, đức Leadbeater đã từng là Giám Mục bên Thiên Chúa Giáo.

⁹³ Thinh âm sắc tướng tức kinh kệ, gõ mõ, thờ tượng, lễ bái.

(trang 87)
"Vái lạy thinh không bày đặt tưởng,
Phụng thờ bóng dáng xúm nhau tranh".

(trang 88)
"Công phu chớ khá cậy thần quyền.
Tự giác tự nhiên phản bổn nguyên".

(trang 89)
"Đầy vơi luân chuyển nghiệp thêm dài,
Tỏ ngộ đạo mầu được mấy ai.
Rau cải ăn càn, rau cải lủng,
Kệ kinh tụng thét, kệ kinh dai.
Trời không có nói người kêu mãi,
Phật chẳng đòi ăn họ cúng hoài".

(trang 90)
"Trời không ép chúng sanh thờ phượng,
Phật chẳng kêu người biểu kỉnh tin".

- Trong "Cuộc Đại Tạo", bài "Tu Thân" của tu sĩ Hồng Quang (chùa Hồng Môn, Gia định).
"Bao kiếp tu hành vẫn chẳng xong.
Chẳng xong vì chấp nẻo âm thinh,
Sắc tướng dựng lên vọng hữu hình,
Tâm Phật không rành, rành Phật gỗ
Bỏ chơn, tầm giả, lạc huyền linh"

- Có một nhà sư ở Quảng Nam, theo lời thuật của ông Phan Văn Hùm, sau khi suốt một đời người nghiên cứu và nghiền ngẫm kinh điển Phật giáo, đề lên trên vách bài thơ sau đây:

"Kinh điển lưu truyền tám vạn tư
Học hành không thiếu cũng không dư
Năm nay tính lại chừng quên hết
Chỉ nhớ trong đầu một chữ "NHƯ"
(Dịch học Tinh Hoa trang XXXII)

* Phụ vấn đáp 6: (tiếp) *(Tu không ăn chay giữ giới)*
Chính tôi có biên thư hỏi vị Đại Lạt Ma Tây Tạng L. Rampa rằng: "Người ăn mặn có hại cho vấn đề phát triển tâm linh không?" Ông này trả lời: "Nếu không quen ăn chay thì cứ ăn mặn vì cần cho sức khỏe, điều này không có cản trở sự phát triển tâm linh."

(If you have been used to eating meat and fish, then it is better to continue to do so. It will not hamper your spiritual progress and is necessary for your physical well-being).

* Phụ vấn đáp 8: *(Tam bửu là gì ?)*
Xin hãy xem lời dạy về Tinh Khí Thần trong "Đại Thừa Chơn Giáo"
(trang 58), Đức Ngọc Hoàng Thượng Đế dạy:
"Tinh Khí Thần hiệp nhứt mới thành đạo – người nhờ ba báu đó mà tạo Tiên tác Phật ".

(trang 44), *"như con người lo lắng vọng tưởng điều này sự nọ thì lao Thần (linh hồn), còn ham muốn mơ mộng phú quý vinh hoa thì tán Khí, bằng say đắm mê sa tình trường dục hải thì tổn Tinh. Tam bửu hư hoại thì tự* nhiên ngũ hành, ngũ tạng, cũng phải xiêu bè suy nhược theo nhau". (⁹⁴)

Trong "Đạt Ma Bửu Quyện" (trang 14) Đạt Ma Lão Tổ nói *"đến khi biết được mối (hư không) đem ba lần mà xây vần mấy phép nơi khiếu linh ngươn mới biết rõ làm sao mà đến, làm sao mà về. Đường thế mới gọi rằng hiểu rành cội nguồn đàng sanh tử, thấu rõ huyền quang một lỗ trống không (⁹⁵) ba báu hiệp một (⁹⁶) mới nhìn đặng bốn lão về nhà (⁹⁷). Đường ấy mới gọi là hườn nguyên phản bổn (trở về cội nguồn)."*

Trong Tịnh Độ Vô Vi (dịch giả Lê văn Dương, trang 5)

"Con người có ba báu vật là Tinh, Khí, Thần phải dưỡng nó cho đầy đủ hoài hoài thì là luyện đạo vậy."

* Phụ vấn đáp 9: *(Con người là ai? Tại sao phải tu?)*
Trong Đại Thừa Chơn Giáo (trang 103), Đức Cao Đài Thượng Đế có dạy:

"Nếu các con dòm đặng cái Thiên cơ của Thầy thì các con mới hãi hùng lo sợ – Khờ lắm thay! Dại lắm thay! Đã sanh đấng làm người là chúa của muôn vật, sao chẳng biết tầm máy bí nhiệm (⁹⁸) ấy tu thoát khỏi cái phạm vi

---

⁹⁴ Ngũ hành tức kim, mộc, thủy, hỏa, thổ. Ngũ tạng tức tâm, can, tì, phế, thận.
⁹⁵ Tức Huyền Quang Khiếu.
⁹⁶ Tam Bửu hay ba báu linh.
⁹⁷ Tứ tổ quy gia (tức khi dụng công phu, định tâm, gìn cái ý, bế ngũ quan thì ngũ tạng hiệp về, tâm hồn thanh tịnh vô vi.)
⁹⁸ Tức bí quyết tu (phải có minh sư chỉ dạy).

chật hẹp, để chi chịu mãi tội tình đày đọa, luân hồi chuyển kiếp, lúc mang ví cánh hồi lại sừng lông ([99]*) Ôi thảm! – Ôi thảm!"*

* Phụ vấn đáp 10: (*Tu hữu vi, vô vi là thế nào?*)

Trong Đạt Ma Bửu Quyện (trang 11) *"còn hạng tu làm lành lánh dữ, kính Phật, trọng Trời, mình ăn của mình, tuy không xét thấu huyền cơ, phải luân hồi nhưng được hưởng phước."*

(trang 35) Đạt Ma Lão Tổ nói:

"Nay ta chỉ rõ cho ngươi (tức hoà thượng Thần Quang) hiểu, trong kinh Kim Cang có câu "Phàm sở hữu tướng giai thị hư vọng" nghĩa là phàm cái sự gì mà có hình tướng đều là sự huyễn dối.

Bởi vậy ba ngàn sáu trăm tả đạo đều bị ở nơi sắc tướng nên gọi tả đạo (là ở bên tả không chánh) ([100]*) duy chỉ có tìm đặng Ông Chủ Nhơn mới gọi là thiệt, vì không hình bóng, không tiếng tăm."*

Trong Đại Thừa Chơn Giáo (trang 149) có dạy: *"Bực Đại thừa dạy về vô hình, cần tu tánh luyện mạng, muôn việc có như không có.."*

* Phụ vấn đáp 13: (*Tại sao tu hành phải thiền?*)

Trong "Đức Phật và Phật pháp" (Đại đức Narada), trang 11..

---

[99] Nếu phạm tội nặng có thể bị đầu thai làm súc vật.
[100] Tả chứ không phải là tà (lời soạn giả).

"Như vậy Đức Phật không chủ trương van vái nguyện cầu mà thay vào đó, dạy chỉ quán tham thiền là một phương pháp tự kiểm soát, tự thanh lọc và giác ngộ."

Trong "Đại Thừa Chơn Giáo" (trang 39 – 40) có dạy:
"Người tu hành cần nhất là phép tham thiền đặng tầm cái lý đạo cao siêu của Tạo Công".
"Không tham thiền định trí thì làm sao đoạt nổi Thiên Cơ, hiểu điều mắc mỏ cho được."
"Người tu đến bực đại thừa đã thọ chơn truyền bí pháp rồi thì cần phải phân chia ngày giờ mà tu luyện cho cái tâm trở nên trong sạch chẳng bợn hồng trần, phản hồng vi bạch, mà yên lặng đoạt cơ tạo hóa, vào bộ Tiên gia, hầu thâu tiếp cái huyền khí của Trời đem hiệp với cái ngươn khí của người mà tạo thành Tiên đơn."

* Phụ vấn đáp 16: *(Tại sao phải có Minh sư mới tu đắc được?)*
Trong "Đại Thừa Chơn Giáo" (trang 2) có dạy:
"Đến ngày nay đã nhiều đời, nên chi các giáo lý thất lạc chơn truyền, số tu luyện thì nhiều mà thành Phật Tiên không đặng".

(trang 118) *"Biết tầm đạo chọn Minh sư"*, *"Thọ lời bí quyết cũng như thành rồi."*

Trong "Tâm Ấn Đạo Phật" (do sư Thích Huệ Minh (¹⁰¹), trang 16) :

---

101 Sư Thích Huệ Minh, 30 năm tu theo chùa, là người có can đảm nói lên sự thật: (Tâm Ấn Đạo Phật, trang 3).

Hồ văn Em

"*Không có ai được thành Phật là vì chỉ có kinh mà không có khẩu truyền tâm ấn.*"

(trang 17), "*Cái tâm ấn là cái khẩu truyền tâm đăng, để dạy người biết thỉnh Như Lai mà phục mạng cho có*

...Tôi cũng đồng ý vâng chịu rằng: Âm Thinh Sắc Tướng, không bao giờ giúp tôi tìm Chơn Lý và rõ thiệt nghĩa của hai chữ Như Lai được. Biết vậy, nhưng vì chưa tìm ra manh mối, nên tôi đành cam chịu gõ mõ, tụng kinh, thư phù, luyện tướng, nhập định, tham thiền để làm bằng cớ đặng cầu thực tín nữ thiện nam. Nhưng trong thâm tâm tôi cảm thấy biết bao sự thẹn thùa cay đắng sao đặng.

...Còn nay nô lệ vật chất lẫn tinh thần mới thậm khổ, khổ ngày ngày ăn rặt ròng tương chao dưa muối, khổ mặc toàn bộ vải nâu sòng, khổ thấy quấy mà cứ a tùng điều quấy.

Khổ là mang tiếng thay mặt Phật để độ chúng sanh mà cứ mê hoặc chúng sanh độ Phật. Chúng sanh độ từ chỗ ở, tiền ăn, quần áo mặc, thuốc men khi đau ốm, mỗi sự gì cũng chúng sanh độ.

Tôi càng khổ hơn nữa là mỗi khi thiện nam tín nữ tới dâng cúng rồi mời tôi tới chứng minh.

Trời, Phật, Thánh, Thần ơi! Tôi rất hiểu nghĩa hai chữ chứng minh lắm chớ ! *Chứng* là nói Chánh - *Minh* là Sáng, nghĩa là mỗi khi thầy chứng cho một đệ tử nào thì đệ tử ấy phải sáng suốt thêm mới phải. Cái này, bấy lâu nay tôi chứng cho người nào thì người ấy đều đui cả. Tại vì sao? Tại vì tôi mù kia mà !

Tôi chưa thấy Phật mà tôi thường bảo đệ tử phải tôn trọng Phật (Thần quyền) triệt để, thì lẽ tất nhiên họ cũng kỉnh Tăng triệt để. Do đó, mà tôi cũng được triệt để độ tận chuối, xôi...

Sư T.H.M. tìm được mối chánh đạo, nhờ thọ giáo cùng Tam Khẩu Đại Sư, tức Nhị Thiên Giáo Chủ ở Mỏ Cày, Sư Pháp Chơn tức Tám Đặng mà những bạn tu từng "nhập bá" có được biết, cũng là đệ tử của Nhị Thiên Giáo Chủ. Ở Giồng ông Tố có một trường thiền, sáng lập từ 20 năm nay tu theo pháp của vị này, cũng có người tu đắc được Kim Thân rồi (tức là Thánh Thai).

69

Mô Ni Bửu Châu để điểm hóa âm thầm và tâm đăng phát hiện. Nếu tâm đăng phát hiện thì kiến tánh thành Phật. Nếu người tu mà không biết cái tâm truyền khẩu thọ này thì dầu tu muôn kiếp cũng khó mà thấy tánh đặng".

* Phụ vấn đáp 17: (*Tại sao bây giờ tu dễ dàng quá?*)

- Trong "Tâm Ấn Đạo Phật" (trang 17) có nói: "Nay đến thời mạt kiếp này, Trời mới cho tâm ấn xuống trần lần chót đặng rọi truyền mối đạo. Kỳ này ai có phước thì gặp, còn ai vô phước thì cũng khó gặp đặng vậy".

- Trong "Thánh Giáo Sưu Tập" (1968 - 1969), đức Di Lạc Thiên Tôn có nói: "Kỳ này là kỳ đại ân xá, ai tu hành cũng có thể dễ được đắc quả vị..."

* Phụ vấn đáp 21: (*Sao có người nói tu xuất hồn là tu tà?*)

Xin trích dưới đây để quý bạn nghiên cứu tu xuất hồn là tà hay không, do các pháp môn nổi tiếng và đáng tin cậy sau:

- Trong Đại Thừa Chơn Giáo (Cao Đài Giáo phái Chiếu Minh Vô Vi ([102]), trang 119)

"Ngồi định thần tìm kiếm căn nguyên
Xuất thần lên cảnh Thần Tiên
Học thêm tâm pháp bí truyền cao siêu
...

---

[102] Mặc dầu tôi không theo Cao Đài Giáo, nhưng công nhận và giới thiệu cùng quý bạn tu, cuốn "Đại Thừa Chơn Giáo", thật là một bửu kinh, dạy đạo rất rõ ràng đầy đủ, dễ hiểu và tuyệt hay.

Ngồi nằm kiếm chỗ im lìm
Lúc mê giấc ngủ lim dim xuất hồn".

- Trong "Pháp Môn Tu" của Tăng Khất sĩ Giác Yên (trang 13):
"Đến sau tâm thần tôi rời khỏi đề mục (¹⁰³) bay lên cao trụ nơi giữa hư không được một thời gian, thì tâm thần tự động nhìn trở lại xác thân đang ngồi chỗ cũ..."

- Trong "Vô Vi Pháp" kinh dạy pháp tu giải thoát của một vị minh sư ở Tà Lơn (cư sĩ Nguyễn Xuân Liêm ấn tống, trang 21)
"Đủ lục thông ra khỏi cảnh trần
Niết bàn mở mắt ở kề chân
...
Im lìm mờ lặng lên Thiên cảnh
Đáng mặt môn đồ đức Thích Ca..."

- Trong "Vô Vi Pháp" (của tu sĩ Nguyễn Văn Sự, trang 27)
... "Trung và Đại Định, chúng ta xuất hồn đi được..."

- Trong "Cuộc Đại Tạo" (của tu sĩ Hồng Quang chùa Hồng Môn, Gia định):
"Tu hồn được tự do xuất nhập
Lìa thân nhà về viếng quê xưa"

---

¹⁰³ Đề tài khi tham thiền.

- Trong "Tịnh Độ Vô Vi" (dịch giả cư sĩ Lê Văn Dương, trang 7):

...

"Hay quá khứ, vị lai, hiện tại, muốn vân du cõi nào nội nháy mắt..."

...

"(Tam niên nhũ bộ) xuất hồn được..."

- Trong "Đạt Ma Bửu Quyện" (trang 17) "Nếu người đốn ngộ thì trong giờ Tý Ngọ, tham thấu tánh thoàn ắt có lẽ gặp dịp chầu Di Đà...

"Êm đềm mờ lặng lên Thiên cảnh
Mừng đặng từ đây khỏi khổ luân"

- Trong "Thể Vía Con Người" (do bà Nguyễn Thị Hai, hội Thông Thiên Học, Sàigòn soạn, trang 115):
"...Một người kia chủ trị hoàn toàn cái vía rồi, thì có thể lìa xa khỏi xác (nghĩa là xuất vía) trong lúc ngủ hay bất luận giờ khắc nào nếu muốn thì được..."

- Trong "Đông Phương Huyền Bí" của Tiến sĩ triết học P. Brunton ([104]) trang 187: "...Bước vào trạng thái xuất thần và luôn luôn có thể trở về nhập xác tùy ý muốn..."
..." Trong khi xuất thần nhập định và trở nên có ý thức trong cõi vô hình"

---

[104] Ông này qua Ấn Độ gặp tôn sư và đã tu thành đạo.

72

- Trong "Chapters of Life"([105]) của vị Đại Lạt Ma danh tiếng L. Rampa ([106]), trang 156 có nói:

---

[105] "Giai Đoạn Của Đời Sống"
[106] Vị này hiện ở Âu Mỹ rất nổi danh. Ông ta là thân cận nhứt của Đức Đại Lai Lạt Ma (Phật sống thứ 13) và tác giả của 10 cuốn sách rất đầy đủ nói về Khoa Học Huyền Bí bằng tiếng Anh. Ông Rampa đã phát huệ, mở huệ nhãn và xuất hồn. Trong đó có cuốn "Con Mắt thứ Ba" (The Third Eye, nhà xuất bản Corgi Books, London) mà nhiều người có biết. Đặc điểm của ông ta là giảng theo khoa học các hiện tượng thần bí nên rất dễ hiểu. Chính tôi nhờ đọc sách của ông mà hiểu được rất nhiều về các điều huyền bí mà trước vẫn nghi ngờ cho là dị đoan. Gọi là Khoa Học Huyền Bí là vì ta chưa hiểu hoặc Khoa Học Văn Minh chưa tìm ra hoặc giải nghĩa được *chứ thực đó đều là trong những định luật có sẵn từ lâu trong Vũ Trụ*, như khi xưa chưa tìm ra Vô Tuyến điện, Tivi chẳng hạn.
Ví dụ: Như bên Tây Tạng có người bay được, là nhờ họ biết được bí quyết hơi thở, ví dụ như làm cho ngược lại sự vận chuyển của các hột nguyên tử (atome) âm và dương trong cơ thể, thì tất nhiên làm mất sự trọng lực (pesanteur). Hoặc như linh hồn (hoặc Tiên, Thánh, Ma, Quỷ) đi xuyên qua vật chất dưới trần được, là vì cơ thể họ được cấu tạo bằng những hột nguyên tử cấu tạo thể xác chúng ta và vật chất thế gian.
Theo khoa học ta đã biết giữa các hột nguyên tử có những khoảng trống nhờ vậy, những hột nguyên tử trong cơ thể của linh hồn vì nhỏ hơn nhiều lần nên có thể đi xuyên qua các khoảng trống (tương đối rất lớn) của cơ thể người phàm và vật chất thế gian.
Ông Rampa còn cho biết thêm ở cõi trên có 9 chiều hoặc hơn nữa, trong khi thế giới chúng ta chỉ có 3 chiều mà thôi (3 dimensions) là chiều ngang, dọc và cao. Chiều thứ tư, thứ năm có thể biết được là thời gian (thời gian 100 năm dưới trần bằng một ngày trên Thiên Đàng) và không gian (linh hồn đi đâu trong nháy mắt là đến) . . .

"Nhập định là trạng thái thiền khi mà con người thật của ta ra và xa xác thân ví như con người ta ra và rời cái xe hơi vậy.

Ngoài ra bên Âu Mỹ có ông YRAM, là người đã xuất vía cả chục năm, có viết trong cuốn "Y Sĩ Của Linh Hồn" (trang 65), sự nhận xét cùng cảm tưởng rất đúng, rất thực của ông ta:

"Những sự hiểu biết thường của chúng ta, sự giáo dục của chúng ta, những phong tục, thói quen của chúng ta, đều đối nghịch hiển nhiên với sự thực kinh nghiệm được, mà ta cảm thấy ngay lần xuất đầu tiên ra khỏi xác thân, một sự phản kích mà ta phải sẵn sàng chịu đựng. Sự thật, thực quá đột ngột, mà tất cả những danh từ do loài người đặt ra đều vô giá trị trước sự kiện trên. Đứng trước một sự rõ ràng hiển nhiên như vậy, cái mà ta vẫn còn nghi ngờ đến phút chót, tất cả những lý luận trái ngược của khoa học (duy vật), của tôn giáo, của triết lý bị sụp đổ một cách thảm thương không để lại dấu vết. Và đồng thời một tràng câu hỏi "Tại sao? Thế nào?" tuôn ra trong tư tưởng, làm cho ta có cảm giác như bị một cú giáng mạnh vào đầu.

Và không lâu sau đó, sự thí nghiệm thành công như vậy, niềm vui nội tâm, được biết, sau cùng Sự Thật thực...

Điều làm kinh ngạc nhất nữa là những sự giáo huấn hằng thế kỷ bị tan biến dễ dàng, trở thành vô hiệu và tan vỡ như bong bóng xà bông và tức thời làm ta chưng hửng vì bao nhiêu cố gắng thực hiện bởi loài người từ bao thế kỷ văn minh để đi đến cái thảm họa cuối cùng này...

Nói tóm lại đó là một đời sống không chối cãi, tốt hơn hẳn đời sống trên thế gian."

* Phụ vấn đáp 22: (*Sao có người thắc mắc trong kinh Phật không có nói về xuất hồn?*)

Tài liệu về Mô Ni Châu, Thánh Thai:

- Trong "Pháp Bửu Đàn Kinh" của Đông Độ Thiền Tông (Chơn Đức Thiền Viện, Gia Định ấn tống) có đoạn như sau: "Trí Thường hỏi hòa thượng Đại Thông về nghĩa của chữ "Kiến tánh thành Phật". Hòa thượng nói: "Bổn tánh của ngươi như hư không thông suốt, không vật chi khá thấy gọi là chánh kiến, không vật chi khá biết gọi là chơn chí, lại cũng không có xanh vàng dài ngắn, chỉ thấy nguồn gốc trong sạch, giác thể tròn sáng, gọi là thấy tánh thành Phật, cũng gọi là chỗ thấy biết của Như Lai".

Trí Thường chưa rõ nghĩa bèn hỏi thầy Huệ Năng một trong những vị tổ của thiền, thầy cho bài kệ dưới đây:

"Chẳng thấy pháp chi giữ (nổi) không (để cho) thấy

Ví như đám mây che mặt nhựt
Chẳng biết pháp chi giữ không biết
Ví như thái hư sanh điện cháy.([107])   (trang 161)

......

Ánh sáng tu tâm hằng chiếu diệu..."

---

[107] Tổ Huệ Năng có nói đến điện (thanh điện) vào thời chưa có phát minh điện.

- Trong "Thất Chơn Nhơn Quả" (Tịnh Xá Trung Tâm ấn tống, trang 47) Trùng Dương tổ sư có nói: "Ta nói rõ cho trò biết, một âm một dương chẳng khá dang cách, âm dương phối hợp thì việc ắt chánh lý... *kết Thánh Thai dựng tại bên thân*".

.... (trang 49) Hễ người học Đạo thì phải tìm chỗ âm dương bởi âm dương là hườn đơn của Tiên Phật.

- Trong "Đại Thừa Chơn Giáo" (trang 20) Cao Đài Tiên Ông dạy: "Dầu cho vị Phật Tiên nào cũng vậy, phải chịu đầu thai vào thế giới vật chất, *luyện cho thành Thánh Thai, Phật tử* mới về ở thế giới hư linh..."

- Trong "Đạt Ma Bửu Quyện" (trang 38) Đức Bồ Đề Đạt Ma...

"Kết ba báu gọi là Triều Đảnh
Muốn kết nhà thì nền đắp sẵn
Nhà cất xong thì dẫn thần vào
Thần vào nhà cơ thể lao xao
Kết xá lợi thai bào chín tháng"

- Theo "Vô Vi Pháp" (Nguyễn Xuân Liêm ấn tống) của một minh sư ở núi Tà Lơn (trang 36)...

"Thân tâm thanh tịnh thỉnh Như Lai
Tai hoà với mắt sanh Chơn Tánh
Khí hiệp cùng thần kết Thánh thai.."

- Trong "Tâm Ấn Của Phật" (sư Thích Huệ Minh, trang 30)...

"Nay ta hiểu cái đạo rồi, nên hễ đạo sanh thì ta diệt, tới đạo hết chỗ sanh thì phải trụ. Ta lấy cái trụ của đạo đó gọi là Mô Ni Bửu Châu, ta lấy Mô Ni Bửu Châu cho trụ tại trung điền cho thành Xá Lợi Tử: "PHẬT GỌI ĐÓ LÀ PHÁP THÂN VẬY".

- Trong "Tịnh Độ Vô Vi" (dịch giả Lê Văn Dương, trang 7):

"...Linh hồn đã tượng hình rồi, phải nhập định trong 10 tháng, nuôi dưỡng cái thai đó cho tới chừng nào cho đủ tháng để nó ra, nó tức là Phật tử đó. Ấy là ta đã có một thân riêng nữa, giống y như xác thịt ta vậy, mà trong sạch nhẹ nhàng lắm, là ta đã được thân ngoại hữu thân rồi (đắc đạo). Hay quá khứ, vị lai hiện tại, muốn vân du cõi nào nội nháy mắt.

- Trong các sách Pháp, loại triết học (tác giả là giáo sư đại học, có nói về Mô Ni Châu dưới danh từ *ánh sáng chói chang hay quả cầu sáng* ([108]) như trong quyển "Traité de Métaphysique" - Siêu Hình Học Khái Luận) của Jean Wahl, trang 385:

"...Phải ghi nhận, bên những giáo lý bất khả tri luận, môn thần học tiêu cực như được trình bày nơi Denys L'Aréopagite, Scot Erigène và vài tu sĩ Thiên Chúa phái Huyền Bí. Theo đó, điểm cao nhứt của Chơn Lý (Sự Thật) mà không có danh từ nào diễn tả đặng, cả những chữ "Nhất" hay "Thật" có một sự phong phú và một *ánh*

---

[108] Họ chỉ biết đến thế thôi, không biết được xa hơn nữa.

sáng dồi dào, chói chang và chói lòa mắt chúng ta ([109]) , trang 385:

... Đối với những nhà thần bí học ấy (nếu) không thể dùng lý luận thường mà hiểu được... (trang 386)

... Tất cả những gì ngoài quả cầu toàn hảo và trong suốt đó, đều là bề ngoài và ảo giác (trang 387)...

- Trong "Thiền Luận" của thiền sư Nhật Suzuki (trang 565): Theo Đại Thừa Giáo (Phật Giáo) cấp bực tu chừng 10 cảnh giới, càng lên càng cao, gọi là Thập Địa. Lên bốn địa đầu (phất tâm trụ, trị địa trụ, tu hành trụ, sanh quy trụ) gọi là nhập Thánh Thai, lên bốn địa kế (phương tiện câu túc trụ, chánh tâm trụ, bất thối trụ, đồng chân trụ) gọi là "chưởng dưỡng Thánh Thai", lên địa thứ chín (pháp vương tử trụ) là "xuất Thánh Thai" thành Bồ Tát, và lên địa thứ mười (quán đảnh trụ) là

---

[109] Il faudrait mentionner, auprès de ces doctrines agostiques, la théorie négative telle qu'elle est présentée chez Denys L'Aréopagite, Scot Erigène et quelques uns des grands mystiques chrétiens. D'après elle, le plus haut point de la réalité, auquel d'ailleurs ne correspond plus aucun nom, et non pas même les noms de UN ou de BIEN ou de RÉALITÉ a une telle richesse et nous doué d'une telle lumière surabondante qu'il nous éblouit et nous aveugle... Pour ces mystiques, ce principe (s'il) n'est pas accessible à la raison ordinaire...
...Tout ce qui n'est pas cette sphère parfaite et transparente, est apparente et illusion...

công viên quả mãn, thành Phật *(lsg: xuất Thánh Thai theo Pháp Lý Vô Vi tức là xuất hồn)*.

- Trong "Étranges Pouvoirs" (Những Quyền Năng Kỳ Lạ) của Robert Lasserre trong đoạn nói về thiền (Zen) của Nhật Bổn có nói về Thánh Thai dưới danh từ "embryon mystérieux".

* Phụ vấn đáp 24: *(Tu Phật tu Tiên?)*
- Vị Minh sư ở núi Tà Lơn trong "Vô Vi Pháp" (trang 24) có nói:
"Tiên Phật cùng tu một phép này..."

- Đức Cao Đài Giáo Chủ trong "Đại Thừa Chơn Giáo" (trang 77) có dạy:
"Tiên Phật cũng dùng một phép tu,
Mà thành chánh quả vẹt sương mù."

- Trong Đại Thừa Chơn Giáo (trang 52):
"Xuất thần lên cảnh thần Tiên,
Học thêm tâm pháp bí truyền cao siêu."

- Trong "Tịnh Độ Vô Vi" (trang 8):
"Tuy chứng quả Thiên Tiên... Phải nhập đại định 9 năm, ngó vách được chứng quả Đại Giác Kim Tiên, tức là thành Phật..."

- Trong "Đạt Ma Tổ Sư" (soạn giả Thuận Hòa, trang 61) Lão Tổ có dạy: "Đạo Phật, đạo Nho, Đạo Tiên vốn thiệt một nhà, *người đời lầm lỗi chia làm ba mối*, mỗi tôn giáo, các việc hành đạo đều phân biệt khác nhau, *chứ cái lý in nhau như một.* Thái tử Sĩ Đạt Ta, trước khi thành Phật, trong quá khứ cũng có kiếp làm tiên nhơn (Phật học phổ thông khoá XII, trang 106).

* Phụ vấn đáp 26: (*Người không tu có thiệt thời gì không?*)

Trong "Xứ Phật Huyền Bí" của tu sĩ Yogananda (do Nguyễn Hữu Kiệt dịch, trang 56), một môn đệ hỏi tu sĩ Bhaduri: "Thầy đã từ bỏ sự giàu sang sung sướng để tìm Đạo và để dạy cho chúng con sự minh triết." Tu sĩ đáp: "Con đã nói phản lại sự thật. Thầy chỉ bỏ có vài cuộn giấy bạc và những thú vui trần tục để chinh phục một niềm phúc lạc vô biên. So với cái kho tàng tâm linh quý báu này thì đó có thật là một sự hy sinh chăng? Trái hẳn lại, *chính những người thế gian đã từ bỏ và hy sinh những kho tàng tâm linh* vô giá trên đường Đạo để chạy theo những của cải, vật chất giả tạm, vô thường."

* Phụ vấn đáp 27: *(Sao nói tu là phản tiến hóa, không thực tế?)*

- Trong "Dưới Chân Đức Thầy" của Krishnamurti bên Thông Thiên Học, Đức Thầy có nói: "Có những việc vĩ đại đáng tìm hơn sự giàu sang và quyền thế, tức là những cái chơn thật và mãi còn, một phen đã nhận thấy rồi thì người ta không còn muốn những món kia nữa".

* Phụ vấn đáp 28: (Tại sao đời sống ở thế gian là *tạm giả?*)

- Trong "Đức Phật và Phật pháp" (Đại đức Narada) có nói: " Con người có nhiều cách để mở mang trí huệ, như học hỏi, dùng trí óc suy luận và thiền. Thiền giúp cho hiểu biết những việc xuất thế gian (khi ấy ta sẽ hiểu đời sống ở thế gian quả là tạm, là giả).

- Trong "Vũ Trụ Và Con Người" (do Hội Thông Thiên Học, Sàigòn xuất bản) Đại Đức G. Hudson là một chân sư dùng thần nhãn xem, rồi phác họa lại những hình ảnh (mà dùng máy ảnh chụp không được) các Tinh Linh, thần Vui, thần Núi, thần Cỏ, các Thiên Thần, Đức Mẹ thế giới v. v...

- Trong quyển "Thể Vía Con Người" (cũng do hội Thông Thiên Học, Sàigòn xuất bản) có những hình phác họa (nhìn bằng con mắt thứ ba) hào quang phát quanh châu thân con người cùng các luân xa huyền bí trong thân thể ta.

- Trong cuốn "Thần Linh Học" (This is Spiritualism) của Maurice Barbanel, một ký giả Anh đã tham dự 3.000 cuộc nói chuyện của linh hồn các người chết qua trung gian đồng tử.

Ông ta có chất vấn nhiều linh hồn và được các linh hồn cho biết chúng ta không thể thấy họ vì tâm linh chúng ta như điếc và đui ([110]). Họ đã lìa bỏ xác phàm và họ không thể liên lạc với chúng ta qua năm giác quan thường.

---

[110] Trái lại họ vẫn thấy và nghe chúng ta. (lời soạn giả)

- Trong "Những Phương Pháp Phát Triển Tâm Linh" của L.S. Cooper (do Ánh Đạo Tùng Thơ dịch và xuất bản) có nói:

"... (trang 12) Chúng ta hiện đang chìm đắm trong đời sống vật chất nên khó mà ý thức được sự hiện diện của cõi vô hình mà chúng ta không nghe, không thấy, không nếm, không ngửi được với các giác quan phàm tục của chúng ta, *nhưng cõi ấy còn thật hơn cõi trần nhiều*, mặc dầu các rung động tế nhị của nó không lưu một dấu vết chi trên vật chất thô kệch của các giác quan chúng ta.

"... (trang 8) trong lúc sự hiểu biết về cõi vô hình và các thành phần của nó, được một ngày một trở nên chính xác và sâu rộng, thì một đám mây vô minh và sai lầm còn bao phủ nhiều người, khiến họ mãi đau khổ và không tin ở Thiên Cơ sáng suốt và nhân từ.

* Phụ vấn đáp 29: (*Tại sao nói có Thượng đế, linh hồn và các cõi trời sao không trông thấy được?*)

Vị Đại Lạt Ma Rampa có cho một ví dụ rất hay và ý nghĩa như sau (cho dễ hiểu vì phải có Thần nhãn và xuất hồn mới thấy Thượng đế và cõi vô hình):

Con người ở trần thế như học sinh trong một trường học. Trường học này xung quanh có 4 bức tường thật cao và không ra cùng thấy được bên ngoài. Trong trường có giáo sư, còn Đốc trường ở bên ngoài. Học sinh có thể cho là không có Đốc trường. Đến lúc thi đậu và để theo khóa học cao hơn, được ra khỏi trường, khi ấy mới thấy được ông Đốc cùng cảnh vật bên ngoài bốn bức vách (có những học sinh thi rớt phải học lại cũng ví như phải luân hồi). Nói về các trình độ tiến hóa (giống dân, tôn giáo trên thế giới) có thể ví như cái trường trên: có nhiều lớp khác nhau, cao thấp, có lớp có học sinh da đen, có lớp da vàng, da trắng v.v... Có lớp dạy Trời là Đức Chúa Trời, Đức Ngọc Đế v.v... Có lớp dạy gọi Đức Mẹ là Phật Quan Âm, Diêu Trì Kim Mẫu Vô Cực Từ Tôn, hay Mẫu Dolma v.v...

* Phụ vấn đáp 30: *(Sao nghe nói có nhiều cõi Trời phải không?)*

- Trong "Địa Ngục Du Ký" (do Liên Hoa Tịnh Thất, Mỹ Tho ấn tống, trang 9) có nói: "Phải chi chúng sanh ở cõi diên phù biết *thế gian là giả cảnh, và ngoài giả cảnh ấy còn bao nhiêu thật cảnh đẹp tốt, đạo đức đời đời.* Nơi đây, không phải khổ vì sanh già, bịnh chết, không phải khổ vì thiên tai, hỏa hoạn, không phải khổ vì chiến tranh chết chóc, không phải khổ vì đói rét bức thân. Chừng ấy chúng sanh không bám níu giả cảnh nữa và đi tìm cảnh thật hạnh phúc này".

- Trong Kinh Thiên Chúa Giáo, Đức Giê Su có nói: "Có nhiều cõi ở trên giang sơn của Cha ta" (There are many mansions in my Fatherland). ([111])

---

[111] Riêng cõi âm (thường gọi là Trung giới) ở trên trái đất và ngay xung quanh chúng ta, chứ không phải ở đâu xa, nhưng thuộc về thế giới vô hình, sự rung động (vibration, nói theo khoa học duy vật) nhanh hơn rất nhiều nên các vật hữu hình không ngăn trở được. Tỷ như loài cá vẫy vùng trong nước không cảm thấy cản trở, loài người hoạt động trong không khí không cảm thấy không khí là chướng

* Phụ vấn đáp 31: (*Tu một kiếp sướng muôn thuở?*)

- Trong "Tịnh Độ Vô Vi" (trang 24) có nói: "Tiên Phật có nói rằng: "Cực nhọc lắm năm, ba năm sung sướng muôn ngàn thuở..."

* Phụ vấn đáp 33: (*Người tu thiền có phân biệt tôn giáo , giống dân không?*)

Ta hãy xem trong "Thánh Giáo Sưu Tập 1966 - 1967" (trang 143-144) Đức Nam Hải Thượng Quan Âm Như Lai có dạy về Đạo và tôn giáo "Đạo có khắp nơi, Đạo lồng trong mọi sinh hoạt, mọi hình thức. *Bất cứ từ một quốc gia nào, một dân tộc nào, một tôn giáo nào hoặc một hình thức nào cũng đồng ở trong bổn nguyên Trời Đất tức là Đạo".*

"Ngày nào nhân loại tìm hiểu nhìn nhận lẽ Đạo, không còn phân chia nhị ngã, không còn phân biệt Đạo này, tôn giáo nọ, từ nhân loại đến thú cầm thảo mộc cũng đều chung một bản thể, mỗi một đơn vị cá nhân, cá tính, cá vật đều là một phần tử của đại đoàn thể hay là của Đạo, chừng đó may ra nhân loại mới thấy được ánh sáng Đạo lóe ra trong tâm thức mà tìm mối phăng về cùng khối đại đoàn thể..."

(trang 108)..."Từ ngày Đại Đạo sơ khai, Phật, Tiên, Thần, Thánh có bao giờ kêu gọi nhóm này, nhóm kia gom về cùng nhóm khác..."

---

ngại, người cõi âm còn nhẹ nhàng trong trẻo hơn không khí, nên không bị trở ngại bởi cõi trần.

* Phụ vấn đáp 34: *(Hẹn tu được không?)*

- Trong "Đại thừa chơn giáo" Đức Cao Đài Giáo Chủ dạy: "Về xác thịt các con nuôi nó bằng vật thực như ngũ cốc, cao lương mỹ vị. Còn linh hồn các con nuôi nó cách nào? Thầy hỏi xác thịt các con có nhịn đói đôi ba bữa đặng không? (trang 169) Thiền tức là đem vật thực cho linh hồn vậy?"

Trong "Đại Thừa Chơn Giáo" (trang 132) Đức Cao Đài Giáo Chủ có dạy: "Nhưng thảm thay, có đi mà chẳng biết đàng về, *xuống hồng trần rồi đắm đuối mê sa theo tánh tự nhiên, chẳng lo đạo đức, chẳng biết tầm Chơn Đạo* cùng Tiên Thiên Đại Đạo mà thọ pháp lo tu hầu để trở lại mà về với thầy. Ở cõi trần thế, sanh ra rồi thì cứ theo lẽ thuận hành âm dương giao phối hậu thiên mới sanh ra ân ái mà luống chịu buộc mình vào tứ khổ, tứ tướng bao quanh vây chặt.

Hễ có ân ái ắt phải sanh sản ra con cháu (con cháu ấy thuộc về hóa thân cũng như hạng cầm thú mới chuyển kiếp đặng làm người vậy) cho rằng đặng vậy là hạnh phúc, để nối hậu theo thường tình nhơn đạo, chớ nào ngờ ấy là đã vướng ngay vào mặt lưới trần mà khổ lụy với thê thằng tử phược buộc ràng, vương vấn trối trăn. Đã vậy *nếu có khuyên tu, lại hẹn mai, hẹn mốt.*

Thời gian đã qua rồi thì lưng đã mỏi, gối đã dùn, tam bửu mòn hao, ngũ tạng suy yếu "Ô hô! tam thốn khí tại thiên ban dụng, nhứt đáng vô thường vạn sự hưu !"

Rồi lại một kiếp luân hồi..."

* Phụ vấn đáp 36: *(Tu có ỷ lại, van vái, nhờ ai cứu rỗi dùm không?)*

- Trong "Đức Phật và Phật pháp" (trang 54): "Đức Phật không bao giờ tự gọi là "Đấng Cứu Thế" có quyền năng cứu vớt kẻ khác, bằng chính sự cứu rỗi của mình. Ngài thiết tha kêu gọi những ai hoan hỉ bước theo dấu chân Ngài *không nên ỷ lại nơi ai khác, mà phải tự mình giải thoát lấy mình, bởi vì cả hai trong sạch và bợn nhơ cũng đều tùy thuộc nơi chính mình.* Ta không thể trực tiếp làm cho ai trong hay ô nhiễm.

Tìm sự cứu rỗi nơi những nhân vật hảo tâm, có quyền năng cứu thế và bám víu vào hạnh phúc ảo huyền xuyên qua lời van vái nguyện cầu không đem lại kết quả, và nghi thức cúng tế vô nghĩa lý quả là thiển bạc và vô ích" (Đức Phật và Phật Pháp, trang 54-55).

Ngài chứng tỏ rằng con người có thể thành đạt trí tuệ cao siêu và đạo quả tối thượng do sự cố gắng của chính mình, và như vậy, Đức Phật nâng cao phẩm giá con người. Ngài dạy rằng *"muốn thoát khỏi vòng trầm luân khổ não, chính ta phải tự mình gia công cố gắng* chớ không phải phục tùng tùy thuộc nơi một Thần Linh hay một nhân vật nào làm trung gian giữa ta và vị Thần Linh ấy"* (trang 56-57). Đức Phật cũng không bao giờ bắt buộc ta phải tin điều gì (dù cả lời Phật nói) nếu lý trí ta chưa chấp nhận. Phật giáo không ban hành những tín điều buộc người phải nhắm mắt tin theo, không có giáo điều bắt buộc người chấp nhận trước khi suy nghĩ, không có nghi thức dị đoan vô lý và lễ tiết bắt buộc, không có hiến tế, không có ép xác khổ hạnh để gội rửa tâm (trang 260-261)...

Ta nên hiểu rằng Phật, Chúa thương nhân loại vô cùng mà cũng không thể đem chúng ta lên thiên đàng được vì chúng ta tội lỗi trọng trược quá. Dù cho có dùng được phép mầu đem chúng ta lên cõi ấy, chúng ta cũng sẽ rơi xuống lại thế gian vì chúng ta trọng trược quá làm sao chúng ta ở trên cõi thanh cao cho đặng?

- Trong "Đại Thừa Chơn Giáo" (trang 113) Cao Đài Tiên Ông có dạy:

"Nơi cảnh thiêng liêng, không khí nhẹ nhàng hơn trăm ngàn lần không khí ở gần các con, nếu các con nhơ bợn một chút cũng không thể ở đặng. Thầy nói sự di sơn đảo hải là chuyện thường của Tiên Thánh, vậy dời non đổi biển thì dễ chớ đem các con trở lại thì khó lắm. Non biển tuy nặng nề, nhưng không có mang thất tình lục dục, chớ xác phàm con người, tuy nhỏ nhít, mà vì lẫn cả sự dục vọng tà tâm, nên nặng nề hơn muôn ngàn hòn núi ! Thầy có thương các con cũng không thể ẩm bồng cho đặng. *Vậy các con phải dùng phương pháp tu hành để luyện mạng, khử trược lưu thanh mà thoát khỏi luân hồi lục đạo.*

* Phụ vấn đáp 39: (*Sao nói tu xuất hồn là học cái chết?*)
- Trong "Đại Thừa Chơn Giáo" (trang 24) Đức Cao Đài Thượng Đế có dạy:

"Người tu đắc đạo không bao giờ chịu mang xác thịt nhiều ngày. Ở thế nó nặng nề lắm, đường xa muôn dặm vời vợi, dẫu dùng sức ngựa truy phong đi mãn kiếp, cùng đời chẳng thấu. Chớ linh hồn mà bỏ đặng thể xác rồi thì trong bốn biển nháy mắt đến nơi tận chốn... linh hồn ra khỏi xác thân này thì vui mừng khôn xiết, khoái lạc vô cùng..."

* Phụ vấn đáp 42: *(Sao có người nói tu giải thoát là khó lắm...)*

"Sự chấm dứt tái sanh có thể thành đạt ngay trong cuộc sống hiện tại" (Đức Phật và Phật Pháp, trang 359). Trong "Thánh Giáo Sưu Tập" (Cao Đài Giáo) (1966-1967, trang 86). Như Ý Đạo Thoàn Chơn Nhơn có dạy: "... chí đến ngày nay trước cảnh tang thương bi đát của đời. Thượng Đế không thể kéo dài thời gian, dễ dãi nuông chiều với những đứa con còn lười biếng chậm chạp, tự ái ích kỷ, *nên đã truyền lịnh các bực Chơn Tiên đem pháp môn thiết thực đến để dạy những ai chịu khó gia công học hỏi và hành để tu nhất kiếp ngộ nhứt thời* v.v...

Vị Đại Lạt Ma Tây Tạng L. Rampa cũng có nói về giải thoát như sau: (trong quyển Chapter of Life trang 40): "Nhiều người bây giờ ở trần gian sẽ không phải tái sanh (luân hồi) nữa và sẽ đi qua những cõi tiến hóa khác".

* Phụ vấn đáp 43: *(... Tu thiền không học cũng biết...)*
Trong "Đại Thừa Chơn Giáo" (trang 41) Đức Cao Đài Giáo Chủ dạy:

"Người tu hành tuy chẳng tầm chương trích cú, tuy không nấu sử sôi kinh mà cũng có thể rõ thông suốt cả cái lý của đời nên rất đúng đắn. Rõ thông như thế là nhờ nhập định tham thiền, rồi được trực giác nơi tâm thì tất nhiên trí huệ quang minh phát triển mà giúp cho thần hồn lẹ thấy mau nghe, *nên không học mà tự nhiên cũng biết*. Không học mà biết là do các lương tri lương năng phát lộ được trong tâm thần, làm cho cơ đạt thức phải khai minh sáng suốt..."

(trang 96) "*Cứ lo tu tịnh, đừng nhiều chuyện lắm lời*, tầm kinh điển cùng đơn thơ làm cho trí óc mơ hồ lộn xộn... Trong "Đạt Ma Bửu Quyện" (trang 1) Đức Đạt Ma không dùng văn tự kinh sách, cốt lấy diệu pháp tương truyền cho người mau hiểu đạo mà thôi...

* Phụ vấn đáp 44: (*Có phải ly gia cắt ái... mới tu được không?*)

Khi xưa Phật có nói với Thái tử Djêta rằng: "... Ta chẳng phải biểu con bỏ vợ và cung phi mỹ nữ đâu? Ta chẳng phải biểu con ly gia cắt ái để hủy bỏ cuộc đời xuân xanh, lạc thú của con đâu? Ta nào bắt con chịu khổ hạnh để ép mình trong trì giới. Không, không đâu. Ta không muốn con dứt những cái gì bên ngoài, trong khi tâm con còn vương vấn những cái không hay..."

(xem "Thử Lòng" của Hội Thông Thiên Học, Sàigòn xuất bản, trang 11)

- Trong Đức Phật và Phật Pháp (trang 481) có nói:

"Không tuyệt đối cần thiết phải rút vào ẩn dật nơi hẻo lánh vắng vẻ và sống đời tu sĩ mới chứng ngộ được Niết bàn. Đời sống tỳ khưu chắc chắn giúp sự tiến bộ tinh thần được thành đạt mau chóng và dễ dàng hơn, nhưng *người cư sĩ vẫn có thể đắc quả Thánh*. Trước tất cả những quyến rũ của đời sống tại gia, người cư sĩ mà đắc được quả A LA HÁN, chắc chắn đáng được tán dương hơn vị tỳ khưu, cũng đắc quả A LA HÁN, giữa khung cảnh tịch mịch an nhàn, không có gì làm cho tâm xao động..."

* Phụ vấn đáp 53: *(Tâm không là thế nào?)*
Để giúp quý bạn hiểu về chữ "không và tâm không" xin xem các đoạn trích "Đại Thừa Chơn Giáo" (trang 35)...
"phải cần tập tánh cho thiệt không không, đừng ghen ghét, giận hờn, buồn lo sợ sệt chi hết ráo".
"Đại Thừa Chơn Giáo" (trang 137):
Không, không sắc, không màu, không tướng
Không, không hình, không tưởng, không nghe
Không ham kết đảng lập phe
Không ham sang trọng, không khoe khoang mình
Không cầu lợi, cầu danh, tham dục
Không ham điều tà khúc hại đời
Không làm khó nhọc cho người
Không làm chuyện quấy để đời phiền phân
Không lưu luyến hồng trần buộc trí
Không bốn tường trực chỉ đào nguyên
Không, không mới thiệt diệu huyền
Chữ không làm đặng thì Tiên trong đời...

Trong "Cái Dũng của Thánh Nhơn" (trang 128) "Nhân cách chân không tức là chỗ chí cực của tu dưỡng" ..."Chân không là không biết sợ cái gì cả. Đến cái bản ngã của mình mà không còn thèm đếm tới thời *còn cái gì nữa mà phải sợ*".

"Lòng đã chân không, thời hòa bình tự tại, vật ngoài không còn lay động gì nữa đặng".

* Phụ vấn đáp 54: (*Người tu thiền có ích kỷ không?*)

Trong "Vô Vi Pháp" của vị minh sư ở Tà Lơn (trang 52) có dạy:

"Chẳng xét phận mình trong lẫn đục
Để lo thiên hạ đói và no"

* Phụ vấn đáp 55: (*Tại sao giúp người giác ngộ (thí pháp) lại lớn hơn cả giúp đỡ tài vật?*)

Thí pháp (tinh thần) tuy ít, nhưng phước đức nhiều hơn bố thí tài (vật chất) (Phật Học Phổ Thông Khoá XII, kinh Kim Cang dịch nghĩa và lược giải, trang 60).

* Phụ vấn đáp 59: (*Người đời cho là may rủi, sao đạo lại bảo là không có?*)

Đức Vạn Hạnh thiền sư có dạy: "Không phải may rủi đâu, mỗi mỗi trong cái may và cái rủi đó đều kết quả do nơi ý nghĩ, lời nói và việc làm của mình, nó đã gây thành cái nhân trong quá khứ."

* Phụ vấn đáp 61: (*Về Long Hoa hay Tận thế?*)

Tôi có sưu tầm nhiều đạo giáo và các vị Chân tu và xin trình bày dưới đây, để các bạn xem chơi ([112]) về Long Hoa hội hay cuộc đổi đời (dùng đúng hơn là chữ

---

[112] Xin nhắc lại là ông Tám không có nói đến Long Hoa ở thế gian vì tránh mê tín. mà chỉ cho biết là Long Hoa đã khai mạc ở Trên rồi. Ông khuyên nên tu mà đi lên, chứ đừng trông chờ ở trên xuống.

Tận thế, vì sau cuộc tận thế có cuộc tái lập thời kỳ Thượng Ngươn Thánh Đức ([113]).

- **Theo Thiên Chúa Giáo** trong "Bức thư Fatima III" (Đức Mẹ hiện ở Fatima 1917, rất ít được phổ biến (trang 5) Đức Mẹ có nói: Đại chiến thứ 3 nhân loại 10 phần chết 9 còn 1. ([114])

(trang 9) Chúa Kirixitô, Đức Mẹ Maria và Thánh cả Giuse sẽ có xác thân người Việt Nam để cứu các con ngài trên thế giới... Nhân loại sẽ về Việt Nam rất đông (trang 10). Chị Lucie viết: Nước Việt Nam là thánh địa JERUSALEM thứ 2 v.v... Trong thánh kinh Thiên Chúa Giáo: cũng có đề cập đến ngày tận thế vào khoảng năm 2000 với nhiều hiện tượng trên trời và dưới đất. Như trong kinh Cựu ước có ghi lời sấm tiên tri của trưởng lão JOEL như sau:

Trong những ngày cuối tận, đây là lời phán dạy của Đức Thượng Đế: "Ta sẽ bố rải thần huệ của Ta xuống nhân gian v.v...

Ta sẽ chuyển những điềm lạ ở trên Trời và ở dưới đất: nào máu nào lửa, nào khói bốc mịt mù. Mặt trời sẽ biến ra tối tăm và mặt trăng thành đỏ sậm như máu,

---

[113] Ông Tám cho biết có nhiều vị xuất hồn lên Thiên Cảnh thấy nhiều việc sẽ xảy tới, về trần gian nói tiên tri, nhưng nhiều khi không được đúng là vì thời gian trên ấy khác, tính rất dễ bị sai (phải rành khoa Nhâm Độn mới nói đúng thời gian sẽ xảy ra được). Có lần ông Tám dự cuộc họp của các vị Địa Tiên và biết được những việc sắp xảy ra như gần lắm vài ngày hay ít tháng nhưng mãi rất lâu sau (hàng năm) những việc thấy ấy mới xảy ra ở trần thế.

[114] Ta nhớ Trạng Trình cũng có nói: "Mười phần chết bảy còn ba, chết hai còn một mới ra Thái Bình", là ứng về trận đại chiến thứ 3.

trước khi ngày thiên định cứu thế, tức là ngày rực rỡ vinh quang" (JOEL 3:1-5).

- Đạo **"Nhân Chứng GIÊ HÔ VA"** (Témoins de JEHOVAH) cũng có nói đến ngày cuối cùng và tái tạo thế gian. Trong "Lẽ thật duy nhất dẫn đến sự sống đời đời" (trang 9) "JESUS có báo trước nhiều việc để các môn đồ tương lai của Ngài chờ xem để biết sự cuối cùng gần đến. Ngài phán rằng những ngày sau rốt của hệ thống ác này sẽ đánh dấu bởi thế chiến, đói kém, tăng gia sự bất pháp..." (Mathieu 24-3-12)

(trang 97) "Thây của những kẻ mà Đức Giê Hô Va giết trong ngày đó sẽ đầy lên trên đất từ đầu này đến đầu kia (GIE-RE-MI 25:33)

(Nói về tái tạo thế gian):
(trang 8) "Vậy thế gian sẽ được biết những thay đổi lớn lao dường nào, sẽ không còn chiến tranh, không còn sự đau đớn liên tục theo nó. Thù hận, ích kỷ, tội ác và hung bạo sẽ biến mất. Những sự này sẽ nhường chỗ cho hòa bình và sự an ninh hoàn toàn..." (Thi thiên 37: 10, 11)

- **Theo Cao Đài Giáo** cũng có nói rất nhiều về Long Hoa: Trong Đại Thừa Chơn giáo (trang 181) đức Ngọc Hoàng Thượng Đế có nói: "Quả địa cầu 68 của các con nó gần ngày tiêu diệt. Thầy không nỡ để cho các con chung chịu vùi lấp trong cuộc tang thương nên phải giáng thế độ đời, thả linh thoàn mà đưa về Bồng Lai

Tiên cảnh v.v... Các con chẳng nên khinh lời ấy là dị đoan, một ngày kia sẽ có..." (trang 34) Ngươi tái tạo: Nhưng hễ loạn là tới trị, vong tất hưng, nên ngươi tiêu diệt tất sẽ bước đến ngươi bảo tồn là ngươi tái tạo, tức phục hưng..." Trong đàn cơ ngày 24-2-71 (Noel) tại Thánh thất Bàu Sen, Gia Tô Giáo chủ Jésus Christ có nói:

"Cơ tận thế bầy ra kìa trước mắt
Ngày tái lâm Cha ta đã dọn sẵn Thiên đường
Hỡi dân tộc được chọn:

...

Hồng Lạc ơi !
Ngày tận thế cũng là ngày tận khổ
Ta chiết thân đến độ khắp nơi nơi."

- **Phái Huỳnh Đạo** có người nói về Long Hoa rất rõ ràng như sau:

Cuộc Long Hoa Kỷ Dậu (¹¹⁵) sẽ diễn ra khắp hoàn cầu, trước tại Âu sang Á nhưng trung tâm điểm lại ở ngay tại Việt Nam.

Long Hoa có ba màn:

Màn đầu là trận Ôn Hoàng, chiến tranh nổ bùng khắp chốn.

Màn kế là trận Hồng thủy, nước sẽ ngập khắp địa cầu (và còn có nạn độc xà ác thú giết dân sanh vô số)

Màn ba là "Khoa Tràng ứng thí". Trước khi vào ứng thí phải thoát khỏi tại Tru Tiên và Sum La trận v.v... Đó

---

[115] 1993.

là trận tuyệt ngũ hành, cuộc đời tàn tạ do nguyên tử nổ. Nguyên tử sẽ chẳng nổ tại nơi Nam phần này, nhưng nơi đây cũng chịu tai nạn khủng khiếp, chỉ lòa lên ba ánh sáng là kẻ gian nát thây, người hiền đức sẽ được huyền linh hộ trợ an nhiên toàn mạng v.v... Đấng thế tôn cao cả tại Nam Bang dùng huyền pháp đoạt thâu vạn quốc.

Nhân loại được hưởng thái bình.

"Vạn quốc đồng quy nước Việt Nam".

- **Bên Phật Giáo** trong kinh Kim Cang cũng có nói đến đời cuối cùng "mạt thế". Đức Phật nói với Bồ Đề: "nhược bằng về sau trong đời cuối cùng nếu có người ra sức thọ trì tụng kinh này sẽ được công đức"

- **Phái Bửu Sơn Kỳ Hương** (Hòa Hảo, cô Diệu Thuần ở Vĩnh Long):

Nga Mỹ Tàu đứng trước nạn tai
Dùng bom nguyên tử tới ngày
Đất kia sụp đổ tơi bời nạn tai
Nay các nước chiến tranh bùng nổ
Nước Nam thời hết khổ về sau
Ra tay đón rước đồng bào
Tản cư ngoại quốc người vào trong Nam
Lời tiên tri Tây An nói trước
Nước Nam thời Ô thước bắc cầu
Đặng cho các nước đâu đâu
Đi vào Nam Việt đặng chầu Minh Vương...

- **Hội Thông Thiên Học** (Ánh đạo 19-1971 trang 6) có đặc điểm là báo tin sự tái lâm của đấng Christ tức Di Lạc Bồ Tát.

- **Theo Đạo Hồi Giáo,** Đức Ma Hô Mét cũng có tiên tri sẽ có tận thế.

Tiếp sau đây, các vị chơn tu nổi tiếng cũng có tiết lộ:

- **Ông Tư (tức Đỗ Thuần Hậu)** có nói trong "Phật Học Vấn Đáp" như sau:

"Đúng 2000 năm là hết đời hạ ngươn sang thượng ngươn, thì tất cả các nước đều lộn xộn, thành bại hưng vong".

- Trong "Cuộc Đại Tạo" của **tu sĩ Hồng Quang** (trong bài "Ngày Cuối Cùng")
....

"Có điềm trước báo ngày tận thế
Trên bầu trời đổi sắc xám đen
Ba tiếng sấm rung rinh ba cõi
Kế ngũ lôi chuyển nổ kinh hồn
...

Tuần hườn ngưng chẳng vận hành
Thâu hồi nhật nguyệt, ngũ hành còn đâu
...

Tối như mực ngày đêm năm bữa
Không trời trăng nóng lạnh gió tiêu
Muôn loài bất tỉnh đê mê
Lọc lừa số ít để dành ngươn sau
...

Dưới thủy quái trồi lên chực sẵn
Trên núi rừng biến hóa thần thông
Xông ra giết hại loài người
...

Cuộc địa chấn xảy ra rùng rợn
Nhiều ranh giới quốc gia thay đổi
Các liệt cường chịu khổ nhiều hơn
...

Khắp các nước đổ xô nhau đến (Việt Nam)
Để dò xem huyền diệu tân kỳ
...

Đợi thầy thập tự giáng trần ([116])
...

Cơ tận thế có cơ cứu thế
Vì lòng từ các đấng thiêng liêng
Cùng nhau xuống tận hạ miền
Chung lo gánh vác cứu nguy muôn loài
...

Phật Thánh Tiên đi trên thây chết
Dùng phép mầu chọn lọc xác hồn
Lựa người lựa vật được tồn ([117])
...

---

[116] Bên Thiên Chúa Giáo nói đức Giê Su sẽ xuống trần.
Bên Phật Giáo nói có đức Di Lạc Bồ Tát.
Hội Thông Thiên Học cho hay hai vị chỉ là một.
[117] Ta thấy điểm trùng hợp với bên Thiên Chúa Giáo trong cầu kinh
có câu:
"Tôi tin rằng xác loài người ngày sau sống dậy" ... có lẽ vào ngày
tận thế, thây chết được làm cho sống dậy như nói trên đây.

- **Tu sĩ Nguyễn văn Sự** trong "Vô Vi Pháp" cũng có tiết lộ nhiều điều về Long Hoa (trang 65). "Họ (các linh hồn) chờ Phật ra đời để độ họ đi đến Long Hoa. Họ cũng biết Long Hoa sẽ hội ngộ ở Việt Nam, và chư Phật Tiên Thánh đã giáng thế tại miền Nam rất nhiều, để hội nghị tại hội Long Hoa là ngày phán xét chung của loài người. (trang 71) Đức Di Lạc Bồ Tát và các vị Bồ Tát khác sẽ hợp tâm xây dựng cho thế giới ta bà một cảnh thái lạc bình đẳng. Xã hội thống nhất tôn giáo, thái bình vĩnh viễn.

- **Vị Đại Lạt Ma Tây Tạng L.** Rampa có tiết lộ trong quyển "Giai Đoạn của Đời Sống" (Chapters of Life, trang 133) rằng trước năm 2000, thế giới sẽ có chiến tranh lớn, động đất, hồng thủy.. Và có một vị cứu thế sẽ đầu thai xuống trần vào 1985, đến 20 tuổi (tức 2005) sẽ đi giảng đạo cứu thế. Qua sau 2000 thì thế giới sẽ đi vào thời đại hoàng kim.

Bây giờ xin nói qua khoa học có biết gì về tận thế không?

1) Tôi có anh bạn mới đi Nhật về có cho biết bên ấy các nhà bác học tính toán trong tương lai Đông Kinh sẽ có trận động đất lớn, có thể nói như tận thế vậy. Hiện các nhà bác học nghiên cứu thấy các loại cá từng ở sâu dưới đáy biển nay đã lên sống ở độ cạn hơn, vì dưới đáy biển đã nứt nẻ động đất nên nhiệt độ tăng, chúng sống không được.

2) Trên đỉnh núi PALOMAR cao 1.871 thước tại California, Hoa kỳ, các nhà thiên văn đang dùng một

viễn vọng kính (đường kính 5 thước) để theo dõi một vì sao to gấp nhiều lần trái đất và bay thẳng về phía chúng ta.

Theo sự ước đoán, thời với tốc độ sẵn có, ngôi sao này có thể tới gần trái đất vào khoảng năm 2000.

Có hai giả thuyết đặt ra:

a) Có thể ngôi sao khổng lồ này sẽ chạm vào trái đất và trái đất sẽ nổ tung.

b) Cũng có thể ngôi sao đó sẽ bay rất gần trái đất và sức hút của ngôi sao này sẽ tạo nên một nạn hồng thủy.

c) Theo những nhà địa chất học nghiên cứu ở trong những phòng thí nghiệm thiết lập ngay tại Bắc Cực và Nam Cực thì nhiệt độ tại Bắc Cực và Nam Cực giảm đi, khi thì nửa độ, khi thì một độ mỗi năm, và nếu sự sút giảm về độ lạnh của hai cực này cứ diễn tiến đều như vậy thời tới năm 1994 khối lượng nước đá ở Bắc Cực và Nam Cực sẽ tan ra. Nếu tai nạn này xảy ra thật, thời có hằng triệu tấn nước đá biến thành thể lỏng và có thể thành nạn hồng thủy.

DƯỚI ĐÂY LÀ ĐÚC KẾT CÁC SỰ TRÙNG HỢP LẠ KỲ CỦA CÁC LỜI TIÊN TRI DO NHỮNG NGUỒN GỐC HOÀN TOÀN KHÁC NHAU:

1- VỀ ĐẠI CHIẾN THỨ BA:

- Đức Mẹ có nói trong "Lá thư Fatima": "Đại chiến thứ ba nhân loại 10 phần chết 9 còn 1."

- Kinh Cựu Ước (Joel nói): "nào máu, nào lửa, nào khói bốc mịt mù."

- Huỳnh Đạo: "Chiến tranh bùng nổ khắp chốn, cuộc đời tàn tạ do nguyên tử nổ."

- Bửu Sơn Kỳ Hương: "Nay các nước chiến tranh bùng nổ."

- Nhân chứng Giê Hô Va: "sẽ đánh dấu bởi thế chiến v.v... thây của những kẻ mà Đức Giê hô va giết trong ngày đó sẽ đầy trên đất từ đầu này đến đầu kia."

- Tu sĩ Hồng Quang: "có điềm trước báo nguy tận thế."

- Vị Đại Lạt Ma Tây Tạng Rampa có nói "có chiến tranh lớn."

2- VỀ NGÀY TẬN THẾ LONG HOA HAY ĐỔI ĐỜI HAY PHÁN XÉT CUỐI CÙNG:
- Kinh Cựu Ước, trưởng lão Joel nói "trong những ngày cuối tận."

- Cao Đài Giáo: "quả cầu 68 của các con nó gần ngày tiêu diệt, cơ tận thế bày ra kìa trước mắt."

- Phật Giáo: "về sau trong đời cuối cùng."

- Nhân chứng Giê Hô Va: "Giê Su có báo trước... sự cuối cùng gần đến."

- Hồi Giáo Đức Ma Hô Mét: "có nói đến ngày tận thế."

3- ĐỨC GIÊ SU (TỨC ĐỨC DI LẠC SẼ XUỐNG TRẦN):
- Đức Mẹ có nói trong lá thư Fatima III: "Chúa Kirixitô, Đức Mẹ Maria và thánh cả Giuse sẽ có xác thân người Việt Nam."

- Cao Đài Giáo: "Ngày tái lâm cha ta đã dọn sẵn thiên đường."

- Huỳnh Đạo: "Đức Thế Tôn cao cả tại Nam Bang."

- Bửu Sơn Kỳ Hương: "đặng cho các nước đâu đâu, đi vào Nam Việt đặng chầu Minh Vương."

- Hội Thông Thiên Học: "báo tin sự tái lâm của đấng Christ tức Di Lạc Bồ Tát."

- Tu sĩ Hồng Quang: "Đợi thầy thập tự giáng trần."

- Vị Đại Lạt Ma Tây Tạng Rampa nói "có vị cứu tinh xuống trần."

4- VIỆT NAM LÀ THÁNH ĐỊA (CÁC NƯỚC VỀ VIỆT NAM):
- Chị Lucie có nói trong "Lá thư Fatima III": "Nước Việt Nam là thánh địa Jérusalem thứ 2".

- Huỳnh Đạo: "Vạn quốc đồng quy nước Việt Nam..."

- Bửu Sơn Kỳ Hương: "Đặng cho các nước đâu đâu. Đi vào Nam Việt đặng chầu Minh Vương."

- Tu sĩ Hồng Quang: "Khắp các nước đổ xô nhau đến Việt Nam."

- Tu sĩ Nguyễn văn Sự: "Long Hoa sẽ hội ngộ tại Việt Nam."

5- CÁC ĐIỀM NGÀY TẬN THẾ (ĐỔI ĐỜI HAY LONG HOA):

Ba tiếng sấm nổ, ba ánh sáng:
- Huỳnh Đạo: "chỉ lòa lên ba ánh sáng là kẻ gian nát thây".

- Bửu Sơn Kỳ Hương: "Nga, Mỹ Tàu đứng trước nạn tai. Dùng bom nguyên tử tới ngày".

- Tu sĩ Hồng Quang: "Ba tiếng sấm rung rinh ba cõi".

Không còn mặt trăng, mặt trời - tuyệt ngũ hành:
- Kinh cựu ước (Joel): "Mặt trời sẽ biến ra tối tăm và mặt trăng thành đỏ sậm".

- Huỳnh đạo: "Đó là trận tuyệt ngũ hành."

- Tu sĩ Hồng Quang: "Thâu hồi nhựt nguyệt còn đâu, tối như mực ngày đêm 5 bữa".

Trận hồng thủy - địa chấn:

- Huỳnh Đạo: "Nước sẽ ngập khắp địa cầu".

- Bửu Sơn Kỳ Hương: "Đất kia sụp đổ tơi bời nạn tai".

- Tu sĩ Hồng Quang: "Cuộc địa chấn xảy ra rùng rợn".

- Vị Đại Lạt Ma Tây Tạng Rampa: "Thế giới sẽ có động đất lớn và hồng thủy".

- Khoa học duy vật cũng tiên đoán về địa chấn và hồng thủy sẽ xảy ra lớn lao.

Ác thú sát hại dân sanh:

- Huỳnh Đạo: "Còn có nạn độc xà, ác thú sát hại dân sanh vô số."

- Tu sĩ Hồng Quang:
"Dưới thủy quái trồi lên chực sẵn.
Trên thú rừng biến hóa thần thông.
Xông ra giết hại loài người..."

6- VỀ NGÀY TÁI LẬP ĐỜI (TỨC CỨU THẾ, TỨC THƯỢNG NGƯƠN THÁNH ĐỨC):

- Kinh Cựu Ước (Joel): "Trước khi ngày thiên định cứu thế , là ngày rực rỡ vinh quang".

- Huỳnh Đạo: "Đấng Thế Tôn cao cả tại Nam Bang, dùng quyền pháp đoạt thâu vạn quốc, nhân loại được hưởng thái bình".

- Nhân chứng Giê Hô Va: "không còn chiến tranh, không còn sự đau đớn, những sự ác này sẽ nhường chỗ cho hòa bình và an ninh hoàn toàn".

- Ông Tư Đỗ Thuần Hậu: "Đúng năm 2000 là hết đời hạ ngươn sang thượng ngươn".

- Tu sĩ Hồng Quang:
    "Cơ tận thế có cơ cứu thế
    Vì lòng từ các đấng thiêng liêng...
    Chung lo gánh vác cứu nguy muôn loài."

- Cao Đài Giáo: "Nên ngươn tiêu diệt sẽ bước đến ngươn bảo tồn là ngươn đạo đức phục hưng (tái tạo)".

- Vị Đại Lạt Ma Tây Tạng Rampa: "Qua năm 2000 thế giới sẽ đi vào thời đại hoàng kim".

- Tu sĩ Nguyễn Văn Sự: "Đức Di Lạt Bồ Tát và các vị bồ tát khác sẽ hợp tâm xây dựng cho thế giới ta bà một cảnh thái lạc.."

Đến đây tôi chấm dứt bảng đúc kết nói về Long Hoa hay đổi đời ([118]). Ta có thể kết luận vì nhân loại sống tội lỗi quá nhiều, chiến tranh thứ 3 sẽ xảy đến khủng khiếp, và trong cơn nguy biến, sẽ có đấng Cứu Thế xuống tại Việt Nam cứu trái đất của chúng ta và tái lập trật tự hòa bình, đem lại hạnh phúc cho thế gian. Thời gian khó nói thực đúng được, nhưng chắc chắn là sẽ xảy ra trước năm 2000. Điều chúng ta cần làm ngay bây giờ là tu tâm sửa tánh cho sớm kẻo không kịp ngày Long Hoa, những kẻ dữ sẽ chắc chắn không qua khỏi ngày ấy.

Tu Pháp Lý Vô Vi là tu giải thoát, dù có Long Hoa hay không, người tu cũng không nên bận tâm, vì đâu có còn trở lại cõi thế giới ta bà này nữa...

---

[118] Long Hoa sắp tới là kỳ ba, kỳ một và kỳ hai đã xảy ra vào thời rất xa xưa. Trong kinh Thiên Chúa Giáo có nói về trận Đại Hồng Thủy, đó là một trong hai kỳ trên.

BÀN VỀ THIỀN

Thiền giúp cho máu chạy điều hòa, hơi thở nhẹ nhàng và chậm lại. Trong khi đó, con người dần dần mất hết ý thức về cảnh vật bên ngoài, và nhờ đó mới có thể gom cái tâm mình lại về bên trong, để có thể hoà hợp với tâm thức siêu đẳng của vũ trụ.

Có những chất bợn nhơ, những chất độc ẩn tàng trong bộ thần kinh, trong gân máu, thì người ta không dùng thuốc gì mà tẩy nó ra được. Bởi đó mới cần đến phương pháp kiểm soát hơi thở, để tinh luyện những gân máu làm cho chúng hết bợn nhơ.

Phương pháp chế ngự hơi thở có thể chuẩn bị một trạng thái là kềm chế được tư tưởng, được mọi cơ tạng trong châu thân, được những giác quan. Đó là phần quan trọng hành giả cần tập luyện: bởi vì do nơi giác quan mà ta cảm xúc được mọi vật. Khi kềm chế được giác quan thì tất nhiên ngoại cảnh, những sự cám dỗ bên ngoài, không thể lay động tâm ta được nữa...

Đức Thích Ca nhờ tham thiền nhập định sáu năm dưới cội bồ đề mới được chứng quả "Lậu Tận Minh" thấu đặng máy huyền vi của Tạo Hóa.

Trong tập san "Tìm Hiểu Thông Thiên Học" số 25:

"Tham thiền là để dòng tâm thức thiêng liêng cứ mãi cuồn cuộn chảy xuống không ngừng... Trong lúc tham thiền, những tư tưởng phàm tục, những dục tình đều phải tắt hẳn. (Nhà tu đại đức Swami Sivananda Sarasvati)

Tham thiền là làm cho thần định lại để thông hiểu và đạt lý, hầu diệt những điều xấu xa, ô trược của lòng mình. (Na Tiên Tỳ Kheo)

Tham thiền là cái chí nguyện nồng nàn khó tả của tâm hồn hướng về với vô cùng, vô tận. (Bà Blavatsky, chân sư bên Thông Thiên Học)

Tham thiền là một động cơ rất mạnh cho sự tiến bộ về đường tinh thần, trí thức và đạo lý. (Ông Pythagore)

Nên ghi vào chương trình nhà trường để dạy nam nữ học sinh lớn nhỏ sự tham thiền luận lý và ứng dụng. Tôi thấy nó là một cái sức mạnh dở nổi hoàn cầu. (Bác sĩ Isnard) ([119])

Các vị tổ sư như Lão Tử, Liệt Tử và Quang Tử... đều lấy sự tham thiền làm nền tảng cho sự tu thân của mình.

Tham thiền là con đường duy nhất đưa đến cõi trường tồn, đến sự phúc lạc miên tràng. Kẻ nào không định trí, tham thiền là những kẻ sát hại thần hồn...(Ông Sivananda)

THAM THIỀN ĐEM VẬT THỰC CHO LINH HỒN, và đưa đến trực giác cho phàm nhơn hiệp nhứt với Chơn nhơn. Nó ví như cái thang thần bí, cái cầu linh vô giá nối liền trần gian với Tiên cảnh.

Tham thiền sẽ đưa tâm con người lên đến cái Chơn lý duy nhất. Nhờ tham thiền ta tập nghe, tập thấy và tập cảm những cõi mà xác thịt không trực tiếp đặng. Cảnh trần là cảnh đau thương. Nếu ta muốn tránh sự khổ não của bánh xe luân hồi thì phải gắng sức tham thiền. Ấy là con đường duy nhất đưa ta từ cõi giả đến cõi chơn, từ cõi vô minh đến nơi sáng suốt, từ cõi tử đến cõi trường sanh.

---

[119] Bác sĩ là một nhà tu Phật đã chết tại Hà Tiên.

Cái mãnh lực tham thiền ví như lửa tam muội, nó đốt tan những sự ô trược của lòng dục vọng và đưa đến cảnh Minh Triết thiêng liêng.

Tham thiền là một linh dược cho tinh thần và xác thịt, luồng điển thiêng liêng chảy xuống thấm nhuần sớ thịt, có thể trị nhiều chứng bệnh như thần kinh, đau tim, bao tử v.v...

Sự suy rộng thanh cao của người tham thiền sẽ túa rải ra muôn dặm như sự rung động âm thinh chuyển đi trong làn không khí đem lại cho vạn ức người sự an tịnh và chí quật cường.

Nếu người tham thiền mà nhập định được (nghĩa là cái trí hết hoạt động) thì điển lực bay bổng tận chín từng mây thấm nhuần vũ trụ.

Ta chỉ có đặng sự Vĩnh Phúc hoàn toàn là khi ta yên tịnh tham thiền.

Tham thiền là làm cho phát triển những tư tưởng mạnh mẽ và trong sạch.

Cũng như mùi hương của cây hương trầm, từ xa bay lại, người biết tham thiền toả ra một luồng từ điển sưởi ấm lòng ai đau khổ.

Những vật hữu hình đều thuộc về giả. Mà tất cả sự giả đều phải tiêu tan trước sự hiểu biết. Những cái gì đem đến sự hiểu biết? Ấy là sự tham thiền."

Thiền đứng riêng một chân trời cùng tuyệt, chủ trương chỉ thẳng vào nơi tánh, thấy thẳng tự nơi tâm để tức khắc thành PHẬT khỏi phải khổ tu nhiều kiếp. (Mahamaitri)

Với tu sĩ Bạch Liên Phạm Ngọc Đa (Huynh trưởng bên Thông Thiên Học) thì thiền như sau đây:([120])

* Thắng phục cái trí và rèn luyện nó thành một khí cụ tốt cho Chơn Nhơn.

* Giúp cho Phàm Nhơn (đương hoạt động ở cõi trần) và Chơn Nhơn từ cõi niết bàn xuống Thượng Thiên thấy và hiểu rõ nhiều phương diện khác của Chơn Lý.

* Ít nhất là mỗi ngày một lần, con người nhớ đến những việc thanh khiết, cao siêu và tư tưởng vượt qua cuộc đời phù hoa mộng ảo lên đến cõi tinh thần siêu việt.

* Nó là phương pháp tập thể thao cái Vía và cái Trí, nhờ vậy hai thể này trở nên mạnh mẽ và sáng suốt, thần lực lưu thông dễ dàng.

* Lợi dụng nó đặng mở mang những tánh tốt.

* Đem tâm con người lên mấy cảnh cao, nhờ vậy khi trở về nhập xác con người sẽ sáng suốt hơn.

* Nó là bước đầu tiên giúp cho con người có thần nhãn, huệ nhãn và hiểu được sự bí mật của Tạo Công.

* Người tham thiền mỗi ngày có một sức mạnh lạ lùng không ai biết mà cũng không ai tưởng tượng được.

THIỀN VỚI TÂY PHƯƠNG (ÂU MỸ) ([121])

Sự phát triển của thiền tại Tây phương đã mạnh đến nỗi thiền đã trở thành một yếu tố quan trọng trong cuộc sống trí thức và nghệ thuật của người Tây phương (Alan

---

[120] Trích "Đạo Lý Thực Hành" trang 50.
[121] Trích báo "Khoa Học Huyền Bí".

W. Watts, nhà văn Anh Quốc, hội viên hội nghiên cứu Á Châu của Mỹ Quốc).

Sự xuất hiện của tư tưởng thiền tại thế giới Tây phương là một sự kiện quan trọng cũng như sự xuất hiện của tư tưởng, lý luận Descartes (nhà văn Paulhan, Hàn Lâm Viện Pháp).

Những ý tưởng xúc tích mới của thiền có thể đem áp dụng vào khoa Nhân tâm học và khoa Tâm lý học tân tiến (nhà Tâm lý học nổi tiếng Mỹ, bác sĩ Fromm và H. Kelman).

Tiếp đây, xin hiến quý bạn một bài nói về thiền rất đặc sắc của Đại Đức G. Hodson:([122])

Tôi sẽ nói một cách giản dị. Tôi lấy ví dụ không phải thuộc về vô tuyến điện mà thuộc về điện thoại. Nói theo danh từ điện thoại, thì chẳng khác nào mình gọi Chơn Nhơn bằng điện thoại vậy. Mình quay số điện thoại làm sao cho đúng để gọi Chơn Nhơn mình trả lời. Muốn vậy ta cần phải biết số điện thoại và phải biết ngôn ngữ của Chơn Nhơn nói với mình.

Thí dụ, ta muốn gọi Chơn Nhơn của ta bằng điện thoại thì phải làm thế nào? Ta phải biết số mấy, rồi quay cho đúng mấy số đó và đặt ống nghe nơi lỗ tai. Bây giờ Chơn Nhơn trả lời bằng cách nào? Tôi xin đóng vai phàm nhơn dùng điện thoại để kêu gọi và tôi cũng xin đóng vai Chơn Nhơn để trả lời. Chư huynh đệ sẽ có dịp nghe câu đối đáp giữa hai đàng như vầy:

- Alô, Chơn Nhơn có đó không?

---

[122] Trích "Tìm Hiểu Thông Thiên Học" số 67, 68.

- Lẽ tự nhiên là tôi có ở đây từ hồi nào đến giờ.
- *Anh nói ở đây có nghĩa gì? Ở đây là ở đâu?*
- Lẽ tất nhiên là trong người anh chớ ở đâu.
- *Ủa nói vậy anh ở gần như vậy sao?*
- Tự nhiên là tôi ở gần.
- *Vậy tại sao mà anh không có điện thoại tôi hằng ngày?*
- Có khi tôi cũng ráng kêu anh, nhưng anh để ống nói ở đâu?
- *Tư tưởng anh đưa đến cho tôi là ống nói đó chớ gì. Cái đó không phải là vật cụ thể, nó thuộc về vô hình.*
- Mà anh có khi nào nghe được tôi hay không Chơn Nhơn?
- *Có khi tôi nghe được anh bằng lương tri của anh, bằng cách làm cho anh luôn luôn cố gắng để trở nên người tốt và sửa đổi luôn. Anh biết rằng: "Mỗi khi anh có ý sửa mình muốn trở nên người tốt, đó là tiếng nói của tôi đó. Nếu tôi để anh riêng một mình, thì chắc anh không phải là con người.*
- Cảm ơn anh nhiều lắm, nhưng xin lỗi anh có thể cho tôi biết được anh là ai? Sự thực anh là ai?
- *Lẽ tất nhiên, tôi là con người thật của anh chớ ai?*
- Bây giờ mỗi khi tôi muốn nói chuyện với anh, tôi phải làm thế nào?
- *Anh hãy luôn luôn tưởng nhớ tới tôi. Điều đó sẽ khích động đến tôi. Bây giờ, anh sẽ giữ yên lặng cho đến khi nào anh nghe được tiếng nói của tôi.*
- Điều đó rất tốt. Tôi xin cám ơn Chơn Nhơn. Mỗi ngày tôi sẽ tưởng nhớ đến anh và sẽ làm khích động tới anh phải không?

- *Phải rồi, nhưng anh còn phải khích động tới tôi đều đều và hằng ngày mới được.*

- Như thế thì được. Nhưng chừng đó anh có thể làm gì cho tôi?

- *Tôi có thể hoàn toàn thay đổi anh nếu anh để cho tôi làm. Tôi có thể đem đến cho anh sự hiểu biết sáng suốt nếu anh muốn. Tôi có thể làm cho Chơn Lý chói rạng trong lòng của anh, nếu anh muốn. Tôi có thể làm cho những sợ sệt buồn rầu của anh trở thành yên lặng tự tại. Tôi có thể làm cho anh dứt bỏ được lòng tham vọng, giàu sang, địa vị và làm cho lòng tham vọng của anh trở thành điều khát vọng Chơn Lý.*

- Tôi xin cám ơn Chơn Nhơn đã cho tôi biết điều đó là điều mà tôi sở vọng hằng ngày. Chơn Nhơn còn có thể làm được điều gì đó cho tôi?

- *Tôi có thể làm cho sự giả dối của anh trở nên mạnh mẽ để anh có thể thắng đoạt được sự thiếu sót của mình. Tôi có thể làm cho cơn giông tố bão bùng trong lòng anh trở nên im lặng và đem tới cho anh sự yên tĩnh trong tâm hồn.*

- Tôi xin cám ơn anh là Chơn Nhơn của tôi.

- *Vậy thì bây giờ anh hãy bắt đầu đi, tôi sẵn lòng làm những điều đó cho anh, nhưng mà anh cần phải nhớ khích động đến tôi hằng ngày và đều đều để không khi nào quên. Anh phải nhớ luôn luôn khích động đến tôi và làm sao hợp nhứt được với tôi, thì tôi mới có thể giúp anh được.*

- Tôi xin cám ơn Chơn Nhơn và từ nay tôi sẽ cố gắng để làm theo. Những điều anh nói có vẻ giản dị vô cùng, vậy xin anh lập lại một lần nữa: làm cách nào tôi có thể khích động đến anh?

- *Anh có lý. Điều đó rất giản dị vô cùng. Đây là những điều anh cần phải làm nếu anh muốn biết thật Chơn Nhơn của anh. Nếu anh muốn biết tôi và phần thiêng liêng của anh, đó là điều khó khăn nhứt mà anh phải làm, tức là anh sẽ nạp cái con người của anh cho ý chí thiêng liêng. Hãy cố gắng làm được điều đó và hãy giữ im lặng hoàn toàn. Anh hãy nghe tiếng nói của tôi. Hãy nghe tiếng nói của cõi lòng anh tức là của Chơn Nhơn anh. Chừng đó anh sẽ nghe được tiếng nói của tôi. Anh sẽ nhận được quyền năng của tôi và anh sẽ không khi nào cảm thấy yếu hèn. Anh cũng không cảm thấy bị cô độc, bị khổ sở hay bị điêu đứng bất cứ lúc nào.*

- Tôi xin cám ơn anh và tôi sẽ kêu gọi đến anh bắt đầu từ ngày mai.

Thưa quý bạn, trên đây là một câu chuyện nói đùa, nhưng sự thật nó diễn tả được cách làm khích động Chơn Nhơn bằng phương pháp tham thiền.

CÁC DANH TỪ KHÁC NHAU NHƯNG ĐỒNG NGHĨA
(dùng tùy theo kinh sách hay pháp môn)

HỒN:
- Điểm Linh Quang
- Chủ Nhơn Ông
- Ngươn Thần
- Chân Ngã
- Tâm
- Chơn Tâm
- Chơn Như
- Linh Hồn
- Như Lai
- Luồng điển thiêng liêng
- Chơn Nhơn
- Thượng Trí v.v...
  (tiếng Anh: Overself,
  tiếng Pháp: Surmoi, Vrai moi)

VÍA:
- Chủ Nhơn Bà
- Cô Tiên
- Thức Thần
- Tánh
- Hạ Trí v.v...
  (tiếng Anh: Astral body, tiếng Pháp: Corps astral)

HỒN VÍA GẶP NHAU:
- Âm Dương phối hợp
- Minh Tâm kiến tánh

- Âm Dương giao cấu (hóa Kim Cang)
- Tiên Đồng gặp Cô Tiên
- Chàng nàng gặp nhau v.v...

TAM BỬU:
- Tinh Khí Thần
- Ba báu linh
- Tam Huê
- Tam Thanh
- Phật Pháp Tăng
- Tam Bảo v.v...

TẬP TRUNG TINH KHÍ THẦN:
- Kết ba báu
- Tam huê tụ đảnh
- Tụ tinh khí thần
- Tinh khí thần triều đảnh
- Quy y Phật Pháp Tăng v.v...

XÁC THÂN:
- Bản thể
- Phàm ngã
- Nó
- Xác
- Xác thân tứ đại v.v...

THẤT TÌNH LỤC DỤC:
-    Hỉ, nộ, ái, ố, ai, lạc, cụ - Nhãn, nhĩ, tỉ, thiệt, thân,
ý
- Thập tam ma v.v...

MÔ NI CHÂU:

- Ngọc Mô Ni Châu
- Mâu Ni Bửu Châu
- Trưởng Lão Xá Lợi Phất
- Ngọc Xá Lợi
- Quả cầu sáng v.v...

THÁNH THAI:

- Xá Lợi Tử
- Anh Nhi - Anh Nhi bản thể
- Nhị xác thân
- Thân ngoại hữu thân
- Kim Thân
- Pháp Thân
- Kim Đơn
- Kim Cang
- Bản lai diện mục
- Thánh Thai Phật Tử v.v...

SOI HỒN:

- Chiếu linh quang

TRUNG TIM BỘ ĐẦU:

- Hà Đào Thành
- Thượng Đơn Điền
- Huyền Quang Khiếu
- Nê Hườn Cung
- Côn Lôn Đảnh
- Thiên Môn v.v...

TRUNG TÂM CHÂN MÀY:
- Ngươn Môn
- Tam Tinh
- Trung Đơn Điền ([123])
- Mách điển hỏa luân xa
- Lư Hương ([124])

---

[123] Hạ Đơn Điền thường được gọi tắt là "Đơn Điền" ở thấp dưới quá rún.

[124] Lư Hương Xạ Nhiệt, trung tâm chân mày xuất hỏa (Mô Ni Châu).

PHẦN THỰC HÀNH

ෆෆෆ ✳ ෮෮෮

Nếu các bạn muốn tìm hiểu về Thiền,
xin xem cuốn
"Thiền Vô Vi -
Phương Pháp Công Phu theo Pháp Lý
Vô Vi Khoa Học Huyền Bí Phật Pháp"
của Thiền Sư Lương Sĩ Hằng

PHẦN VẤN ĐÁP THỰC HÀNH

෯෯෯✲෯෯෯

chỉ dành riêng cho quý bạn nào
đã có công phu,
nếu chưa thực hành không cần đọc

GIẢI ĐÁP CÁC THẮC MẮC
VỀ CÁCH THỨC CÔNG PHU
VÀ NHỮNG ĐIỀU NGƯỜI TU THIỀN NÊN BIẾT

1- VẤN: Tại sao thiền Pháp Lý Vô Vi lại ngồi xoay về hướng Nam? Sao có pháp lại ngồi hướng Bắc?

ĐÁP: Ngồi hướng Bắc là lấy thuận theo dòng từ điển (nam châm) của trái đất. Pháp Lý Vô Vi ngồi hướng Nam là hướng hỏa sanh hỏa, trong lúc soi hồn ta tập trung ba báu linh (Tinh Khí Thần) thì luồng điển sẽ xuất phát nơi trung tâm chân mày. Nó cũng thuộc về loại hỏa cho nên nó phải tiếp xúc với hỏa giới mới thuận tiến được. Nếu ngồi sái hướng thì lúc hỏa xuất nơi hướng sanh thủy, mộc, thổ thì sẽ bị nghịch lại sở nguyện thăng tiến. Ở trên trời có Nhựt Nguyệt Tinh là sáng suốt, còn ở bản thể của chúng ta thì Tinh Khí Thần là sáng suốt.

2- VẤN: Giờ Tý là giờ nào?
ĐÁP: Giờ Tý là 11 giờ đến 1 giờ.

3- VẤN: Tại sao phải thiền vào giờ Tý? Giờ khác không được sao? Sao có nơi khuyên không nên thiền vào sau 10 giờ đêm?

ĐÁP: Thiền vào giờ khác cũng được nhưng không tốt bằng thiền vào giờ Tý. Có người khuyên không nên thiền vào sau 10 giờ đêm là đúng vì thiền mà không có Minh sư dẫn dắt có thể nguy hiểm.

Đối với thiền Pháp Lý Vô Vi đã có minh sư hiện là ông Tám chỉ dạy, cùng trông nom về phần VÔ VI thì không có gì là nguy hiểm cả, mà trái lại rất tốt và mau kết quả hơn. Thiền giờ Tý có những cái lợi sau đây:

- Giờ Tý là giờ âm dương vũ trụ thay đổi. Thiền lúc ấy cướp được khí hạo nhiên của trời đất (nhờ vậy mà thiền giờ Tý, cơ thể thay đổi theo, nên sau vài tháng, người thiền không còn hay ít bị cảm cúm vì thời tiết đổi thay nữa).

- Nếu ví bản thể như cái bình điển (accu) hết hoặc kém hơi, đem ra "xạc" vào giờ Tý thì được nhiều điển hơn là vào các giờ khác.

- Giờ Tý nhờ thanh tịnh yên tĩnh nên thích hợp để tham thiền và có thể ngồi được lâu hơn.

- Hơn nữa, phần lớn con người khi ngủ, vía xuất (một cách vô tri thức) ra khỏi xác thân (cả những người không tu), nên mượn cái trớn đó mà tu thì mau xuất hồn vía một cách tri thức được (theo ý muốn).

- Lại nữa, trong lúc mọi người ngủ ngon giấc người tu can đảm luyện ý chí, thức dậy giữa khuya để công phu, làm một cuộc cách mạng bản thân.

4- VẤN: *Giờ công phu là từ 11 giờ đến 1 giờ, nghĩa là có thể thiền vào bất cứ giờ nào ở trong đó có phải không? Ví dụ như vào 12 giờ và hôm sau có cần phải đúng 12 giờ không ?*

ĐÁP: Từ 11 giờ đến 1 giờ dậy giờ nào công phu cũng được, không bắt buộc hôm sau phải đúng giờ hôm trước.

5- VẤN: *Sao có pháp tu lại bảo thiền 4 lần một ngày (Tứ thời : Tý, Ngọ, Mẹo, Dậu)?*

ĐÁP: Đúng, làm được như vậy thì rất tốt, nhưng khó và không phải ai cũng có thì giờ đặng công phu. Tuy nhiên, công phu vào giờ Tý vẫn hơn hết và hiệu nghiệm hơn ba thời khác. Ông Tám đã thử và cho hay, thiền một tiếng vào giờ Tý có lợi bằng mấy tiếng vào giờ khác và khuyên các người tu chỉ nên thiền vào giờ này.

(Các giờ khác: Mẹo, Ngọ, Dậu có thể thiền được khi nào tu khá cao, có điển rút bộ đầu đi lên. (xem Vấn/Đáp 53)

6- VẤN: *Đang ngủ ngon giữa khuya mà phải thức giấc như vậy khó khăn quá (đối với một số người) và có hại cho sức khỏe không?*

ĐÁP: Đúng, nhưng đó là dịp để ta luyện ý chí. Xưa nay, ta chạy theo đời, động loạn tội lỗi và mê trần. Nếu muốn tu thì phải cố gắng, phải làm một cuộc cách mạng bản thân. Trong lúc mọi người ngủ, người tu làm ngược thiên hạ, thức dậy công phu. Trên thực tế, chỉ có khó khăn nhất trong vài ngày hay tuần đầu, phải cần để đồng hồ reo (125) còn về sau quen lần thì không còn là vấn đề nữa (126). Và tuyệt đối không có hại cho sức khỏe, vì nhờ THIỀN, cơ thể thâu được chất thanh khí rất tốt. Hãy xem các người tu Pháp Lý Vô Vi ai cũng khỏe và hồng hào.

---

125 Đừng để chuông reo lớn quá, giật mình không tốt.
126 Chính tôi khi chưa tu, đã từng bị mất ngủ nhiều năm. Khi đầu tiên đến học Pháp Lý Vô Vi, nghe nói phải dậy lúc khuya, tôi le lưỡi và tin là đã mất ngủ mà bảo dậy như vầy làm sao làm được. Thế mà khi thực hành, chỉ một tuần sau không còn là vấn đề nữa. Và hay nhất là chỉ một tháng ngắn, bịnh mất ngủ của tôi lại tiêu luôn.

7- VẤN: *Nếu rủi có đêm vì đi ăn uống, tiệc tùng về trễ mệt, ngủ quên quá một giờ thì sao?*

ĐÁP: Trường hợp này thì tạm công phu sau 1 giờ cũng được. Cần nhất là đừng bỏ qua một bữa nào. Vì bí quyết của thành công, bất cứ làm việc gì, là phải đều đều và kiên nhẫn. Nếu nghỉ bỏ một bữa, sẽ có thể quen thói làm biếng và nghỉ thêm bữa khác... Vì vậy Pháp Lý Vô Vi không đòi hỏi gì khác ở người tu, ngoài sự cấm làm biếng.

8- VẤN: *Tại sao thiền mà ngồi trên ghế thòng chân cũng được mà không phải ngồi kiết hoặc bán già?*

ĐÁP: Pháp Lý Vô Vi công phu từ rún trở lên, phần dưới rún không tập đến, nên ngồi thế nào cũng được. Ngồi kiết hoặc bán già có người ngồi không quen, bị đau và tê chân khó ngồi lâu được. Tuy nhiên nếu ngồi được bán hoặc kiết già thì tốt.

9- VẤN: *Tại sao công phu lại nhắm mắt, và có pháp môn lại mở mắt?*

ĐÁP: Mỗi pháp có khác nhau, Pháp Lý Vô Vi lúc trước (thời ông Tư) có dạy mở mắt, nhìn đầu mũi, nhưng xuất hồn thì xuất thấp, và còn luân hồi, nên được ông Tám sửa đổi lại nhắm mắt, ngó thẳng trước và tập trung vào trung tâm chân mày, như vậy, khi xuất được cao hơn.

10- VẤN: *Tại sao phải co lưỡi răng kề răng?*

ĐÁP: Động tác co lưỡi răng kề răng, thì nước trong miệng tuôn chảy, lọc trược điển của trái cật. Ngoài ra, ngậm miệng răng kề răng còn giúp cho tâm thân an lạc và đánh đổ ngoại xâm. (^{127})

11- VẤN: *Khi công phu, nên cắn răng nhẹ hay mạnh?*
ĐÁP: Cắn nhẹ là đủ: răng kề răng (chỉ cần mấy cái răng cửa đụng nhau là được).

12- VẤN: *Tại sao ngồi chân đừng đụng đất và lưng thật thẳng?*
ĐÁP: Chân đừng đụng đất (để trên nệm, mang dép) v.v... là để khi công phu, điển trong người không bị phân tán ra ngoài. Lưng phải thật thẳng cho luồng sanh lực trong châu thân được lưu thông dễ dàng theo đường xương sống. Xương sống giữ thẳng rất quan hệ, giúp cho đổi trược điển ra, đem thanh điển vô. Vì vậy ngồi 5 phút thẳng lưng còn hơn cả giờ mà khòm lưng.

13- VẤN: *Nếu là người Thiên chúa giáo hay đạo khác, thiền cũng phải niệm Nam Mô...? Và đọc hai câu nguyện sao?* (^{128})

---

[127] Theo Đại Đức Narada (trong Đức Phật và Phật Pháp, trang 490), cắn răng lại rồi ép lưỡi sát vào nóc vọng phía trên, hành giả vận dụng hết năng lực để kiềm chế tâm, và như vậy, tâm sẽ lắng dịu, an trụ, thuần nhất và định.

[128] Ông Tám cho biết, khi xuất hồn, cũng được gặp vài vị Linh Mục (Thiên Chúa) tu dòng khổ hạnh Phước Sơn (Jésuites) trên Thiên Cảnh. Các vị này, nhờ tu thiền nên có người cũng xuất hồn được, nhưng giáo hội cấm không cho nói ra.

ĐÁP : Niệm không sao cả. Hơn nữa những chữ ấy có công dụng riêng để khai mở các luân xa (129). Người hiểu đạo thì không có phân biệt đạo này tôn giáo nọ.

14- VẤN: *Soi hồn là để làm chi?*

ĐÁP: Động tác này rất ích lợi để tập trung Tinh Khí Thần. Các chỗ chận nơi các đầu ngón tay, giúp cho điển dồn lên đỉnh đầu, và tông ra giữa trung tâm chân mày (sau này công phu đầy đủ, khi nhắm mắt tắt đèn sẽ thấy ánh sáng xuất ra nơi khiếu này). Nhờ soi hồn mà thần kinh được mạnh, thận thủy lọc. Người nào khi chưa tu Pháp Lý Vô Vi thần kinh bị suy, nếu tu Pháp Lý Vô Vi nhờ pháp soi hồn khôi phục thần kinh và sửa lại được.

Khi công phu nếu soi hồn được lâu, thì lúc thiền định ngồi cũng được lâu.

15- VẤN: *Pháp luân thường chuyển để làm chi và sao lại phình bụng ra mà không hóp vô như tập thể dục?*

ĐÁP: Pháp luân rất ích lợi, giúp cho khử trược lưu thanh đem những rác rưởi ưu tư trong lòng lên bộ đầu tung ra ngoài. (130)

---

129 Xem Vấn Đáp 26.

130 Tu một thời gian khi làm Pháp Luân để tay lên đỉnh đầu, ta sẽ thấy lúc thở ra, có hơi nóng xuất ra.

Về lâu sau, khi đã thông rồi, thì chỉ cần làm một hơi Pháp Luân là đủ và mê đi. Lúc ấy, hít vô một cái thấy sáng cả Trời đất.

Khoa học duy vật, lúc sau này thực nghiệm và tìm hiểu được (chỉ một phần mà thôi) sự lợi hại và quan trọng của thở bằng bụng (mà với Thiền đã được dạy cả ngàn năm rồi). Trong "La Respiration rythmique et la concentration mentale" của bác sĩ F. Lefebure (trang 26) có nói lối thở bằng bụng rất quan trọng và giúp cho kích

Người không ăn chay nhờ phép thở này mà loại (^{131}) ra khỏi được cơ thể các trược điển của thịt cá. Với thời gian làm pháp luân, ta còn có thể trừ bỏ được những thói hư tật xấu. Khi thở hơi vô mà phình bụng ra, cái luân xa ở lá lách được khích động và sau này mở được, thì người tu sẽ thấy được kiếp trước của mình (như phim xi nê màu).

16- VẤN: *Làm pháp luân để kẹp hai cánh tay ở hai bên hông để làm chi?*

ĐÁP: Nếu không kẹp sau này khi xuất được, khòm lưng không đi được cao. Nhờ giữ người được thẳng mới xuất cao được.

17- VẤN: *Tại sao làm pháp luân có người chỉ: nín hơi thở đến nghẹt thở bực tức khó chịu mới thở ra, mà hỏi ông Tám lại bảo đừng nín thở.*

ĐÁP: Lúc trước ông Tư dạy như vậy, nhưng sau ông Tám có đổi lại để có kết quả hơn.

18- VẤN: *Trên tờ "Phương pháp soi hồn" có viết: "Trí ý tập trung tại xoáy Hà đào thành, cố gắng xuất hồn đi lên cõi Phật. Nhưng đã bao lần hỏi ông Tám thì ông lại trả lời: "Chỉ chú tâm lên xoáy óc một chút thôi rồi chú tâm*

---

thích sự hoạt động cùng phục sinh các tế bào của gan thận và mật, cùng tốt cho ruột, bộ phận tiêu hóa và sinh dục.

Bác sĩ F. L. có trình luận án về sự hô hấp.

^{131} Pháp tu nào không có Pháp Luân Thường Chuyển giúp loại trược điển của thức ăn mặn, thì sự ăn chay rất cần.

qua trung tâm chân mày" cho đến khi xuất ánh sáng v.v...
Như thế có phải là đối nghịch nhau không?

ĐÁP: (nguyên văn lời ông Tám): Bạn phân tách về
sự đối nghịch rất đúng, nhưng bạn nên bình tâm xét lại:
chúng ta đang thực tập mở khiếu điển quang của bộ đầu
về phần điển hướng về Đức Phật là phần điển thanh và
nhẹ nhàng, tưởng là đến nơi chớ không cần lắm nhằm
thương nhớ vọng động. Cho nên, tôi đã nói với các bạn
nhiều lần là: trí ý tập trung tại xoáy Hà Đào Thành cố
gắng xuất hồn đi lên cõi Phật, chỉ có một chút đó thôi,
rồi ngó ngay nơi trung tâm chân mày. Bạn nên xét kỹ lại
một khi bạn gom trí ý nơi Hà đào thành thì luồng thanh
điển ấy tựu ngay, vì nó là loại nhẹ, rồi bạn ngó ngay nơi
trung tâm chân mày là tống mở cái luân xa mách điển
nơi ấy, vì luân xa ấy là luân xa dẫn đầu để mở các luân
xa khác ở trong cơ thể. Đức Phật là người đã tự khai
thông được luồng điển của cơ thể xác phàm cho nên
ngài mới lưu lại cho hậu thế về phương pháp để tự giải
thoát. Ngài dùng chữ Nam để mở luân xa trung tâm chân
mày, âm thanh của chữ Nam là luồng điển trụ nơi trung
tâm chân mày, đối với người tu luyện đúng theo pháp
này đến lúc thanh tịnh ý ta tưởng đến chữ Nam thì ta
thấy sáng ngay nơi chân mày. Đối với người mới tập tu
thì luôn luôn thắc mắc là vì trót làm con người thì ai ai
cũng có sẵn sự tham muốn, cho nên phần đông thiếu
kiên nhẫn để tìm hiểu lấy mình, nhưng chỉ muốn bước
vào tập tu là phải thành Phật ngay.

Người mới tu trong vòng ba năm thì khó chứng minh
được sáu luồng điển của sáu cái luân xa ở trong nguyên
lý NAM MÔ A DI ĐÀ PHẬT, mỗi chữ đều có dẫn

chứng bởi luồng điển thanh tịnh, như tôi đã cắt nghĩa rõ ràng trong bản NAM MÔ A DI ĐÀ PHẬT, nhưng luôn luôn phải đặt vào mục đích cuối cùng từ nặng đi tới nhẹ, từ thắc mắc đi tới khai thông, thì mới nhận xét được sự tiến bộ của mình.

19- VẤN: *Tại sao tu Pháp Lý Vô Vi không có quán tưởng (lúc thiền định) và đếm hơi thở (sổ tức) như có pháp môn dạy?*

ĐÁP: Mỗi pháp môn có cách hành khác nhau, Pháp Lý Vô Vi không cần quán tưởng và đếm hơi thở lúc thiền định, vì là trực chỉ thiền.

20- VẤN: *Phải tu bao lâu mới xuất hồn được?*

ĐÁP: Tùy theo căn cơ nghiệp quả và sự cố gắng của mỗi người. Trung bình thì đàn ông khoảng ba năm và đàn bà năm năm, không kể những trường hợp người có căn cơ cao (kiếp trước có tu rồi) thì kiếp này chóng thành công, có người chỉ cần vài tuần hoặc vài tháng là xuất được. ([132]) Những người nghiệp quả quá nặng thì phải lâu nhiều năm hơn.

Tuy nhiên, nói cho biết thời gian, nhưng chỉ biết vậy thôi. Chứ người tu không nên trông lâu mau, vì còn vọng là còn tham dục. ([133])

---

[132] Như trường hợp em L. "Thiên Chúa Giáo" chỉ có 4 tuần em đã xuất vía được. Bà B. bán cá có 6 tháng v. v. . .

[133] Trong "Đại Thừa Chơn Giáo" (trang 118) Đức Ngọc Hoàng Thượng Đế có dạy:

... Tu đừng luận phải nhiều năm,

Có duyên đắc ngộ đạo ngầm chuyển luân . . .

Thường thì xuất vía trước, rồi hồn mới xuất được. Còn yếu thì thường xuất khi công phu xong nằm xuống ngủ, trong trạng thái mơ màng (nửa mê, nửa tỉnh). Khá hơn thì xuất ngay trong lúc đang ngồi công phu. Và cao hơn thì xuất bất cứ lúc nào mỗi khi ngồi nhập định. ([134])

21- VẤN: *Sao lại có xuất vía, xuất hồn. Vía là sao? hồn?*

ĐÁP: Hồn là dương là chủ nhơn ông. Vía thuộc về âm như phụ tá (hoặc chủ nhơn bà). Hồn bị giam ở nơi con tim và vía ở nơi rún. Khi tu hành luyện đạo, thì hồn vía rời khỏi hai nơi này. ([135])

Xuất vía thì không xuất cao được bằng hồn.

Ở cõi trên có những khóa dạy người tu, vì vậy khi xuất được hồn vía cần phải tiếp tục học Đạo thêm ở trên nữa cho đến thành.

22- VẤN: *Xin tả cho nghe khi xuất hồn thấy thế nào? Có thể xuất hồn đi du lịch thế giới không?*

ĐÁP: Khi đã tu luyện đến mức xuất hồn được, thì ngay khi ngồi, nhắm mắt nhập định, hồn xuất ra khỏi xác. Ta (hồn) thấy nhẹ nhàng khoan khoái đầy sinh lực. Ở cao dòm xuống (như trên trực thăng hay phi cơ) ta thấy rõ xác thân bất động, xấu xí và thô kệch, cùng người và cảnh vật bên dưới. Nơi chỗ hồn xuất ra (lúc đầu ở trung tâm chân mày về sau càng tu cao thì nơi

---

[134] Có người vừa nhắm mắt, thì đã thấy hồn đứng trên mây liền, hoặc cao hơn có người phóng cái đã đến cõi Trung Thiên.

[135] Muốn biết rõ hơn về Hồn và Vía, xin xem cuốn "Pháp Xuất Hồn", phần "Mơ Duyên Quái Mộng" của ông Tư viết. Hồn vía của người tu, sau này, tu cao cũng sẽ phải gặp nhau như ông Tư kể.

xuất lên lần cho đến trung tâm đỉnh đầu) có một cái đuôi sáng. ([136])

Hồn khi xuất ra đi xuyên qua vách tường, mái nhà và tất cả mọi vật chất thế gian. Mỗi khi ý ta muốn, lơ lửng ngưng trên không thì hồn ngưng và lơ lửng. Khi muốn lên cao thì hồn bay lên cao tức thời nhanh chóng.

Có người khi mới xuất ra chưa quen và sợ cùng bỡ ngỡ, và có người ngạc nhiên không ngờ mình lại có thể xuất hồn được.

Ban đầu thì xuất hồn ra gần và trong thời gian ngắn, và lần lần càng xuất ra được xa hơn và lâu hơn. Lúc đầu xuất đi trong xứ, rồi sau đi ngoại quốc, rồi xuất đến mặt trăng, mặt trời và các cõi như Trung giới, Bồng Lai, Tiên Cảnh v.v... vì tùy công năng tu tập, càng cao thì càng xuất được cao và lâu hơn, lực lượng điển của người tu đến đâu thì xuất được đến đấy, rồi phải trở về xác thân do nơi cái đuôi sáng ([137]). Lúc nhập lại xác, hồn thường thấy không muốn, vì dòm lại xác thân thô kệch, xấu xí. Có người xuất được lên cảnh Tiên thấy đẹp quá, có ý không muốn trở về nữa, thì bị cõi trên đuổi xuống ngay - vì kiếp trần chưa dứt.

---

[136] Hồn xuất có: xuất trong bản thể và xuất ngoài bản thể. Trường hợp đầu cũng thấy đủ thứ: trời, trăng, sông núi, đền đài, Tiên Phật v. v... nhưng là giả cảnh, và chỉ thấy qua một lần không xuất trở lại lần thứ hai được. (Kinh sách nói con người là tiểu thiên địa, trời có gì người có nấy, thật là đúng y như vậy không sai).
Hồn xuất ngoài bản thể, thì chính là cảnh thật, và muốn xuất trở lại nơi cũ bao nhiêu lần cũng được, tùy ý.

[137] Pháp môn của vị Lạt Ma Tây Tạng L. Rampa, vía xuất khi nằm và do nơi lỗ rún. Cũng có sợi dây sáng (gọi là silver cord hay kim quang tuyến) nối liền cái Vía (khi xuất ra) với cái rún nơi xác thân.

Ở cõi trên cảnh đẹp vô cùng, màu sắc ánh sáng rực rỡ hơn ở thế gian nhiều (có thứ màu sắc và âm nhạc ở thế gian không hề có) ([138]). Xuất hồn không những xuất lên trên, mà còn có thể xuất xuống dưới đất, đáy biển được nữa. ([139])

Cảm giác trước khi xuất hồn được lần đầu, có thể người tu thấy rùng mình một chút, hay nghe tiếng nổ, tiếng nứt nhỏ, hay cảm giác kim đâm ở sau cổ v.v... Cần nhất là phải giữ thanh tịnh đừng sợ, và cũng đừng mừng khi xuất được. ([140])

Điều mong muốn thông thường và đầu tiên của các người tu là xuất đi du lịch thế giới. Điều này dễ dàng khi tu tập đến mức. Lúc mới đầu, ông Tư, ông Tám có xuất đi Hà Nội, Mỹ, Nga và Trung cộng chơi. Cô L. thì thích và xuất đi Hồng Kông, Đài Loan.

Các người tu, khi xuất được, ban đầu, ông Tám để cho đi ngoại quốc chơi một thời gian ngắn, và sau ông khuyên không nên làm như vậy nữa ([141]). Nếu ham đi chơi dưới trần gian sẽ thành quen, điển xuống thấp. Cần phải cố gắng tu thêm đặng xuất lên cao hơn, vì còn nhiều cõi cao hơn cõi trần. Tu Pháp Lý Vô Vi là tu giải thoát mà còn ham luyến cảnh trần làm sao giải thoát được.

---

[138] Muốn biết thêm, xin xem cuốn "Phép Xuất Hồn". Ông Tư có tả cảnh trên trời.

[139] Các bạn có thể đọc cuốn "Đời Sống Thiên Đàng".

[140] Theo ông Rampa, khi xuất hồn mà sợ, thì sẽ bị chậm mất khoảng ba tháng mới xuất lại được.

[141] Người tu xuất đi đâu, ông Tám cũng biết hết mặc dầu người tu không nói ra.

23- VẤN: *Tại sao đàn bà tu lại lâu hơn đàn ông?*

ĐÁP: Vì đàn bà thuộc âm nhẹ dạ, thiếu cương quyết hơn đàn ông thuộc dương (¹⁴²) nên chậm kết quả hơn chút. Tuy nhiên nếu quyết chí trên thực tế, cũng có phái nữ tu sớm kết quả hơn đàn ông.

24- VẤN: *Tại sao khi xả thiền lại phải xoa tay, ngón chỉ lên trời và vuốt đầu vuốt mặt, chà bóp tay chân?*

ĐÁP: Làm như vậy để cho hồi điển lại vô đầu và chà xát các phần cơ thể cho máu lưu thông trở lại.

Ngón tay xỉa lên trời, đừng chỉ tới trước mặt, vì tu lâu, khi thiền, điển rất mạnh tập trung ở các đầu ngón tay, nếu người tu chỉ tới trước, điển xẹt ra có thể làm ngã vong linh hay thiêng liêng nào đi ngang qua gần đó hoặc đang ngồi xem người tu công phu (làm như vậy mất lòng và gây ác cảm với họ).

25- VẤN: *Sao thiền định trí khó khăn quá, đầu óc cứ nghĩ hết việc này đến việc nọ.*

ĐÁP: Mới tu bao giờ cũng vậy. Rất hiếm ai có thể định trí ngay được. Phải thời gian khá lâu, và từ từ định trí mỗi lần thêm một ít cho đến lúc được hoàn toàn.

Có cách giúp thêm cho việc định trí, là trong lúc thiền định (tập trung nơi giữa hai chân mày) mà cái trí

---

¹⁴² Có lần ở Thiền Viện của ông Liêm, người tu chia hai bên Nam, Nữ ngồi Thiền. Cô L. (đã xuất hồn và mở con mắt thứ Ba) thấy điện bên phía Nam lên thẳng tắp còn bên Nữ thì lên uốn éo.

(^{143}) lo ra bắt nghĩ chuyện này chuyện nọ thì làm như sau:

Niệm Nam Mô A Di Đà Phật (không ra tiếng) ở bộ đầu hoặc làm pháp luân vài cái, hoặc cố gắng kéo tư tưởng trở lại điểm giữa hai chân mày. Hoặc nhủ với cái trí là giờ phút công phu là lúc thiêng liêng phải buông bỏ không được nghĩ đến mọi sự nhỏ nhen giả tạm. (^{144})

Ta nên biết, khi tu, cái trí nó xúi giục ta đủ thứ, nào là nhủ "đêm khuya ngủ cho ngon, dậy làm gì cực khổ, hay xúi ta xả thiền, ngủ sớm cho khoẻ, cái xác làm cho bứt rứt, mỏi, đau chân, đừng ngồi nữa v.v...". Cần phải can đảm điều khiển cái trí đừng để nó sai khiến dụ dỗ và làm chủ ta.

Nếu ta thiếu cương quyết nghe lời nó thì quen thói, ta sẽ bị nó dẫn dắt ta, như trước nay chưa tu, theo thời động loạn. Nó cũng như con ngựa bất kham (tâm viên ý mã) phải trị lần lần cho thuần thục và với thời gian kiên nhẫn công phu, ta chắc chắn sẽ định trí được hoàn toàn và nhập định được.

26- VẤN: Xin giải nghĩa về Lục tự Di Đà.

ĐÁP: Dưới đây là giảng giải Lục Tự Di Đà (nguyên văn lời ông Tám) (^{145}:

---

^{143} Thường được gọi là: hạ trí, hay là "Nó" hay là lục căn lục trần hay cái xác.

^{144} Có người, khi công phu để sẵn cây viết và tờ giấy gần bên, để khi lo ra nhớ công việc gì, ghi vào để hết nghĩ đến, cho yên tâm công phu tiếp.

^{145} Lúc trước, công phu có niệm Lục Tự ở sáu điểm, nhưng lúc sau này ông Tám chỉ lại, khỏi niệm ở 6 luân xa nữa, mà chỉ niệm một điểm ở Hà Đào Thành (6 chữ) cho mau mở bộ đầu hơn.

* NAM: Thật phương Nam lửa bính đinh ngay trung tâm chân mày, nơi đó không khác gì mách điển, chúng ta thử đập vào nơi đó thì tá hỏa tam tinh xây xẩm mặt mày, nơi đó cũng là chỗ trọng yếu của hỏa luân xa, đối với những người tu cao điển khai thông bộ đầu thì khi dùng ý niệm chữ NAM, thì luồng điển cuối cùng thanh tịnh của nó sẽ trụ ngay trung tâm chân mày và bốc sáng.

Bởi vậy cho nên Đức Phật đã dùng điển khai điển chứ không dùng vật thể lễ nghi giả tạo mà lôi cuốn chơn điển vào giới động loạn chấp nê.

* MÔ: Chỉ rõ vật vô hình: trong cái không mà có cái có, khi hỏa luân xa ở trên được khai tiến thì luân khí xa ngay trung tim xoáy óc của bộ đầu được mở, lúc nhắm mắt lại được thấy rõ cảnh vật ở bên trên, những người tu lâu vừa chú ý chữ NAM ở ngay trung tim chân mày thì cảm giác hơi nặng, lúc ấy trung tim xoáy óc bộ đầu cảm giác rút tăng tăng và nhẹ nhàng. Đức Phật đã được khai minh luồng điển nơi trung tim xoáy óc bộ đầu cho nên Ngài đã thông giải được tam thiên đại thiên thế giới và đã trở về nguyên lý không không của vạn vật.

* A: Nhâm Quý gồm thâu nơi thận: trung tim hai trái cật cũng có một luân xa thuộc về thủy điển luân xa, khi chúng ta co lưỡi răng kề răng thì nước trong miệng tuôn chảy, lọc trược điển của trái cật, lúc ấy hỏa luân xa và luân khí xa ứng chiếu và rút phần thanh điển của trái cật lên bộ đầu.

* DI: Giữ bền ba báu linh: tinh, khí, thần. Khi đã thực hiện được ba pháp kể trên thì tinh khí thần sẽ được tập trung, lúc ta dùng răng kề răng lại thì tâm thân được an lạc và đánh đổ ngoại xâm.

* **ĐÀ**: Ấy sắc vàng bao trùm khắp cả. Khi ta làm pháp luân thường chuyển hít vô đầy rún, đầy ngực và tung lên bộ đầu, thì tất cả lỗ chân lông đều được phóng xuất ánh sáng diệu huyền, từ điển như một cậu bé sơ sanh, còn phần thanh điển của phần hồn thì sẽ được chung kết hội đồng với bốn pháp kể trên và sẽ tựu nơi trung tim bộ đầu, khi ta hành đứng đắn pháp này thì mỗi buổi sáng ta rọi kiếng xem mặt mày tươi sáng và vui vẻ hình như đã đạt được một việc gì cao quý.

* **PHẬT**: Hay thanh tịnh ở nơi mình: khi ta thở ra ép bụng cho hơi đáy cặn ra khỏi lỗ mũi, thì lúc ấy thanh khí điển của bộ đầu và ngũ tạng tương hội và minh xét những gì ứng hiện trong sự sai lầm chính ta đã tự gieo rắc cho ta. Luân xa này ở ngay nơi lỗ rún, tứ hải quy gia có hoa quả vạn vật rồi mới có ta, khi ta rời khỏi bụng mẹ thì tạm chia ly cắt đứt sự liên kết của vật thể là cái rún, cho nên ta gọi nó là hòa cảm luân xa. Khi ta hành đúng pháp mà đi đến điểm này thì ta sẽ được ngộ nhiều cảnh của tiền kiếp trong lúc thiền định.

Bạn nên nhớ kỹ sáu cái dung điểm của sáu pháp luân xa kể trên mà niệm Phật thì bạn sẽ được kết quả mỹ mãn hơn. Nếu ỷ lại nơi sự phù hộ Đức Phật hay định niệm cho Phật nghe là hoàn toàn sai lầm.

27- VẤN: Nếu là người Công giáo hay Phật giáo, tu thiền theo Pháp Lý Vô Vi có cần phải đi nhà thờ đi chùa nữa không?

ĐÁP: Cái đó tùy ý và tự do của người tu muốn đi hay không tùy thích, vẫn có thể vừa tu thiền vừa đi nhà thờ, hay chùa nếu họ muốn.

Tuy nhiên, khi công phu luyện đạo rồi, lần lần họ sẽ hiểu những việc ấy không còn cần thiết nữa, vì *nhà thờ hay chùa ngay ở trong tâm họ mà Chúa hay Phật ngự nơi trong họ.* Mỗi đêm công phu chẳng khác nào đi nhà thờ và đi chùa rồi. Người tu thiền là để tu tâm sửa tánh đã làm đúng với ý của Chúa và Phật rồi. Những sự cúng kiến lễ bái thuộc về sắc tướng (hữu vi) hợp cho những người sơ cơ trên đường Đạo. Tu thiền là bước qua vô vi, trình độ cao hơn, những thủ tục hình thức bên ngoài không còn cần thiết nữa (^{146})

28- VẤN: *Ngồi thiền có cần bắt ấn tam muội không?*

ĐÁP: Để hai tay úp lên hai đầu gối hoặc bắt ấn tam muội cũng được. Bắt ấn tam muội thì làm như sau: các ngón hai bàn tay đan xen kẽ với nhau (^{147}) và để ngửa dưới rún, trên và giữa hai háng. Lúc sau, ông Tám nói thiền không cần thiết phải bắt ấn tam muội.

29- VẤN: *Phụ nữ vào ngày có kinh nguyệt có nên nghỉ công phu không?*

ĐÁP: Không nên, mà cứ tiếp tục công phu như thường mặc dầu vào những ngày này công phu ít lợi, nhưng không được nghỉ gián đoạn. Nếu nghỉ sẽ quen

---

[146] Là người Công Giáo, lúc đầu tu Thiền, chính tôi cứ sợ không đi nhà thờ nữa là có tội và có thể bị cho là phản đạo. Nhưng sau nhờ nghiên cứu và tham thiền, tôi được hiểu rõ và chắc chắn việc đó không còn hữu ích nữa, khi linh hồn tiến cao trên đường đạo. Chính Đức Giám Mục Leadbeater, và là chân sư bên Thông Thiên Học có giảng rõ về vấn đề này.

[147] Hai ngón cái đụng đầu nhau, ngón trỏ và áp út mặt để trên ngón trỏ và áp út trái; ngón giữa và út trái để trên ngón giữa và út mặt.

thói và lục căn lục trần sẽ lợi dụng cám dỗ người tu làm biếng vào những ngày khác.

30- VẤN: *Nếu có người tu trong nhà có tà khí (vì ở gần nghĩa địa hoặc nơi ở trước có người chết, mả mồ, hoặc trước khi chưa tu bị ngoại xâm) chơi bùa hay bị bùa, bị tà khí xâm nhập bản thể vì chơi cầu cơ hoặc mê tín theo các đồng bóng, xác nhập, khi công phu thấy khó phải làm sao?*

ĐÁP: Có hai cách: thứ nhất, dùng thuốc xông. Có thứ là thuốc chế riêng rất công hiệu (hỏi ở thiền đường) đem về dùng lò than xông đốt lên khói trong nhà vào chiều khoảng 6, 7 giờ khi trời tắt nắng khỏi cần đóng kín cửa nhà và làm một lần là đủ. Tà khí sẽ dang ra và công phu sẽ dễ và nhẹ hơn.

Nếu chưa tu, trước có chơi cơ hoặc tin theo đồng bóng xác nhập... bị tà khí (điều này phải có ông Tám hoặc bạn tu đã mở con mắt thứ ba nhìn mới xác nhận chắc có tà khí hay không). Nếu bị tà khí ít (nhẹ) thì có thể chữa bằng xông thuốc như trên, nhưng làm như sau: ở trần, quấn khăn lông nơi cổ, chân đụng đất, đứng chàng hảng, quấn mền hoặc chiếu quanh người để lò than hay lò điện dưới chân,bắc thuốc cho cháy để xông khói lên.

Mục đích cho khói thuốc thấm vô các lỗ chân lông. Xông hết gói thuốc là xong. Rồi lau khô người và nhờ ai đứng ngoài, ngậm rượu trắng, phun dùm vào ngực và lưng. Xông xong, khoan không tắm vội, đợi vài giờ sau.

Nếu bị tà khí xâm nhập khá, phải làm một tuần ba lần (mỗi lần một gói thuốc xông) và luôn trong 2, 3 tuần.

Nếu trong nhà hoặc gần nhà có hồn ma lẩn quất có thể mở băng ông Tám giảng pháp vào buổi tối cho các vong nghe. Thanh điển của ông Tám giúp cho họ tu và dang ra (nhiều vong linh cũng rất thích nghe pháp và muốn tu lắm). Nếu bị tà khí xâm nhập quá nhiều hoặc bị ma nhập thì phải nhờ thầy giỏi (bên võ Phật) dùng bùa phép, hoặc khuyên lơn hồn ma, hoặc quay điện (ma-nhê-tô) mới trị được. Hiện có người đệ tử của ông Tư là thầy Hai Sađéc giỏi về võ Phật, trừ tà ma và ở Khánh Hội tại Linh quang Tự đường Nguyễn Văn Khoái (hồi thời 1975) cũng có một vị sư rất cao tay hằng ngày chữa khỏi rất nhiều người bị ma nhập, cứu nhiều người hết điên.

Người bị nhập cũng do nghiệp quả tiền kiếp, thường thân nhơn, bạn bè hay giúp đỡ bằng cách nhờ pháp sư đánh đuổi con ma. Làm như vậy cũng không phải lẽ công bằng, vì giúp bên này đánh bên kia và sẽ phải lãnh hậu quả - một phần nghiệp quả của người bị nhập.

Cách thứ hai, nếu trong nhà hoặc gần nhà có vong linh, công phu thấy nặng nề và khó khăn có thể gắn một tấm gương soi càng lớn thì càng tốt, treo lên vách đối diện với cửa vô nhà. Xong, nhờ ông Tám thỉnh dùm Đức Quan Thánh (vị này có tướng sát tà nên yêu ma sợ) xuống chứng minh cho. Ông Tám sẽ hẹn ngày biểu người tu (thường vào 1 giờ trưa) ngồi công phu trước tấm kính (độ 10 - 15 phút hay hơn cũng được). Nên để gần tấm kính một bình hoa đơn giản để tỏ lòng thành kính cùng Đức Quan Thánh. Vào giờ hẹn, ông Tám sẽ xuất hồn mời Đức Quan Thánh đến nhà người tu chứng minh cho.

Tấm kính có công dụng rút ánh sáng mặt trời trong ngày. Ánh sáng này thuộc về dương nên đẩy lui được ảnh hưởng âm tức tà ma, giúp người tu công phu được nhẹ, đỡ bị phá quấy. Lúc sau này ông Tám có chỉ lại cách thức gắn kính vô vi (xin liên lạc với thiền đường để được hướng dẫn kỹ càng, cách thức cho đứng đắn).

Về sau, điểm cần nhất là người tu (trước chưa tu bị tà nhập) phải đều đặn và cố gắng công phu mới được, vì nhờ công phu có co lưỡi, răng kề răng, và niệm Phật cùng làm pháp luân, các lỗ chân lông khắp châu thân được phát quang, đẩy lui ra các tà khí khỏi xâm nhập trở lại được.

31- VẤN: *Người tu có nên chơi cầu cơ, hay đi xem hoặc tin nơi đồng bóng, gọi hồn, xác nhập.*

ĐÁP: Tất cả các điều trên đều không tốt và có hại. Đã có nhiều người ở xứ ta và cả Âu Mỹ bị điên vì chơi cầu cơ ([148]) gọi hồn, xác nhập.

Người tu, tốt hơn, không nên chơi hoặc đi đến những nơi ấy, khi tu còn non yếu đã bị tà ma vây quanh mà không biết (phải có thần nhãn mới thấy được) và khi tin tưởng sùng bái họ rồi, thì nguy là sẽ bị tà khí hay yêu khí xâm nhập lần lần vào bản thể. Cho đến về sau, nếu tiếp tục lâu, bị xâm nhập quá nhiều có thể bị họ chiếm xác luôn rất nguy hiểm ([149]).

---

[148] Vong linh mượn điện của người cầm, để sử dụng cơ, chuyển theo ý muốn.

[149] Người tu khá có điển (các lỗ chân lông phát quang) tà khí không xâm nhập được và không sợ bị chiếm xác.

Ta có thể đến Linh Quang Tự (nói ở trên đây), sẽ thấy nhiều người bị ma nhập đến nhờ sư chữa. Cả bên Anh Mỹ cũng có rất nhiều trường hợp bị điên vì ma nhập và chơi cầu cơ hoặc dùng đồng tử. Theo ký giả Maurice Barbanel, trong cuốn "Đây là Thần Bí Học" (This is spiritualism) thì ở bên Anh quốc mỗi tuần có đến 30.000 dân Anh đi dự những cuộc gọi hồn thân nhân về nói chuyện qua trung gian các đồng tử. Thỉnh thoảng cũng có đồng tử bị những vong linh dữ tợn chiếm ([150]) và bên ấy cũng phải dùng đến phương pháp quay điện ([151]) như bên ta thường làm, để đánh văng con ma ra. Tại Mỹ quốc ở Nữu ước tại Lyli Dale cũng có một trại có đến ngàn đồng tử cũng gọi hồn thân nhân về nói chuyện hoặc chữa bịnh. Trường hợp bị ma chiếm xác vẫn luôn xảy ra ([152]).

Theo báo "Hãy Thức Tỉnh" (Réveillez-Vous) của tôn giáo "Nhân Chứng Giê Hô Va" (số 18) có cho biết hiện ở Mỹ đủ các giới, nhất là sinh viên chơi cầu cơ thường cũng bị ma nhập ([153]).

32- VẤN: *Các xác nhập xưng là Phật Quan Âm, Phật Bà hay thần thánh có thật không?*

---

[150] Mặc dầu đồng tử có vong linh tốt bảo trợ (guide), nhưng có vong linh dữ và mạnh hơn lấn áp cả vong linh bảo trợ.

[151] By giving an electrical shock to the victim, the obsessing entity was dislodged.

[152] Người ngồi cơ dễ tin vì ma thường giả làm thân nhân.

[153] Bàn cọ này bên Mỹ gọi là "oui-ja board" cũng y như bàn cơ bên ta. Hãng Sears bán hàng năm cả triệu cái.

ĐÁP: Phần lớn các xác nhập mà xưng như vậy đều là ma quỷ nhập chứ các đấng cao cả không có bao giờ chiếm xác người ngang như vậy. Nhiều người tin là thật vì không ngờ ma quỷ cũng có phép và nói được những điều quá khứ hiện tại dù bí mật đến đâu cũng đúng. Có khi, người tin còn được giúp đỡ về việc gia đình hoặc làm ăn phát tài v.v...

Cũng có những trường hợp Thần thánh xuống thật nhưng chỉ trong giây lát chứ không chiếm xác luôn: như Đức Thánh Trần, Đức Quan Thánh hoặc các đấng bên Cao Đài Giáo. Những đàn cơ này được tổ chức rất chu đáo và cẩn thận như đồng tử là con gái đồng trinh, ăn chay trường (vì Tiên Thánh đâu có chịu xuống xác thân ô uế tội lỗi, như ma quỷ thường làm) và có người vẽ bùa tứ hướng, có thần đứng trấn không cho ma quỷ vào ẩu đồng tử.

Nếu đàn cơ mà không làm chu đáo với những điều kiện trên, ma quỉ hay tinh vẫn có thể nhập vào đồng tử và giả danh Tiên Phật như thường và có khi nói Đạo cũng hay lắm.

Trong "Đại Thừa Chơn Giáo" Đức Cao Đài Thượng Đế có dạy:

"Âm thần thành quỷ âm hồn
Thành ma quấy phá làm khôn với đời
Dựa vào đồng cốt gạt chơi
Xưng cô xưng cậu dối đời kiếm ăn"

Trong "Thánh Giáo Sưu Tập" 1966-1967 cũng có dạy: "Bởi vì giữa thời ly loạn, biết bao nhiêu là sự nhiễu nhương, tà thần ma quái cũng có thể mượn danh Chí Tôn và Thần Thánh Tiên Phật để phụng sự riêng cho mục đích tăm tối..."

Ông Tám và những người có thần nhãn đều có thể thấy rõ ràng ma quỉ chở không phải Tiên Thánh nhập chiếm xác (không kể các trường hợp đàn cơ Cao Đài nói trên) hoặc thấy các hồn ma núp ở các tượng Phật ở các chùa hoặc trên bàn thờ tư gia rất thường ([154]).

Lấy trường hợp một hai năm gần đây (trước 1975) các báo chí và nhiều người có biết đến xác bà Thánh A.S. ở Khánh Hội, thực ra không phải là Thánh mà là ma vì các lẽ sau đây:

- Các người tu chơn ai cũng hiểu rằng xác thân do tứ đại hợp thành, khi chết linh hồn đi cho lẹ còn xác thân

---

[154] Lúc mới tu, nghe ông Tám nói vậy, tôi cũng không tin lắm, vì thầm nghĩ sao lạ vậy, ma không sợ tượng Phật sao? Nhưng sau này cô L. một đêm nọ xuất hồn lên nhà tôi ở quận 9 có thấy ma tu tập rất đông trong phòng khách. Trong phòng này tôi có để tượng Đức Mẹ Maria và treo hai tấm ảnh của Đức Chúa Giê-su và Đức Phật, mà ma vẫn không sợ gì cả. Tôi mới tin ông Tám nói đúng. Thật ra các vị cao cả đâu có xuống làm chi mấy cái tranh giấy, hoặc cục đất, xi măng do người phàm làm ra.

Có những trường hợp linh thiêng như có tượng Phật hoặc tượng Chúa hoặc Đức Mẹ v.v dầu bị bom đạn, hỏa tiễn vẫn còn nguyên trong khi chùa hoặc nhà thờ bị đổ nát. Theo tôi nghĩ thì các đấng này không bao giờ che chở các tượng ấy làm chi mà các vị Thổ Địa hay vị thần nào gần đó lập công ra tay làm phép che chở, vì vùng đó dân chúng tin tưởng tôn thờ. Tôi chợt nhớ đến trong kinh có kể chuyện thời xưa, thiền sư Đơn Hà đốt tượng Phật để phá chấp một đệ tử (và người này nhờ đó được ngộ đạo). Nếu quả thực Phật có xuống thật nơi các tượng, thì đời nào vị thiền sư dám làm vậy ?

thì trả về cho tứ đại (đất, nước, gió, lửa) chứ lưu giữ lại cả chục năm làm gì vô ích ([155]).

- Xác bà Sĩ do sự ngẫu nhiên được chôn nhằm chỗ đất có tánh chất dưỡng thi nên lâu không bị hư.

- Thân nhân bà được một vong linh nào gần đó hợp với thân nhân và báo mộng cho hay. Đến khi đào mã đem xác lên, do tiếng đồn, người mê tín đến đông, cúng lạy và cầu xin phù hộ này nọ. Lúc đầu, những lời cầu xin này do sự rủi may hoặc phần phước đức riêng của người cầu xin: người được thì phao đồn lên, người không được thì im tiếng.

- Sự cúng kiến, tin tưởng của đông người thu kéo các vong linh gần đó tựu lại và hưởng nhận sự cúng kiến đó và từ đó chính những vong linh này giúp đỡ thực sự những người cầu xin, do đó mà thiên hạ lầm bà A. S. là thánh.

33- VẤN: *Tại sao ông Tám không giúp chữa trị dùm những người bị ma nhập, như có nơi làm?*

ĐÁP: Lúc trước ông Tư kiêm cả văn lẫn võ Phật cũng có giúp chữa trị tà ma, cùng dạy người tu. Ông Tám kiêm văn (không võ) nhưng ông cũng có thể dùng điển khuyên lơn hồn ma trả xác nhập đừng khuấy phá

---

[155] Cũng có trường hợp đặc biệt và rất hiếm giữ lại xác hàng trăm hoặc hàng ngàn năm của một vài vị Tiên (mang xác phàm) khi rời cõi trần và có nhiệm vụ sau này sẽ xuống trần trở lại. Các vị ấy không muốn tái sanh mất nhiều thời giờ cực nhọc vì phải mang xác thân khác từ bào thai cho đến lớn, nên các vị ấy phải giữ xác lại để về sau này dùng đến. Các xác này hiện còn tươi tốt và được cất kỹ trong hang núi bên Tây Tạng hoặc Ấn Độ có Thần canh giữ (Ánh Đạo 19-1971).

người bịnh. Lúc đầu ông Tám có giúp vài người để thí nghiệm sự tu hành của ông có kết quả không, và ông có thành công cứu người bịnh, nhưng ông thấy làm như vậy mất thì giờ và hao điển cùng cản trở con đường tiến hóa tu lên cao nữa.

Hơn nữa người bị nhập cũng là do sự thiếu đạo đức hoặc nghiệp quả mới bị. Hoặc có khi họ thuận cho ma vô. Ông Tám không có quyền can thiệp nếu không do chính người bịnh yêu cầu. Còn điểm nữa vì không chuyên về võ Phật, gặp trường hợp con ma dữ, biểu không nghe cứng đầu, phải đánh, hoặc nhờ các chư thiên bắt trói, làm như vậy gây thêm thù oán và ông không có nơi riêng biệt để giam chúng và bắt chúng tu, chúng có thể xoay ra phá phách người nhà ông.

Với lại việc trừ tà ma đã có bên võ Phật, khối Địa Tiên lo. Người bịnh nào đến lúc nghiệp quả chấm dứt sẽ gặp dịp và được quý vị trên chữa giúp. Vì vậy ông Tám không nhận chữa các người bị ma nhập mà chỉ thuyết pháp dạy tu, như sứ mạng ông đã nhận với bên trên.

34- VẤN: *Người tu có nên dùng bùa phép, như bùa hộ mạng, cầu tài v.v... không? hoặc xin ơn trên phù hộ không?*

ĐÁP: Không nên, mình phải tự tu tự tiến, không nên dùng bùa phép hoặc nhờ cậy lợi dụng thiêng liêng hoặc xin ơn trên phù hộ ([156]).

---

[156] Tuy vậy, chứ người tu chơn không yêu cầu mà vẫn được ơn trên. Trong kinh Kim Cang có nói: "Sau khi Phật giảng về tu thiền xong, có 82.000 vị Thiên Thần đứng lên tuyên thệ với Phật xin đứng ra bảo vệ người tu thiền cùng gia quyến họ về tài sản và tánh mạng".

35- VẤN: *Vấn đề tình dục đối với người tu Pháp Lý Vô Vi phải làm sao?*

ĐÁP: Không bị cấm đoán, vì bắt diệt dục liền trên thực tế không có ai làm nổi (ngoại trừ trường hợp rất hiếm hoặc người già). Việc tình dục giữa vợ chồng vẫn như thường nhưng với sự điều độ. Sau nhờ công phu (làm pháp luân thường chuyển) sẽ giúp người tu giảm lần lần tình dục với thời gian cho đến khi dứt hẳn, chứ không phải dứt ngang có hại vì dồn ép (refoulement) và không làm được.

Các bạn tu độc thân nên tránh sự giao hợp bất chánh. Việc xuất tinh trong khi ngủ không có hại ([157]). Vị Đại Lạt Ma Rampa có cho biết, quan sát với thần nhãn, sự giao hợp chân chánh, giữa hai người thương yêu nhau, giữa vợ chồng âu yếm, có lợi cho hào quang của hai bên, được sáng rõ thêm. Còn trái lại những sự giao hợp bất chánh tội lỗi, làm cho hào quang hai người tối xậm lại và có hại.

Bạn tu độc thân để giúp chống chỏi tình dục nên làm pháp luân thêm như sau: nằm, ngậm miệng, co lưỡi răng kề răng hai bàn tay thẳng xuôi hai bên thân mình, làm pháp luân thường chuyển (xem cách công phu) và đếm từ 1 đến 12 cái thở (pháp luân) rồi 1 đến 11, rồi 1 đến 10 và v.v...cho đến 1 đến 0.

Người tu nữ, công phu với thời gian sẽ dứt kinh nguyệt (trảm xích long) và người tu nam sẽ dứt hẳn tình dục và quy túc (sát bạch hổ).

---

[157] Cái tinh này do thức ăn mà ra khi đầy thì tất nhiên phải tràn ra ngoài, cũng như việc bài tiết: đại tiện và tiểu tiện vậy.

Thực ra trong giai đoạn đầu, vấn đề tình dục chân chánh và điều độ không có hại cho sự tu thiền và phát triển tâm linh.

Cái tinh (sperme) người ta tưởng lầm là tinh của Tinh Khí Thần chỉ là trược tinh chứ không phải ngươn tinh (của Tinh Khí Thần). Ông Tám có giải theo điển: Tinh là sợi dây điển cái (trong xương) chứ không phải tinh khí (sperme). Mỗi tối công phu, chất tinh (Thanh Tinh) được đem lần lên bộ đầu ([158]).

Cha Trời có dạy không có diệt dục, mà chuyển hóa từ dục trược lên dục thanh.

Về lâu sau, với thời gian công phu luyện đạo người tu sẽ tự diệt hẳn dục([159]) để đi đến giải thoát, vì ái dục là gốc rễ của sanh tử luân hồi (Kinh Viên Giác phiên dịch và lược giải trang 72).

36- VẤN: *Các pháp như:*
- *Kiểm thảo đời đạo*
- *Chưởng hưởng dưỡng khí*
- *Tưởng niệm Đức Phật*
- *Mật niệm bát chánh*

là pháp do ông Tư hay ông Tám đặt ra? Nếu không lầm thì trước kia, khi học Đạo với ông Tư, ông Tám chỉ học được ba pháp là Soi hồn, Pháp luân và Tịnh mà thôi. Xin

---

[158] Cô L. (đã xuất hồn và mở con mắt thứ ba) cho biết ở bộ phận sinh dục có hai luồng điện. Khi nó chạm nhau thì tình dục bị kích thích. Công phu lâu, cái luồng điển này sẽ dang ra xa, và không còn chạm vào nhau được nữa (sẽ hết bị kích thích tình dục)
[159] Diệt dục đây không phải chỉ là ái dục mà còn là tất cả các sự ham muốn (dục vọng).

cho biết công dụng, mục đích và điều kiện khi muốn công phu các pháp trên.

ĐÁP: (nguyên văn lời ông Tám) Các pháp kể trên đều do ông Tư đề ra. Tôi cũng như bạn chỉ học được ba pháp Soi hồn, Pháp luân và Thiền định trong lúc bắt đầu. Còn về bốn điểm kể trên thì nhờ ba pháp kể trên đã hành được đứng đắn rồi thì sự thanh tịnh của nội tâm tự động ý thức được sự sai lầm chính mình tạo ra, rồi mới bắt đầu *"Kiểm thảo đời đạo"* với một chơn tánh cao siêu. Khi bộ đầu hé mở, lúc ấy bộ đầu cảm thấy mát dịu thì bạn bắt đầu *"Chưởng hưởng dưỡng khí"* thì lúc ấy bạn sẽ ý thức được nhiều sự huyền diệu và cảm thấy khỏe khoắn hơn lúc chưa hành pháp này.

"Tưởng niệm Đức Phật" lúc nào rảnh cũng có thể co lưỡi răng kề răng tưởng niệm trong sự thanh tịnh của bộ đầu, pháp này sẽ ổn định thần kinh và định tâm.

"Mật niệm bát chánh" là lúc nào niệm đến đâu thì điển chạy đến đó thì mới niệm được, phép này để giúp cái vía nhẹ và có thể bay bổng lên cao dễ dàng.

37- VẤN: *Về pháp luân thường chuyển, làm thế nào để hít hơi cho đầy bụng đầy rún, có cần hóp bụng dưới rún lại không, vì khó có thể ngăn chận hơi xuống quá rún.*

ĐÁP: (nguyên văn lời ông Tám) Bạn khỏi cần hóp bụng dưới rún, bạn vẫn giữ bụng lớn nhưng trong thâm tâm nói "đầy rún, đầy ngực, tung lên bộ đầu" khỏi cần chú ý quá rún hay không vì bạn không thể nào đem hơi xuống quá rún được, vì bạn chỉ hít có một, chứ không được nín thở và ép xuống đơn điền.

Bạn phải nhớ kỹ phạm vi của lỗ rún nông tròn, chứ không phải phạm vi eo hẹp mà bạn đã lầm tưởng.

38- VẤN: Pháp môn giảng trong cuốn "Phép Xuất Hồn" khi đắc pháp rồi thì như vậy là hết rồi, hay còn đường công phu nào khác cao hơn không? Do ai chỉ bảo?

ĐÁP: (nguyên văn lời ông Tám) Phật pháp vô biên, người tu đắc pháp giữ lấy pháp ấy mà tự tu, tự tiến thì phần hồn mới được tươi đẹp mãi mãi, *từ giới này cho đến giới khác đều có Phật sự dẫn tiến và ảnh hưởng cả.* Bạn đang tu pháp này là thanh lọc luồng điển của phần hồn, nhẹ đến đâu thì được sự thanh cao ảnh hưởng đến đó, *chứ không phải sự dạy bảo như thế gian.*

39- VẤN: Phần "Mơ Duyên Quái Mộng" trong cuốn "Phép Xuất Hồn" nói về công phu gì? Có thể chỉ cho biết chút ít bí mật công phu không?

ĐÁP: (Nguyên văn lời ông Tám) "Mơ Duyên Quái Mộng" là giải thích về hồn và vía mà mọi người hành pháp này sẽ có cuộc gặp gỡ như nhau. Còn về bí mật công phu thì tùy theo căn duyên của mỗi người.

Khi bạn quyết tâm đi tu thì cái vía của bạn được tạm xa cõi động loạn trần gian mà đi học pháp nơi tiên giới như lễ nghi. Phương pháp công phu đơn giản phải ứng phó khi phần hồn là chủ nhơn ông cần dùng tùy theo mức tiến của sự công phu. Cái vía không khác gì một quan võ, cũng như ở thế gian bạn thường được dịp xét thấy khi Tổng Thống định đến đâu thì tất cả các quan võ phải am hiểu những sự việc đã và đang có của nơi địa điểm đã chỉ định, nhiên hậu Tổng Thống mới đến.

Còn ở đời này bạn nên xét gương mặt bề ngoài của con người thì bạn sẽ thấy ngay sự động loạn của phần hồn họ. Khi bạn gặp một người nào đó với gương mặt buồn bực, tối tăm thì bạn có thể nhận định ngay sự ham muốn quá độ và luôn luôn thay đổi của phần hồn đã làm cho cái vía quá bận rộn và bất mãn, cho nên mặt mày không được tươi như những người đã tự động buông bỏ tất cả thế sự tham sân.

40- VẤN: *Tại sao thiền ở nhà cũng được, mà lại có người hay đến thiền đường? Như vậy có lợi gì hơn?*

ĐÁP: Nếu công phu được ở nhà mình thì tốt. Còn nếu công phu ở nhà khó, hoặc làm biếng thì đến thiền đường. Những nơi này có điển rất nhiều, nhờ vậy người tu công phu được nhẹ và ngồi lâu hơn.

Nếu được có nhiều người cùng đồng công phu luôn một lần thì rất tốt, vì thiền tập thể thanh điển hỗ trợ cho nhau. Thường người mới tu nên ngồi trước người cũ và đàn bà nên ngồi trước đàn ông, vì người ngồi sau trợ điển cho người trước.

41- VẤN: *Nghe nói ông Tám phá mây được phải không?*

ĐÁP: Đúng như vậy, ông Tư và ông Tám cũng có dịp làm cho coi.

Nghe nói phá mây thì có vẻ dị đoan và phản khoa học, chứ thực ra không có gì lạ, tu lâu có điển mạnh thì phóng ra có thể làm tan mây (vì mây là hơi nước và rất nhẹ). Thường chỉ làm tan được cụm mây nhỏ vừa phải.

Muốn cho chắc chắn khỏi lầm mây tan vì gió thổi (vì thường gió cũng thổi tan mây nhưng chậm hơn) nên làm lúc lặng gió và trên trời có vài cụm gần nhau. Chỉ định trước cụm mây nào sẽ làm tan trong khi các cụm gần đó còn nguyên để kiểm chứng.

Ông Tám rất hiếm "phá mây" cho coi vì mỗi lần làm, hồn ông ở cao phải xuống thấp nặng ngực và người tu không thích biểu diễn thần thông cho bất cứ ai. Chỉ lâu lâu người nào chăm chỉ công phu ông Tám vui có dịp làm cho thêm tin tưởng.

Chính vợ chồng tôi đã có dịp quan sát tận mắt và kỹ càng, ông Tám phá mây, chỉ độ vài ba giây là tan, khi trời lặng gió, và các cụm khác gần bên không phá vẫn còn nguyên (^{160}).

42- VẤN: *Tại sao cũng một câu hỏi có khi ông Tám trả lời khác nhau hoặc nghịch nhau?*

ĐÁP: Đó là tùy căn cơ trình độ của người hỏi mà ông Tám trả lời, hoặc có khi chỉ trả lời một khía cạnh của vấn đề, hoặc có khi không trả lời thẳng câu hỏi mà dùng điển để giải tỏa thắc mắc hoặc uất khí nội tâm của những người chung quanh (nhờ vậy người nghe hoặc ngồi xung quanh cảm thấy nhẹ nhàng thơ thới) hoặc ông Tám *phá chấp* cho người hỏi.

Cũng nên biết thêm khi ông Tám nói hoặc giải đáp ta thấy mặt và tai ông Tám ửng đỏ là lúc đó linh hồn (chơn nhơn) ông Tám tiếp điển. Trong trường hợp này

---

^{160} Không thể nói rằng vợ chồng tôi bị ông Tám thôi miên vì ông Tám không hề dòm mắt chúng tôi, và không hề biết thôi miên.

không nên cúp lời ông Tám vì nếu cúp, điển sẽ cắt ngang vấn đề đang nói.

Ngoài ra cũng nên biết thêm là không phải lúc nào chơn nhơn của ông Tám cũng nói, hoặc ông Tám luôn dùng đệ tam nhãn. Nếu khi chỉ dùng phàm nhãn như chúng ta, việc đời cũng có thể sai được.

43- VẤN: *Có người tu Pháp Lý Vô Vi thấy hiệu quả tốt quá, muốn cho thân nhân hoặc con cái cũng tu nữa, như vậy có nên ép họ tu không?*

ĐÁP: Việc tu hành không nên bắt buộc ai cả, dù cho là con cái dưới quyền mình.

Điều tốt hết nên làm là nếu có dịp thì giảng cho họ nghe và để khi họ hiểu và nhận thấy cái lợi cùng sự tốt đẹp của tu hành, và nhất là nhận xét nơi kết quả của chính mình làm gương cho họ, thì khi ấy tự ý họ sẽ tin và tu.

44- VẤN: *Khi mở được con mắt thứ ba và xuất hồn được, người tu có nên dùng quyền năng để giúp đời không?*

ĐÁP: Ông Tám khi xưa cũng có giúp vô số người khi ông tu thành công. Thiên hạ đồn rùm lên và đến nhà ông chật ních muốn sập căn gác.

Sau ông thấy làm như vậy không nên, vì người ta đến nhờ cậy cũng không ngoài việc hỏi tương lai, cầu tài lợi, toàn việc trần, trong vòng danh lợi giả tạm, ít có thực tâm muốn tu, và việc tu tiến của ông bị chậm lại. Vì vậy, ông hằng nhắc nhở người tu, nếu thành công đừng làm như ông khi trước, mà nên tinh tấn tu hành tiến thêm mãi. Như vậy không phải ích kỷ, nhưng người tu có thể giúp đời hiệu lực hơn. Giúp tận gốc và giúp cho những người nào muốn tu được giải thoát, được hạnh phúc vĩnh viễn lớn lao hơn trần thế.

45- VẤN: *Sao có người tu thiền không ăn bữa cơm chiều (chỉ ăn ngọ)?*

ĐÁP: Như vậy tốt khuya công phu được nhẹ nhàng hơn. Tuy nhiên, vấn đề không ăn chiều là tùy người. Nếu ăn bữa chiều thì nên ăn đồ nhẹ nhàng, tránh các thức ăn khó và lâu tiêu, thì khuya thiền cũng không bị ảnh hưởng. Nên lưu ý là không nên ăn khuya.

Cũng có người bữa chiều ăn thật nhẹ (như súp, canh...) để tối trước khi đi ngủ, thức ăn tiêu kịp, làm thêm "Pháp Luân Chiếu Minh" ([161]).

46- VẤN: *Người tu thiền có bị mất điển khi đi thăm người bịnh, đi đám ma hoặc nuôi và vuốt ve mèo chó không?*

ĐÁP: Đi thăm người bịnh có thể bị mất điển, nhưng có lợi cho người đau([162]). Tuy nhiên khuya công phu sẽ có điển trở lại.

Đi đám ma nên tránh. Nếu thật cần (như thân nhân ruột thịt) thì nên đến khi xác đã liệm vô hòm rồi thì người tu không bị mất điển.

---

[161] Xin xem cuốn "Thực Hành Tự Cứu".
[162] Các bạn tu hành nghề chữa bịnh (như bác sĩ, y tá, châm cứu...) có đụng chạm với bệnh nhân, bị trược điển của bệnh nhân truyền qua (nên ngâm hai bàn tay vô nước, hít một hơi pháp luân cho đầy bụng, rồi nín thở một chút, thì trược điển theo nước ra hết).

Nuôi nấng và vuốt ve mèo chó, người ta lầm tưởng có hại, mất điển, nhưng chỉ mất từ điển ở bàn tay, không ăn thua gì, nhưng giúp cho con vật (vì điển ta rờ mó hay bắt tay ai cũng bị mất). Phần thanh điển trên đầu của người tu không bị mất đặng.

47- VẤN: *Tại sao ông Tám cho khi công phu có thể mở radio hoặc âm nhạc?*

ĐÁP: Để cho lục căn lục trần nghe, không phá người tu khi thiền và nhờ vậy thiền được dễ dàng hơn. Tốt hơn, nên mở băng ông Tám giảng có thanh điển nên thiền được nhẹ và lâu hơn.

48- VẤN: *Sao có người trong lúc ông Tám nói pháp lại nhắm mắt?*

ĐÁP: Họ thiền định trong lúc gần ông Tám để thâu điển của ông Tám và ông Tám giúp họ, kéo vía họ, hoặc được rút điển trên bộ đầu (mặc dù ta không trông thấy gì được).

49- VẤN: *Tu phải ở đâu, hoàn cảnh nào mới tu được?*

ĐÁP: (Nguyên văn lời ông Tư) Có tâm tu bất cứ chỗ nào chúng ta tu cũng được, nhưng tùy theo cái phương tiện mà ta có thể, chứ không cần phải chỉ định nơi nào chúng ta cũng có thể tu, bất cứ hoàn cảnh nào chúng ta cũng chấp nhận để mà tu.

Tu theo pháp lý thì đi nơi nào cũng có sự giúp đỡ về cái thanh khí điển ở bên trên, không có gì trở ngại hết thảy khỏi lo.

50- VẤN: *Những bạn mới tu, điển còn yếu, khi nhắc tới ông Tư (hoặc ông Tám) thì có linh cảm tới được không?*

ĐÁP: (Nguyên văn lời ông Tư) Cái đó tưởng tới tôi là có sự cảm ứng rồi. Nhưng mà các bạn còn nhiều phức tạp ở bên trong, từ cái vía cho tới cái hồn, bạn tưởng, nhưng mà sự động loạn bạn chưa có khai thông được, như theo pháp soi hồn và pháp luân, bạn thiếu thanh thản, thành ra không thấy cái sự hỗ trợ của tôi vậy.. Chứ còn nhắc tới, thì tôi ở đó chứ đâu...

51- VẤN: *Điển tức là Phật, Phật tức là điển có phải không?*

ĐÁP: (Nguyên văn lời ông Tư) Điển có hai giới: điển của ngũ hành và điển của thanh khí điển. Bất động thanh khí điển, minh tâm điển mới là Phật, thành ra nó có giới có lớp, còn điển cũng như nói điển nó xuất ra chạy, chạy qua chạy lại trên mặt, rần ngứa, cái đó cũng nói là Phật thì không được. Đó là điển của bản thể ngũ hành, còn ở trên kia, điển xuất ra là điển của hồng trần, cũng là thuộc về dưới cảnh Trời. Thoát khỏi bên trên, Trung Thiên sắp lên, mới đi tới Đại định giới, lúc đó là bất động chư điển, thì lúc đó mới đi tới hoàn toàn Phật giới được.

52- VẤN: *Sao sách của ông Tư (như cuốn kinh A Di Đà) lại giải thích khác các kinh sách khác?*

ĐÁP: (Nguyên văn lời ông Tư) Về kinh kệ rất nhiều, những lời giải thích của nó khác, còn nếu giải thích về điển quang thì nó còn khác hơn nhiều nữa...([163])

53- VẤN: *Khi nào thì người tu có thể công phu nhiều giờ hơn như ban ngày chẳng hạn, hay là trước 11 giờ khuya?*

ĐÁP: (Nguyên văn lời ông Tư) Cái lúc mà bộ đầu được rút lên trên đó thì ông hành bất cứ giờ nào cũng vậy. Tuy bạn Lưỡng (tức ông Tám) đi làm, chớ bạn Lưỡng không làm trong hãng đó. Bạn Lưỡng ngồi nói chuyện chớ bạn Lưỡng cũng vẫn đang ngồi xếp bằng ngồi công phu ở bên trên. Bất cứ giờ phút nào bạn Lưỡng cũng cương quyết, cũng như ông về phần hồn, chớ không phải nói về phần xác, thì chừng nào phần điển nó rút bộ đầu đi lên đó, cái đó ông nên làm. Còn cái mà ông đợi cái điển nó giáng xuống đó, cái đó không nên làm. Bởi vì cái điển bên pháp lý nó có giờ: 6 giờ sáng, 12 giờ trưa, 6 giờ tối và 12 giờ khuya.

---

[163] Ta lấy ví dụ như câu: (Lư hương xạ nhiệt pháp giới mông lung" trong kinh A Di Đà. Nếu giảng theo nghĩa đen thông thường thì là cái lư thắp nhang và phát ra hơi nóng. Còn nói về điển quang (vô vi) thì đó là cái luân xa ở trung tâm chân mày, khi luyện đạo, mạch điển này phát ra cục lửa Mô Ni Châu.

Lấy thêm ví dụ chữ "Xá Lợi" thường được hiểu giản dị theo sắc tướng là một chất của xác thân còn lại sau khi thiêu đốt ra tro. Nhưng giảng cao thì Xá Lợi chỉ là Mô Ni Châu, Thánh Thai.

Còn như các chữ : "Trưởng Lão Xá Lợi Phất, 1250 vị Tỳ Kheo" theo lời giảng của kinh sách thường thì là những nhân vật có thật vào thời Đức Phật. Các vị phát huệ, đắc đạo thì giảng đó là ở trong bản thể của ta. Trưởng Lão Xá Lợi Phất đích thật là Mô Ni Châu, Xá Lợi trở thành, và 1250 vị Tỳ Kheo là chúng sanh có thật trong bản thể.

54- VẤN: *Về công phu các pháp (soi hồn, pháp luân, thiền định) làm xong rồi làm lại nữa có được không?*

ĐÁP: (Nguyên văn lời ông Tư) Khi cái môn nào ta làm xong rồi, thì ta chỉ tiếp tục làm môn đó mà thôi không nên lập đi lập lại. Thà là ta tu hết cái môn thiền đó rồi ta nghỉ, ta mới trở lại ta tu bắt đầu trở lại cũng được. Cho nên lập đi lập lại như vậy không được. Bởi vì tại sao? Bạn soi hồn, bạn đưa cái thanh điển xuất phát ra bộ đầu và khai thông phần điển của xương sống, rồi bạn mới làm pháp luân thì âm dương nó tương hội rồi bạn thiền định để cho nó xuất phát. Thì thiền định cho nó đúng mức, thì trong cái mê có cái tỉnh nó mới xuất phát được, rồi bạn ngưng trở lại, thì nó hư hết trọi, cho nên cái môn nào mình làm cái môn nấy cho đàng hoàng rồi mình phải giữ, thà là mình xả làm trở lại được. Bạn có thể làm như thế này, sau này tu cao rồi có thể làm như thế này.

GIẢI ĐÁP THẮC MẮC VỀ CÁC CẢM GIÁC, TRIỆU CHỨNG, HÌNH ẢNH KHI CÔNG PHU

Các cảm giác, triệu chứng, hình ảnh kể ra tiếp đây tùy người tu, không phải ai cũng thấy giống nhau.

Những giải đáp sau đây tôi thâu lượm lại những lời ông Tám giải, để giúp bạn tu khỏi thắc mắc.

Nếu có thắc mắc thêm, thì có thể gặp ông Tám vì nhờ huệ nhãn, nhìn người hỏi, ông Tám sẽ trả lời đúng theo riêng của mỗi người, mỗi căn cơ và trình độ tu luyện.

55- VẤN: *Sao có người công phu thấy có mồ hôi ra?*

ĐÁP: Đó là tốt vì các hàn khí trong người xuất ra.. Công phu một thời gian sẽ hết ra mồ hôi.

56- VẤN: *Công phu thấy ngứa trên mặt, mũi, tai v.v... gãi có được không?*

ĐÁP: Ngứa đây không phải do muỗi cắn, mà là ngứa do trược điển trong người xuất ra. Không nên gãi vì gãi trược điển sẽ hồi trở vô, không tốt.

57- VẤN: *Nếu công phu thấy giữa đỉnh đầu, hay giữa hai chân mày có cảm giác nặng rị, quầng quầng, rút tê hay giật giật là sao?*

ĐÁP: Đó là dấu hiệu tốt, điển đang chạy, các luân xa này hoạt động.

58- VẤN: *Có người tu được một thời gian (có thể 1, 2 tháng hoặc hơn nữa) nghe được điển chạy giữa chân mày khi tới gần ông Tám hay vị nào tu cao, mà sao nơi rạp hát, đám đông hoặc nơi có dán bùa chú cũng có khi thấy điển chạy.*

ĐÁP: Ở rạp hát hay nơi đám đông người hoặc chỗ có tà ma cũng có điển, nhưng là điển trược, còn điển của ông Tám hoặc những vị tu cao là điển thanh (cũng ví như nước dơ và nước sạch đồng là nước). Nơi nào có bùa chú người tu cũng nghe điển chạy ở bộ đầu, vì nơi bùa chú tùy cao thấp cũng có điển do thần hay âm binh.

59- VẤN: *Làm pháp luân có người sao thân người xương sống giựt cụp cụp hoặc thân trên hoặc đầu rung kịch liệt là sao vậy?*

ĐÁP: Đó là điềm có tiến triển, điển tung lên và chưa thông. Công phu một thời gian sẽ thấy hết triệu chứng nói trên.

60- VẤN: *Sao có người ngồi thiền lại xoay tròn hoặc ngã qua ngã lại như ngồi đồng vậy?*

ĐÁP: Không sao cả nếu kềm được thì kềm, còn không thì cứ để như vậy. Người chuyển động như vậy như tập thể thao, ngồi công phu lại được lâu hơn. Cứ công phu một thời gian sau sẽ hết ([164]).

61- VẤN: *Khi công phu có khi trên đầu ngứa như có chí cắn, hoặc tê tê, hoặc có cảm giác tăng tăng, mát... Hoặc ở trên mặt mũi cằm có khi thấy như kiến bò?*

ĐÁP: Đó là dấu hiệu tốt, điển tụ lên bộ đầu. Nhớ cứ để yên đừng rờ tay lên, và tiếp tục công phu.

62- VẤN: *Sao có người có lằn nứt xương ở phía bộ đầu hoặc ở giữa hoặc hai bên trán, hoặc ở giữa đỉnh đầu?*

ĐÁP: Có người sanh ra đã có sẵn do sự cấu tạo của xương đầu, hoặc do kiếp trước có tu, do tai nạn hay do suy nghĩ nhiều, hoặc do công phu luyện đạo làm nứt xương.

---

[164] Có bạn mới tu, bị lắc như lên đồng và sợ bị nhập. Xin yên trí, không phải và không thể bị nhập được.

Nếu công phu nứt ở sau đầu thì thấy ma. Nứt phía trước trán thì tốt hơn, không thấy ma và được minh hơn. Thường công phu nứt phía sau hoặc phía trước rồi đi lần lên nứt ở giữa đỉnh đầu ([165]). Khi nứt đến giữa đầu sẽ nghe 3 tiếng nổ lớn, đó là khai được Thiên Môn và hồn được tự do tạm, xuất nhập ra khỏi bản thể.

63- VẤN: *Nếu xương đầu nứt ở phía sau ót thấy ma có sợ và nguy hiểm không?*

ĐÁP: Không sao cả người tu được chỉ co lưỡi răng kề răng tiếp tục niệm Phật thì ma ([166]) bỏ đi không thấy nữa. Hơn nữa luôn có minh sư theo dõi người tu về mặt vô vi, người nào nhát chưa quen sẽ được giúp đỡ không cho thấy. Có một em bé gái, em H. tu Pháp Lý Vô Vi công phu xương sau đầu nứt và thấy ma luôn. Ban đầu em sợ nhưng được ông Tám chỉ dạy và em hết sợ, có khi em xuất vía, em còn dám đấu phép với ma quỷ nữa.

64- VẤN: *Còn như công phu thấy có chấm sáng lóe lên như sấm chớp rồi mất thì sao?*

---

[165] Tại sao công phu, xương đầu bị nứt ? Nếu giảng theo khoa học thì như sau : các bạn tập tạ theo phương pháp Mỹ "Weider" đều biết khi tập đứng trước tấm gương và dồn tư tưởng vào bắp thịt nào muốn cho nẩy nở. Làm như vậy máu sẽ dồn tư tưởng lại chỗ đó và làm nẩy nở thêm các tế bào của bắp thịt và làm bắp thịt to ra. Thiền cũng tựa như vậy tập trung tư tưởng lên bộ đầu, máu dồn lên nhiều nơi tập trung lâu cũng nở to ra và vì vậy xương bị nứt theo.
[166] Nếu ta hiểu ma là gì, thì ta không còn sợ nữa. Ma cũng chỉ là linh hồn như ta. Nếu ta không tu, khi bỏ xác, thì cũng thành ma.

ĐÁP: Đó là nhờ công phu, trái tim được hé mở chút nên thấy như vậy. Sau này mở được luôn, nhắm mắt công phu sẽ thấy sáng trưng như đèn măng sông ([167]).

65- VẤN: *Tại sao có người dạy thiền (các nơi khác) lại bảo thấy ánh sáng, hoặc hình ảnh gì, hoặc thấy mê thì phải xả thiền đừng cho thấy nữa?*

ĐÁP: Những người tu mà thấy ánh sáng hoặc thấy mê mà không có minh sư chỉ dẫn hoặc theo dõi về mặt vô vi (như những người tập theo sách, những người học thiền của những vị chưa phát huệ hoặc chưa thành công) thì có thể nguy hiểm lạc vào tà ([168]) dẫn dắt, nhưng với Pháp Lý Vô Vi có ông Tám là một vị Minh sư, người tu yên chí không có gì là nguy hiểm, vì ông Tám luôn luôn biết trước được sự tiến triển tâm linh của người tu, cùng theo dõi chỉ bảo họ.

Chính trạng thái thấy ánh sáng mà sau tạo thành Mô Ni Châu rồi thành Thánh Thai mới xuất hồn được.

Trạng thái mê khi ngồi thiền cũng rất quý vì khi ấy các giác quan phàm tục mờ đi, siêu giác quan mới xuất hiện. Để giúp bạn tu hiểu thêm về trạng thái mê và thấy ánh sáng xin xem dưới đây trích trong các pháp môn tu khác:

Phái Chiếu Minh - Cao Đài Vô Vi: Trong "Đại Thừa Chơn Giáo" (trang 119) Đức Ngọc Hoàng Thượng Đế có dạy:

"Ngồi nằm kiếm chỗ im lìm

---

[167] Hiện ông Tám và cô L. đã xuất hồn, đến giờ công phu mỗi đêm thì bộ đầu sáng rực như đèn hàn sút-đuya.
[168] Tức Thiên Ma.

Lúc mê giấc ngủ lim dim xuất hồn"

Phái thiền do Tổ Đạt Ma (trong "Đạt Ma Bửu Quyện" trang 33):

...Ráng gẫm mơ màng thấy bửu quang...

Vị Đại Lạt Ma Tây Tạng L. Rampa trong cuốn "Chapter of life" (Giai đoạn của đời sống) có nói (trang 156): Thiền mà mê đi là một trạng thái nguy hiểm cao độ nếu người tu, trước hết không có sự dẫn dắt của người có khả năng" ([169]).

Về phương diện khoa học, cuốn "L'hypnose" (Thôi miên) của Bibliothèque Marabout (trang 75) có nói về trạng thái mê: "Sự tập trung tư tưởng làm cho ngủ đi phần lớn lớp vỏ của óc não ([170]) tức vị trí của ý chí và tri thức. Trạng thái mê nói trên, đúng ra là nửa mê nửa tỉnh, nhưng sau khi thiền xong, cũng có lúc đi vào trạng thái trên, và được ông Tám cho thấy, hiện đến dạy bảo, hoặc kéo hồn vía đi các nơi như cõi trần, cõi Trung giới hay Bồng Lai Tiên cảnh... Lúc tỉnh dậy, có người nhớ ít nhiều, hoặc không nhớ tùy theo công năng tu tập được thanh ít nhiều. Tất cả những người tu Pháp Lý Vô Vi dù gặp hay chưa gặp mặt ông Tám, dù ông Tám có biết địa chỉ hay không, đều được ông Tám xuất hồn đến giúp đỡ ([171]).

---

[169] The trance state is a highly dangerous state unless one first practices under capable supervision.

[170] La concentration amène l'endormissement d'une grande partie de l'écorce cérébrale (écorce cél: siège de la conscience et de la volonté).

[171] Mỗi khi người tu nhắc đến ông Tám, là ông Tám nghe và thấy liền hình người tu trước mặt (như Tivi). Ông Tám thường dùng điện

66- VẤN: *Tại sao lại có trạng thái mê đi trong lúc thiền định?*

ĐÁP: (Nguyên văn lời ông Tám) Trong lúc thiền định mà được mê là luồng thanh điển của phần hồn đã vượt khỏi sức hút của luồng điển hồng trần thế gian, ta được nghe những tiếng động của thế gian nhưng nội tâm không bị diêu động.

67- VẤN: *Muốn đạt đến trạng thái mê này thì phải qua những giai đoạn nào?*

ĐÁP: (Nguyên văn lời ông Tám) Phải cố gắng công phu thực thi cho kỳ được ba pháp kể trên, khai thông luồng điển của bộ đầu mới đạt tới trạng thái trong cái mê mà có cái tỉnh, nghĩa là ta không đá động gì đến sự diêu động của thế gian, nhưng ta được biết rõ rệt sự đi và về của phần hồn.

68- VẤN: *Sao có người tu mới hít một hay vài cái pháp luân đã mê đi?*

ĐÁP: Trạng thái đó rất tốt, công phu mà mê đi, đến khi tỉnh lại thì có thể một hai giờ đã qua. Cái vía được xuất đi trong lúc mê, và khi tỉnh lại, người tu nhớ hoặc không (tùy người) ([172]).

(tư tưởng) đáp lại. Người tu nhận được hay không là do tu tập đến mức chưa.

[172] Cô L. có cho biết khi xuất rồi nhớ nhiều hay ít hay không nhớ là do 24 đốt xương sống đã thông hết hay thông nhiều hoặc ít hoặc chưa thông. Người có thần nhãn dòm sẽ thấy đốt xương sống nào thông được trong sáng, chứ không tối.

69- VẤN: *Trạng thái thấy ánh sáng đủ màu sắc, điển tập trung tại chân mày rồi xoáy bong ra, trạng thái này là do công phu soi hồn hay thiền định?*

ĐÁP: (Nguyên văn lời ông Tám) Do sự thực thi của tất cả ba pháp soi hồn, pháp luân và thiền định.

a) Soi hồn là tập trung luồng điển Tinh Khí Thần của bộ đầu.

b) Pháp luân là thanh lọc luồng điển của ngũ tạng.

c) Thiền định là phẳng lặng và phân minh.

Lúc thiền định mà được thấy ánh sáng xoáy bong ra là ta đã thu lượm được một phần thanh điển Mô Ni Châu của phần hồn, cố gắng công phu thì luồng điển ấy sẽ được tập trung càng ngày càng thanh và lần lần bay xa hơn, đó là phần hồn của hành giả được thoát ly khỏi bản thể, được biết nhiều chuyện huyền diệu, chưởng dưỡng luồng thanh điển ấy cho đến lúc đầy đủ mặt mày tay chân như bản thể thế gian, nhưng nhỏ và thanh diệu hơn.

70- VẤN: *Mô Ni Châu, Thánh Thai là thế nào?*

ĐÁP: Khi công phu, có người thấy ánh sáng như ngọn đèn 10 watt (trong khi nhắm mắt, tắt đèn) hoặc sáng hơn, hoặc có nhiều màu (có người tưởng lầm là ánh sáng bên ngoài nên mở mắt ra xem nhưng không thấy) đó là Mô Ni Châu dưới hình thức yếu hoặc mạnh do điển khi công phu xuất ra ở giữa hai chân mày.

Khi nào thấy được Mô Ni Châu, đừng nên mừng hoặc trông mong hôm sau sẽ thấy nữa, vì như vậy sẽ không thấy vì còn vọng động (sách có nói "biển cho lặng thì minh châu mới phát" là chỉ phải thanh tịnh mới được).

Nên nhớ thấy ánh sáng ở ngay trước mặt thì tốt, vì là chánh, còn nếu thấy ở hai bên tuyệt đối không nhìn và lưu ý vì đó là do bên tà dẫn dắt.

Sau này công năng tu tập đầy đủ sẽ thấy trong Mô Ni Châu có cái Thai (gọi là Thánh Thai) ([173]). Thai này sẽ lần lần phát triển đủ tay chân, mình mẩy đó là hồn được thoát ra bản thể và người tu xuất được.

71- VẤN: *Sao thiền thấy Mô Ni Châu rồi sau có thể mất không thấy nữa không?*

ĐÁP: Mất là vì do vọng động, không thanh tịnh, hoặc trong ngày đó có tư tưởng hay hành động gì trái đạo như nóng giận, tham v.v... vì vậy người tu đã thấy Mô Ni Châu cần phải gìn giữ các hành động và tư tưởng của mình luôn được chân chánh.

72- VẤN: *Mở các luân xa có bắt buộc phải mở lần lượt khởi đầu từ "trung tâm chân mày" cho tới hết theo nghĩa "Nam Mô A Di Đà Phật" hay không? Hoặc có thể trung tim bộ đầu trước rồi mở trung tim chân mày sau được hay không? Nghĩa là không lần lượt gì cả, luân xa nào thuận tiện thì mở, đúng hay sai? Tóm lại, tôi chỉ hỏi thật rõ*

---

[173] Sự tiến triển của Thánh Thai như sau: Trước tiên, nhờ công phu luyện đạo, gom hà sa lên bộ đầu. Về sau, sẽ thành Mô Ni Châu (có tên Trưởng Lão Xá Lợi Phất). Mô Ni Châu già sẽ thành Xá Lợi. Tu luyện thêm Xá Lợi sẽ lên chức phẩm Xá Lợi Phật (tức Thánh Thai).

ràng về phương pháp tu thiền định bắt đầu và kết liễu như thế nào?

ĐÁP: (Nguyên văn lời ông Tám) Phải theo thứ tự, trước hết phải mở trung tim chân mày vì đó là mách điển, khai thông được mách điển trung tâm chân mày, nhiên hậu mới lần lượt mở theo thứ tự luân xa Nam Mô A Di Đà Phật vì nó không thể mở luân xa không có điển quang trợ lực ([174]).

Phương pháp này dành riêng cho những người có công nghiên cứu và thực tập, nếu không minh đạo, cũng sẽ được sức khỏe khả quan, giới nào cũng luyện được chỉ trừ ra những người lười biếng thì vạn sự bất thành.

73- VẤN: *Nếu nghe o o bên tai trong hay ngoài lúc công phu thì sao?*

ĐÁP: Thường công phu thời gian khá (một năm hay hơn) người tu có khi nghe o o (dài cỡ năm ba giây bên tai, khác với tiếng ù tai). Đó là đã có tiến triển, nghe được điển của ông Tám nhắc đến người tu hay của ông Tư hoặc vị Tiên nào đi ngang gần người tu. Về sau tu lâu, người tu còn có thể liên lạc với ông Tám bằng thần giao cách cảm nữa.

74- VẤN: *Khi nghe nổ như tiếng súng sáu trên đầu khi công phu hay khi ngủ là sao?*

---

[174] Ông TÁM mỗi khi niệm Phật, thì ở Hà Đào Thành có tiếng như tim đập tức dời được tâm lên bộ đầu thì được thanh thoát việc trần và giữ được tâm không.

Ông TÁM có kể cho nghe đến ngày sinh nhật của ông, ông thấy vào giờ sanh, vô số sao sáng quanh người ông.

ĐÁP: Đó là do trược điển xuất lên gặp thanh điển nên gây ra tiếng nổ.

75- VẤN: *Có người đang thiền thấy có người dòm mình là sao?*

ĐÁP: Có thể đó là Thổ Thần hoặc vị nào gần đó đứng xem người tu hoặc đến ủng hộ họ. Nên nhớ kỹ, dù thấy ai cũng vậy, nhớ luôn luôn co lưỡi niệm Phật và đừng sợ.

76- VẤN: *Sao có người làm pháp luân thấy bộ đầu sáng chói chang?*

ĐÁP: Rất tốt, đó là hà sa, sau này gom lại sẽ thành cục sáng trước mắt (khi ta nhắm mắt).

77- VẤN: *Ngoài cảm giác triệu chứng đã hỏi ra còn có cảm giác triệu chứng nào nữa không?*

ĐÁP: Có và tùy từng người tu, có khi không giống nhau. Xin kể ra dưới đây các cảm giác, triệu chứng v.v... chưa nói đến:

- Ngồi công phu thấy nước mắt, nước mũi chảy: dấu hiệu tốt, rửa gan và óc.

- Người tu không thích nghe nói chuyện đời, chuyện áp phe, chính trị, không thích đọc báo... vì thấy nặng và thích nói chuyện đạo không chán vì thấy dễ chịu hơn... đó là có tiến bộ.

- Tu lâu có người thấy nước miếng ngọt như nước cam lồ.

- Có người tu cao, khi nói pháp có khi thấy mùi trầm tỏa ra (đó là còn trong Thánh giới).

- Có cảm giác nhức đầu, hoặc ê khi tắm thấy mát lạnh trên bộ đầu. Những dấu hiệu đó chúng tỏ có kết quả, xương bộ đầu nứt mở.

- Công phu thấy khô cổ, ai cũng thấy vậy, vì điển rút lên trên nên khô cổ.

- Có người nghe tiếng nói bên tai, có người nghe gõ mõ tụng kinh trên đầu. Trong các trường hợp này, đừng để ý, cứ tiếp tục công phu và co lưỡi niệm Phật.

- Có người nhắm mắt công phu, thấy Phật hiện, xin đừng tin, vì có khi ma giả. Hãy co lưỡi niệm Phật và tiếp tục công phu.

- Tu lâu, sau này khi nhắm mắt, dòm ra thấy hai chấm cũng như móng trời, ban đầu ở bên trên hơi đen đen, sau đỏ, xanh, màu vàng lợt, đó là luồng điển của ông Tư cho thấy.

- Có người thấy ù hết hai bên tai trước cũng như sau khi công phu. Đó không phải là triệu chứng của bên pháp lý, mà triệu chứng do gan nóng, khi đả thông đàng sau xương sống. Uống nước mát cho cái gan nó mát thì không còn ù tai nữa.

- Người nào mới tu, mà lúc công phu thấy tê lạnh bộ đầu hoặc cứng tay chân, hay thấy tê như điển chạy từ trên đầu xuống dưới lưng, thì nên hỏi kỹ ông Tám vì e bị ngoại xâm, tại khi chưa tu có xài bùa ngải hoặc cầu tha lực bên ngoài phù hộ.

- Có người thấy bên ngoài, không phải chính giữa chân mày, cục sáng có khi có màu khác nhau: đó là điển của khối ngũ hành cho thấy.

Ông Tám, ông Tư hay vị bên Tiên nào giúp người tu kéo điển cho dễ mở bộ đầu sau này (175).

- Có người thấy bên ngoài, không phải ngay giữa chân mày, cục sáng có khi có màu khác nhau, đó là điển của ngũ hành cho thấy (không quan hệ), cứ co lưỡi niệm Phật.

- Có người mới tu mà nghe o o bên tai (176), nhờ làm pháp luân khai thông hỏa can, đang giải trược khí của lá gan. Hãy cố gắng tiếp tục thì tánh nóng và hờn giận sẽ hết.

- Có người mới tu, lúc soi hồn hai ngón tay cái bị nóng: là do luồng điển của ngũ tạng chưa được điều hòa. Làm pháp luân thường chuyển khai thông uất khí ở bên trong, thì hiện tượng này sẽ biến mất.

- Có bạn mới công phu thì thấy nóng đầu và nhức đầu luôn mấy ngày (nếu bỏ công phu thì hết bị): tại làm pháp luân quá mạnh, mới có hiện tượng trên. Phải hít từ từ nhẹ nhẹ, trí ý tập trung ngay xoáy óc trung tim bộ đầu, độ vài tuần thì sẽ thấy điều hòa trở lại.

- Có người mới tu, soi hồn mí mắt cứ rung rung: tại thần kinh còn yếu, cứ tiếp tục soi hồn một thời gian (cỡ 6 tháng sẽ hết).

---

175 Tu một thời gian được nhẹ, nhiều bạn tu (dù ở xa xôi) đều có chứng được điển rút lên bộ đầu.

176 Những người đau thần kinh (không có tu), thường khi uống thuốc ngủ và dùng nước ít, cho nên gan bị nóng, luồng trược điển ấy xông lên cũng nghe o o, khác với người tu về pháp lý nghe tiếng o o thanh nhẹ, tùy theo lúc ứng chiếu của những phần thanh điển thích hợp ở bên trên.

- Có bạn mới công phu, thấy nóng ở phần dưới thân mình (dưới ngực): Nên làm pháp luân trước, rồi mới soi hồn sau. Nhớ hít nhè nhẹ.

- Có bạn mới công phu, nghe có mùi vị (ví dụ như trái sa bô chê, mùi rượu, mùi thuốc... hay nghe gió mát trên mặt mà không phải là gió). Đó là ở trong ngũ tạng xuất phát (không phải do bên ngoài) do công năng công phu của hành giả tiến đạt, hãy cố gắng tiếp tục công phu đến khi thanh điển tập trung nơi bộ đầu sẽ hết...

Các bạn tu muốn được giải đáp thêm hoặc có những thắc mắc nào khác, hãy đến gặp ông Tám, sẽ trả lời cho từng người tùy theo căn cơ và trình độ tu tập.

LỜI DẠY CỦA ÔNG TƯ

Nhân dịp cuối năm cũ và đầu năm Quý Sửu (1973), ông Tư có xuống nói chuyện với các bạn tu, qua ông Tám. Cuộc nói chuyện này do "Tâm tâm tương ứng" (177) chứ không phải nhập xác. Tôi xin mạn phép trích và tóm lược để giúp cho quý bạn tu được lưu ý (178).

- Ông Tư có nói "không đồng ý tổ chức bất cứ một cuộc hội họp nào trong một tổ chức kẻ trước người sau, mà chúng ta đồng hạng bạn đạo, kẻ lớn người nhỏ có quyền trao đổi để đánh đổ tự ái nội tâm và thực thi từ bi bác ái".

- "Chúng ta cần cái gì trước hết, cần cái hoà bình nội tâm nhiên hậu đón tiếp cái hoà bình của ngoại cảnh..."

- Ông Tư khuyên bạn tu "không nên mê tín, mê muội mà tu. Phải nghiên cứu hành pháp và tiến lên trên..."

- "Tôi cũng mong ước các bạn hết sức cố gắng đi đến một con đường giải thoát tất cả những phần hồn ở thế gian còn bị giam hãm. Chúng ta không có phân chủng tộc, không phân màu da, nhưng mà cái pháp lý này nó sẽ làm phát triển tất cả, như tôi đã nói, vào năm 2001 cả thế giới đều có biết cái pháp vô vi. Về thành

---

[177] Tâm tâm tương ứng là phần hồn của ông TÁM đứng lên trên và cái tâm của ông TƯ ứng với tâm của ông TÁM, thì tự nhiên truyền bá xuống thế gian nói chuyện ngay với người thế gian được.
[178] Lời của ông Tư có điển nên tôi giữ nguyên văn.

phần trí thức không mê tín người ta sẽ tìm hiểu cái phương pháp công phu mà đi đến..."

- "Tôi chịu phụ trách phần thiêng liêng cho các bạn, nếu các bạn có lòng tu. Tôi không bao giờ xa các bạn được".

- Ông Tư khuyên bạn đạo "bạn phải tấn công ông Lưỡng (ông Tám) nhiều đi, nói chuyện với ông Tám nhiều rồi nó sẽ cởi mở. Bạn phải đứng ngang hàng với ông Tám nói chuyện, đừng sợ sệt gì hết..."

- "Phật không bao giờ hộ phò mình được, chính mình phải tiến triển đi lên..."

- "Trước khi chúng ta muốn ảnh hưởng người khác, chúng ta phải đạt một cái gì quý báu..."

- "Không nên nuôi dưỡng con tim bằng thịt, mà lấy cái trung tim điển quang bộ đầu, cũng như cái hình của Đức Phật có hào quang, đó là tượng trưng cho Phật pháp, cho nên chúng ta phải đi ngay trên đó, chớ không đi trong trung tim bằng thịt nữa..."

- (Nói với những bạn tu có vợ chồng) "Ở thế gian ta là vợ chồng nhưng tu rồi ta là bạn đạo, cho nên vợ chồng được tu, sau này được giải thoát khỏi cái kiếp tù tội ở thế gian".

- Các bạn đã tu trước có gặp những nghịch cảnh và hiện tại cũng vậy, có người cũng gặp nghịch cảnh mà họ vượt qua, họ cho thế gian đô thị giả, tất cả là giả tạm, chính bản thân của mình cũng là giả, không có gì đáng phải suy nghĩ, đáng phải lo lắng, cũng như cái bài sấm của tôi nói: "Tu đừng sợ nghèo, tu đừng sợ khó, tu đừng ôm ấp những sự phiền não, sái quấy mới tiến lên được..."

"Chính bạn Lưỡng còn phiền não gấp mấy lần người ta, nhưng mà ngày nay bạn Lưỡng không có biết cái gì hết, trở nên một người vô tư cũng như một tiên đồng, không chấp ai, không giận ai, không hờn ai. Cho nên các bạn nghe lời nói của bạn Lưỡng thì các bạn thấy thâm tâm nó nhẹ nhàng. Đó là bạn Lưỡng đã cố gắng đánh đổ những phức tạp của nội tâm, nên bạn Lưỡng mới có ngày nay".

-"Tôi muốn mong sao hoàn toàn tự do độc lập của mỗi người, cởi mở lấy họ, tự cách mạng lấy họ. Muốn cách mạng đại cuộc, phải tự cách mạng cái tiểu cuộc của mình trước cái đã. Cái tiểu thiên địa của mình eo hẹp và chứa đầy phàm tâm tham, sân, si, hỉ, nộ, ái, ố, dục mình không sửa thì ai sửa cho mình? Mình muốn hòa bình với ai? Hoà bình với người có nội tâm hòa bình, không phải hòa bình với người có nội tâm sát phạt. Cho nên đây chúng ta là người đi trong cái chơn chánh cách mạng bản thể, khai thông lấy mình, tự cai trị lấy mình, vượt sức hút của hồng trần để đi lên trên, dìu dắt tất cả lục căn lục trần ở trong bản thể..."

-"Người nóng nó dễ tu chớ không phải khó tu, không có khó... tôi trước kia cũng nóng lắm, nhưng mà khi mình cương quyết rồi, mình bất cần một cái gì hết, thành ra nó không có vọng động. Nhiều khi ông bạn nóng, ông bạn cũng bất cần một cái gì hết, nắm cái bất cần đó mà đi nó sẽ tới bằng sự thật..."

-(Dạy bạn tu phá chấp trong việc cho biếu quà) "Khi mà mình cho đó là mình chấp, mình sợ đối phương người ta chấp mình, làm sao mình tiến gần người ta được? Cho nên các bạn ở trong cái tình thương của Trời

Phật, không có ai cho ai cái gì hết, mới là tu, trừ khi nghèo, người nào nghèo...(Ông Tư dặn nếu bạn tu muốn cho đồ ông Tư hoặc ông Tám thì cứ đem cho người nghèo, tức là cho ông Tư hoặc ông Tám đó).

- "Mình chấp nhận được cho người ta phá quấy, mà cái tâm mình không động thì mình mới là người tu, còn nếu họ phá quấy mà cái tâm mình động, mình chưa phải là người tu..."

CÁC LUÂN XA KHI ĐƯỢC KHAI MỞ ([179])

(Trích "Khoa Học về Linh Thi" (La Science de la Voyance) của Đ.Đ.G. Hodson (bên Thông Thiên Học có thần nhãn và xuất vía.)

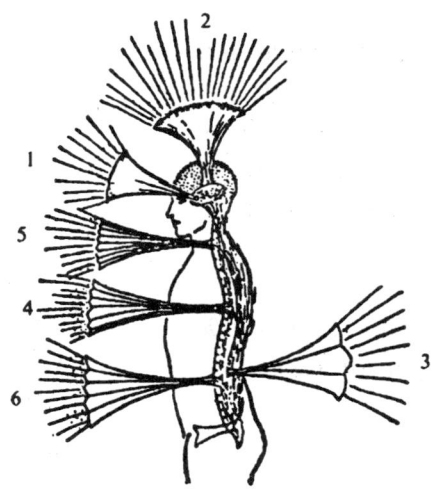

Luân Xa 1 trùng với điểm Pháp Lý Vô Vi niệm chữ NAM.

Luân Xa 2 trùng với điểm Pháp Lý Vô Vi niệm chữ MÔ.

Luân Xa 3 trùng với điểm Pháp Lý Vô Vi niệm chữ A.

Luân Xa 4 trùng với điểm Pháp Lý Vô Vi niệm chữ DI.

Luân Xa 6 trùng với điểm Pháp Lý Vô Vi niệm chữ PHẬT.

Xem phần "Thực Hành Vấn Đáp" số 26.

Riêng Luân Xa 5 khác, Pháp Lý Vô Vi niệm chữ ĐÀ (phát quang khắp các lỗ chân lông).

---

[179] Tức Đắc Lục Thông.

(1) *Trung tâm bộ đầu* có nhiều tên khác (tùy pháp môn tu) như : Hà Đào Thành, Thượng Đơn Điền, Huyền Quang Khiếu, Nê Hườn Cung, Côn Lôn Đảnh, Thiên Môn....

(2) *Trung tâm giữa hai chân mày* (còn được gọi với tên Ngươn Môn, Tam Tinh, Trung Đơn Điền, Mách điển hỏa luân xa...

(3) (4) *Hình đường đốc mạch và nhâm mạch.*

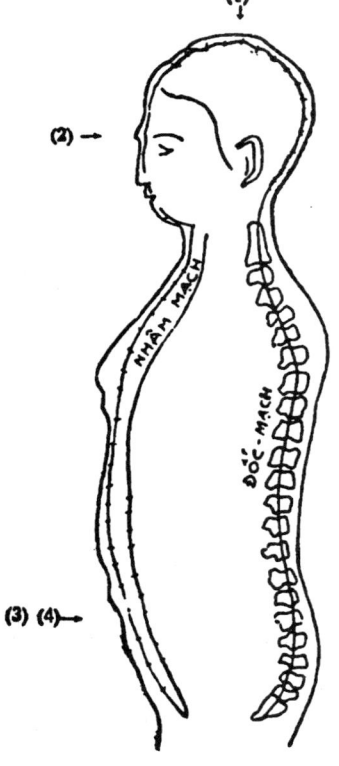

Ông TƯ hay nói đến trong quyển " Đời Đạo Song Tu" và "Phép Xuất Hồn" (trong bản thể có trăm mạch, phép thở làm cho hai mạch chánh (đốc mạch và nhâm mạch) được thông thì tất cả các mạch khác cũng thông theo).

Làn Sóng Điện của Óc Não
(Onde Alpha hay Beta)
(theo Khoa Học Duy Vật - trích báo LIFE)

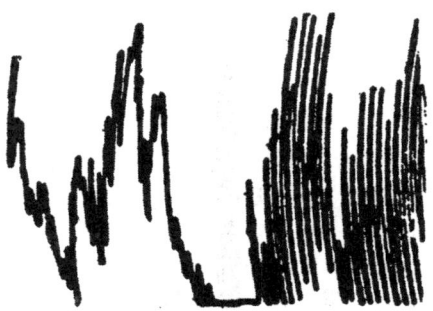

Làn sóng bên trái ít rung động, là của người thường (không có thiền).	Làn sóng bên phải rung động nhiều là của những người có thiền (các nhà bác học đo làn sóng não của các Thiền Sư bên Nhật).

Ông Tám cho hay tu Pháp Lý Vô Vi làn sóng não rung động nhanh hơn trên hình này nhiều.

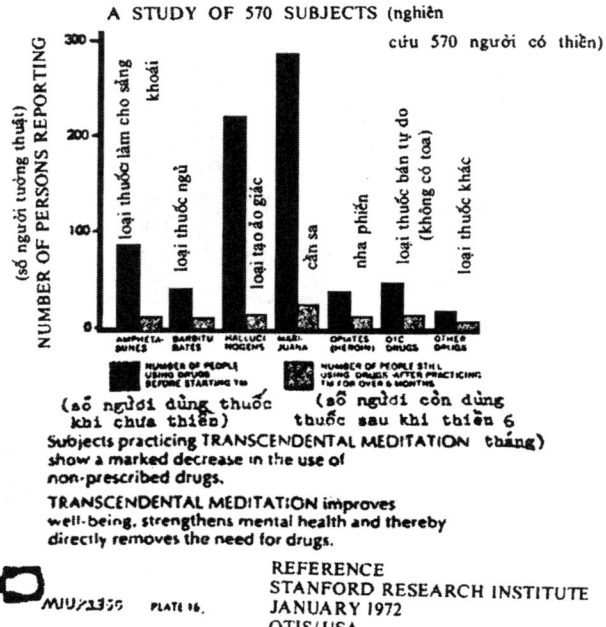

REDUCED USE OF
NON-PRESCRIBED (Bớt dùng thuốc men)
DRUGS

A STUDY OF 570 SUBJECTS (nghiên
cứu 570 người có thiền)

Tài Liệu của Viện Nghiên Cứu STANFORD (Huê Kỳ)

Cho thấy người có thiền bớt dùng thuốc men. Thiền giúp phát triển sức khỏe, làm mạnh tinh thần và trực tiếp giúp bỏ nhu cầu dùng thuốc men.

Sơ Đồ Tiểu Thiên Địa

(Lục Tổ Huệ Năng)

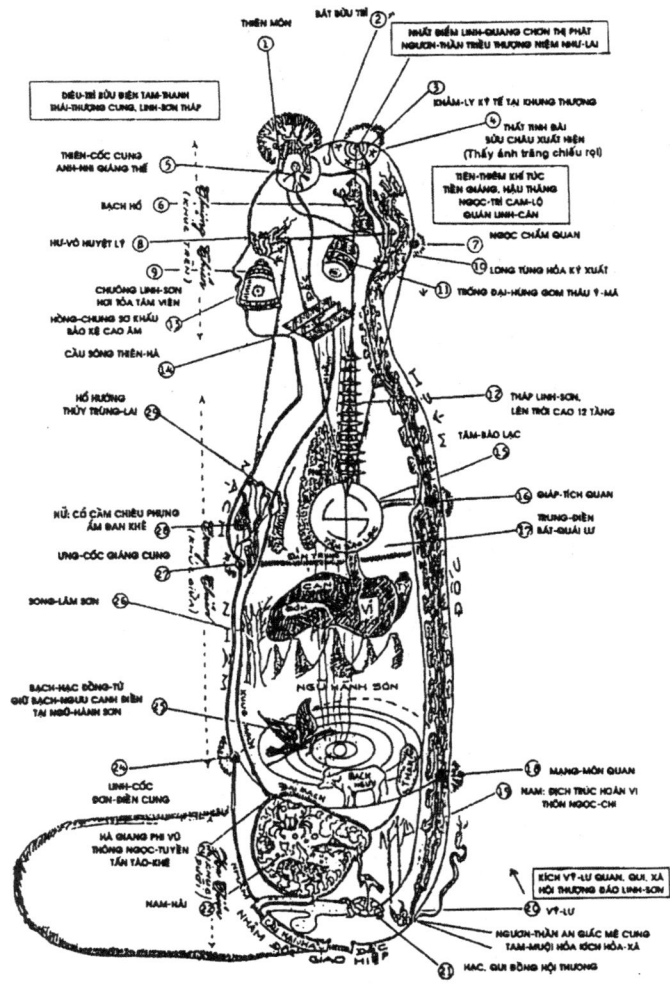

CÙNG CÁC BẠN TU Ở XA

Chúng tôi thường ngày có nhận được thư (hỏi sách, hỏi về cách thức công phu, về các hiện tượng thấy khi công phu) của nhiều bạn ở các tỉnh, ở ngoại quốc...

Có lắm bạn, tuy chưa hề gặp mặt ông Tám hay đến thiền đường, coi theo sách và tu hành lấy một mình, mà cũng có kết quả khả quan mau lẹ như: sức khỏe gia tăng, nhiều bịnh lâu năm giảm bớt hoặc lành hẳn, có bạn thấy được Mô Ni Châu, có bạn xuất được vía nữa v.v...

Nhiều bạn cố tâm tìm đạo và có ý chí công phu thật đáng phục. Sau đây tôi xin có ít hàng gửi cùng các bạn ở xa:

a) Với những bạn mới tu, nếu lần đầu tiên, không có ai chỉ cho, có thể coi theo sách làm lấy, rất dễ, nhưng các bạn nên lưu ý về hai phép "Soi Hồn" và "Pháp Luân" nếu không coi kỹ hay bị làm trật.

b) Phép Soi Hồn: Có bạn để ngón tay giữa trên con mắt, như vậy không đúng (có thể bị nhức đầu) mà phải để ở mí dưới mắt, ngay trên vành xương của lỗ con mắt. Ngón tay cái đút vô bịt lỗ tai cho kín. Ngón tay trỏ chận trên đường gân chẻ đôi, ở đuôi mí tóc chỗ màng tang, các bạn lấy gương sẽ thấy rõ đường gân này. Hoặc có thể cắn mạnh hai răng hàm (một bên má) thì sẽ thấy bắp thịt chuyển động ở chỗ có đường gân này.

c) Pháp Luân: Khi đang hít vô, các bạn chỉ cần dùng ý chí ra lịnh trong thâm tâm: "đầy rún, đầy ngực, tung lên bộ đầu" và đừng dẫn tư tưởng theo hơi thở. Tại sao phải nói trong thâm tâm như vậy? Để cho hơi không xuống thấp quá dưới rún (đụng luân xa ở hạ đơn điền, tập luân xa này có khi bị hại) và hơi thở sẽ tự động đi như lịnh mình nói. Các bạn nhớ đừng dẫn tư tưởng đi theo hơi thở và đừng ngưng, nín hơi thở.

d) Nếu các bạn tu với mục đích cho sức khỏe, cho có tự chủ, cho tâm hồn an lạc, thì sự gặp gỡ ông Tám không cần thiết, chỉ cứ hành là đạt được. Còn nếu các bạn tu với mục đích Đạo Pháp và giải thoát, các bạn cần tiếp xúc với người truyền pháp (tức ông Tám) để được chỉ dẫn thêm, cởi mở thêm, được phá chấp phá mê... đặng tiến mạnh trên đường Đạo. Nếu vì ở xa, sự di chuyển khó khăn tốn kém, các bạn có thể liên lạc bằng thư với chúng tôi, để giải đáp nếu có thắc mắc, hoặc nhờ thu băng các bài thuyết pháp của Cha hoặc ông Tám về nghe để học hỏi, mở trí thêm.

e) Sau hết, nếu các bạn nào công phu thấy có hiện tượng, triệu chứng gì mà chưa hiểu, thành ra nghi ngại hay sợ sệt, và trong khi viết thư hỏi chúng tôi và đợi - có trả lời - các bạn đừng ngưng công phu mà nên tiếp tục như thường. Các bạn nhớ là bất cứ công phu thấy hiện tượng, triệu chứng gì, mà các bạn lo sợ, nghi ngại, thì các bạn lập tức co lưỡi (đụng chân răng trên) răng kề răng, niệm Phật trong trí, ngay tại Hà Đào Thành. Làm như vậy là các bạn được bảo vệ và an toàn và cứ tiếp tục công phu, đừng xả thiền. Tại sao phải làm như vậy? Các bạn răng kề răng, giúp đóng khớp xương sau đầu, cản mọi ảnh hưởng tà xâm nhập các bạn. Niệm trên đỉnh đầu, là trung ương, nơi Đức Di Đà trợ điển cho các bạn thì không còn gì sợ nữa.

TÁI BÚT: Có nhiều bạn thắc mắc về Pháp Luân Thường Chuyển không biết làm có đúng không? Để giúp các bạn tự kiểm soát coi có làm sai không, các bạn hãy trả lời các câu hỏi sau đây và xem câu giải đáp thì sẽ biết được:

1- Tư tưởng trong khi thở tập trung ở nơi đâu?

2- Có dẫn tư tưởng theo hơi thở không?

3- Thở bằng bụng hay ngực?

4- Hít vô, thở ra bằng mũi hay miệng?

5- Thở nhẹ hay mạnh, mau hay chậm?

6- Trong khi thở vô ra, cái ngực thế nào?

7- Trong khi thở vô ra, cái bụng làm sao?

8- Khi hít vô đầy bụng rồi, không hít được nữa, thì làm sao?

9- Bụng hóp vô nhiều hay ít?

10- Bụng khi phình ra làm sao?

11- Khi phình bụng ra hết được nữa, mà hơi còn hít vô được nữa thì là sao?

12- Nín hơi thở có được không?

13- Thở bao nhiêu cái là được?

14- Khi nói câu: "Đầy rún, đầy ngực, tung lên bộ đầu" có dẫn tư tưởng theo câu nói không?

15- Hơi thở ngắn có ráng cho dài không?

16- Hít vô ra có nghe tiếng thở không?

17- Các bạn có làm thở nằm mỗi ngày không?

18- Thở nằm khác thở ngồi ở điểm nào?

19- Thở nằm đếm lộn hay ngủ quên giữa chừng có sao không?

TRẢ LỜI:

1- Ở Hà Đào Thành hay ở giữa chân mày.

2- Không được dẫn.

3- Hoàn toàn bằng bụng.

4- Bằng mũi, miệng ngậm lại.

5- Thở thật nhẹ và chậm.

6- Ngực để yên, không động đậy phình lên hay xẹp vô.

7- Hóp vô (khi thở ra) phình ra (khi hít vô).

8- Thở ra.

9- Hóp tối đa và từ từ chậm chậm, đều đặn.

10- Phình tối đa, từ từ, chậm chậm đều đặn.

11- Cứ hít vô cho đến khi hết không vô được nữa, mới bắt đầu thở ra.

12- Không được.

13- 6 đến 12 cái là đủ.

14- Không được dẫn chỉ dùng ý chí ra lịnh mà thôi.

15- Hơi có bao nhiêu làm bấy nhiêu thôi.

16- Phải êm, không nghe tiếng thở.

17- Nếu không làm, các bạn còn thiếu sót đó. Thở nằm ích lợi lắm và rất cần thiết.

18- Ở các điều sau:

    - Tư tưởng nhớ nơi lỗ rún.

    - Hít vô thở ra làm vừa vừa thôi chớ không tối đa như thở ngồi.

    - Không cần nói câu: "Đầy bụng, đầy ngực, tung lên bộ đầu".

    - Cách đếm khác (cả thảy 78 cái là tròn 1 hiệp thở nằm).

19- Không sao, vì mới làm, thường hay bị như vậy, từ từ lâu rồi sẽ không còn đếm lộn và ngủ nửa chừng.

LỜI TƯỜNG THUẬT
KẾT QUẢ TU THIỀN

Của Một Số Bạn Tu Vô Vi

* * *

Trích "Lời Tường Thuật" của một số bạn tu theo Pháp Lý Vô Vi, ngày rằm tháng 7 Quý Sửu - 1973

Lời Tường Thuật Kết Quả Tu Thiền Của Một Số Bạn Tu Vô Vi

Trích "Lời Tường Thuật" của một số bạn tu theo Pháp Lý Vô Vi ngày rằm tháng 7 Quý Sửu (1973).

Số người tu theo pháp môn này, hiện gồm đủ các thành phần trong xã hội và tôn giáo. Đa số, trước kia cũng đã từng dày công đi khắp các chùa chiền núi non, tìm sư tầm đạo. Có người đã từng tu qua lắm pháp môn khác, đã từng tu nhập bá, đã từng làm Sư, đã từng nhiều năm trường chay, có người làm chủ chùa, chủ Niệm Phật Đường, có người theo Thiên Chúa Giáo, Tin Lành, Cao Đài, Su Bút, Thông Thiên Học có người tập Yoga cả 5, 10 năm v.v... Già cũng có, trẻ cũng có, đủ hạng tuổi, đủ địa vị cao thấp trong xã hội, từ người đại thương gia cho đến người thợ, từ quân nhân thường đến sĩ quan cao cấp, từ người trí thức như bác sĩ, kỹ sư, cựu nghị sĩ cho đến người vô học không biết viết biết đọc, cũng có người giàu có cho đến người nghèo hoặc có người rất đông con đến 8, 10 đứa (ai bảo rằng làm lính, hoặc đông con, hoặc nghèo, thì tu không được là không đúng, vì có chí và quyết tâm thì ai cũng có thể tu được). Đối với người truyền pháp môn này và giữa các bạn tu, tất cả đều bình đẳng ngang hàng nhau trên đường tu hành.

Lời tường thuật trong cuốn sách quá nhiều, nên tôi mạn phép trích ra một phần, vì số trang của sách này hạn chế, và để cho bạn đọc xem cho tiện.

Những lời tường thuật rất chân thật, có sao nói vậy, không thêm bớt.

Của Em Tôn Nữ Hoàng Vinh

(21 tuổi, nữ sinh viên, 10 Tú Xương Saigon)

Em này tu được 23 tháng, em Vinh chưa có tu qua pháp môn nào và theo tôn giáo nào trước khi tu thiền Pháp Lý Vô Vi.

Sau đây trích lời tự thuật của em:

"... Tôi thấy nhiều sự biến đổi trong tâm tính lẫn cả sở thích của mình. Lúc trước khi biết phương pháp này, tôi là người rất ghét đạo đức, và nhất là những kinh sách, vì cho đó là những gì không thực tế, mà con người khó có thể áp dụng hoặc chứng minh được. Cho tới nay, chỉ với một thời hạn ngắn tôi cảm thấy mình thay đổi rất nhiều, tự nơi mình có thể nhận xét được những sai lầm hoặc thất bại, mà tự chấp nhận để sửa đổi. Lúc trước, tôi có nhiều sự bực tức, buồn phiền trong nội tâm và sau ít lâu tỉnh tâm tôi cảm thấy không còn nữa, tâm tính trở nên vô tư, ít gay gắt..."

"... cảm thấy thoải mái mỗi lúc thiền xong, và điều nhận xét đáng nêu hơn hết, là chính phương pháp này có thể đem tới cho chúng ta một sự thông minh và sáng suốt. Tôi thiết nghĩ đây là yếu tố quan trọng cho mỗi người trong bất cứ một môn học nào, nhất là trong việc tu tâm luyện tánh, và tự chủ lấy mình..."

"... ngoài ra tôi cũng cảm thấy có luồng điển tí ti chạy trên đỉnh đầu, thỉnh thoảng những đường gân trên bộ đầu, nổ bi bốp nghe rất dễ chịu và sung sướng..."

Của Ông Nguyễn Văn Hồng

(53 tuổi, bán quán cà phê 34/2 Nguyễn Huy Tự Đa Kao) Cả hai vợ chồng ông Hồng đều tu Pháp Lý Vô Vi. Ông Hồng tu đã trên 4 năm. Lúc công phu làm pháp luân, có khi thông, hít vô một hơi dài đến cả giờ.

"... Trước khi đến ông Tám, tôi đã quy y lễ bái, ăn chay, niệm Phật, làm phước, đi nhiều nơi, tìm nhiều chùa để tầm pháp môn tu giải thoát, đi mãi cũng chẳng kết quả...

(Tu Pháp Lý Vô Vi được):
-Lên cân, khỏe mạnh hồng hào - Bỏ thuốc hút (Hồi trước hút ngày 2 gói), - Không cằn nhằn gây gỗ với vợ - Sân si bớt - Tham lam bớt - Nội tâm thanh tịnh - Không mê tín dị đoan - Thấy hà sa (chưa thấy Mô Ni Châu)..."

Của Bà Hồng nhũ danh Đinh Thị Đệ

(51 tuổi, nội trợ, Nguyễn Huy Tự, Đakao)

"...Tôi đau ốm liên miên, một cái khăn nỉ lúc nào cũng trùm đầu, một cái áo lạnh, một cái giỏ xách nhỏ đựng thuốc đi đâu cũng mang theo, hai tuần lễ mới tắm một lần (tắm phải nấu nước pha rượu trắng mới tắm) khi tắm cạo gió uống thuốc mà vẫn bị cảm, hễ ai nói có bịnh gì lá tôi có bịnh đó.

Bắt đầu công phu theo Pháp Lý Vô Vi ngày 5-4-1969 đến nay kết quả:
-Bỏ cái khăn nỉ, cái áo lạnh, và xách thuốc. Ban đêm muốn tắm khỏi nấu nước, xối ào ào cũng không sao - Về binh hoạn hết được 70% - Tánh nóng nảy sân si bớt 50% - Bệnh bón kinh niên đã hết - Tham lam bớt được 50% - Hết mê tín dị đoan - Thấy cảnh vài lần và thấy hà sa - Thâm tâm bớt động loạn và không lo vơ vẩn."

Của Cụ Bùi Quang Khẩn (Tức Cụ Kim)
(68 tuổi 34/47 Nguyễn Huy Tự, Đakao)
(Tu Pháp Lý Vô Vi được trên 4 năm, trước có theo Su Bút 1 năm rưỡi)

"...Ngoài sáu tháng, thì tôi soi hồn thấy ánh sáng và đủ mầu sắc, chừng 1 phút thì mất. Tôi công phu được một giờ).
Tôi có lấy lá số Tử Vi, nói tôi đến năm 66 tuổi thì chết, tức là năm 1971. Tôi có hỏi ông Tám thì ông Tám nói Cụ cứ công phu rồi Phật sẽ gia hạn cho, không sao đâu đừng lo."

Của Bà Phạm Kim Liêng
(36 tuổi, có chồng và 5 con, 231/10A Bình Tiên, Chợ Lớn)
Một gương rất can đảm, mặc dầu hoàn cảnh gia đạo quá đau khổ, bịnh tật, tai nạn dồn dập - mà bà vẫn quyết chí công phu (đã được 3 năm):

".... Buồn khổ tôi hay đi chùa lạy Phật. Tôi xin quy y, được Sư trụ trì chùa Triều Long (Bến Tranh) chứng cho bảng quy y pháp danh là Giác Thanh..."

"...Năm 27 tuổi (1965) tôi cũng đã thực hành pháp nhịn ăn uống nước của ông Tư Nguyễn Văn Sự, hai lần nhịn, mỗi lần nhịn 9 ngày, qua sách vở do bà Ba bán chong chóng cho mượn, thấy hết bịnh (nám phổi) nước da hồng hào lại..."

"...Cư trần nhiễm trần ngày một xa đạo, chỉ biết cầu nguyện, xin xỏ, lạy lục theo phép phò hộ, rồi lãnh bùa phép bảo hộ cho con mạnh và chơi, cho gia đình được yên, cho ông xã biết suy nghĩ đừng theo vợ bé đánh đập mình, đừng bỏ con nheo nhóc nữa, do bởi nhà nghèo túng.

"...Do đó tôi tức giận, uất khí tràn ngập mới sanh ra nhiều chứng bịnh nan y sốt rét, gan nóng, đái rắt, mê sảng, phổi yếu, tim hồi hộp mệt và bạch đái. Vì vậy, mà không ngày nào khỏi uống thuốc, cứ đến Chẩn Y Viện Bình Tây liền liền.

Nhứt là càng tủi hờn, bịnh ghen tức càng gia tăng. Tình trạng ấy kéo dài trên 4 năm, đời sống luôn luôn tối tăm..."

"...Tôi đã ba lần quyên sinh để diệt tan phiền lụy, cũng ba lần xin giấy chứng thương xin ly dị ở vậy nuôi con..."

"...Tôi xin nhập môn Pháp Lý Vô Vi chẳng quản ngại giữa lúc mang bầu 6 tháng rưỡi. Về đêm đó tôi thực hành ngay..."

"Ôi thôi, mồ hôi toát ra nhiều, giống như trùm mền, xông bịnh, cảm thấy nhẹ..."
Hằng trông cho mau đến cuối tuần đặng đi nghe giảng.

Ông Tám dạy: "Quá mê trần mới khổ, ngày nay chị biết đường, tới đây là quý, là hay lắm, đừng buồn, lo tu đi rồi hết khổ, phải chấp nhận hoàn cảnh, ráng lo tu, chồng con chị không hiểu xót thương chị, còn có ông Phật không bỏ một ai hết..."

"Người nào sắp có việc hệ trọng là điển ông TÁM trực tiếp phóng ban cho, cứu độ lướt tai nạn. Điển ông TÁM mạnh lắm, mỗi khi chuyển pháp luân, người mới tu xòe bàn tay cách xa đầu ông TÁM 3 phân nghe mát như quạt máy xoay. Còn người tu, ngồi cách xa 5, 10 mét nghe rung động rần rần, có cảm giác khỏe, nhẹ nhàng. Ông xã tôi được ông TÁM cho đặc ân để ngón tay trỏ lên đỉnh đầu ông Tám. Ông xã tôi thuật lại: nghe lạnh như nước đá và nhịp như trái tim mình vậy..."

"...Trước khi đến tu với ông Tám, tôi là kẻ đầy Tham, Sân, Si, tội lỗi, sự mê trần đã biến đổi tôi từ một nữ sinh đẹp đẽ, phúc hậu con nhà gia giáo, trở thành một người đàn bà khốn nạn, nghèo nàn, ích kỷ, ghen tương, bịnh hoạn, sắp chết. Nhờ phước đức cha mẹ tôi dành lại, kịp tìm đấng Chơn Sư Đại Từ Bi phóng điển cứu độ dạy tôi tu.

"...Đang công phu, bị chồng đập cán dao bốp bốp vào đầu - và hăm dọa chém (vẫn ngồi công phu cứng ngắc)..."

KẾT QUẢ TU HỌC:

- Nhận biết được mình 100% đang trả quả, quả nhồi.

- Tâm hồn bình tĩnh, không sợ nghèo, không sợ chết, không sợ đau, không sợ tai nạn, nếu có nạn, đau, nghèo, chết là do nghiệp phải chấp nhận trả cho hết - Tâm hồn an lạc, sung sướng, bớt nóng nảy rất nhiều, không phách lối gây gỗ một ai, thích ăn hiền ở lành, tánh tình thay đổi rất nhiều, ăn lấy có, ngủ không cần mền gối (dù trời lạnh), sống giản dị, không thích giao du vô lối, không thích se sua.

- Không còn ghen (trái lại muốn cưới vợ khác cho chồng, nếu ông không tu và chịu lấy vợ khác).

- Bước đi nhẹ nhàng không còn khua động nặng nề như xưa.

- Nói năng nhẹ nhàng (trước ăn nói cụt ngủn cộc cằn).

- Không còn bị tiền tài danh vọng lôi cuốn như trước kia, vì hiểu mọi sự đều giả tạm, có sanh có diệt.

- Không lo âu vì thời cuộc kinh tế, hụt tiền nữa, mặc dầu hiện tại sống trong cảnh túng.

- Không thờ cúng, lạy lục, mê tín dị đoan nữa.

- Đã ngự trị được tình dục

- Linh tính mở, nghi gì có nấy, nói chơi mà trúng thật.

- Nghe được điện kéo của ông Tám hay của các Sư Huynh, Sư Tỷ mỗi khi gần.

- Nhận được nơi có thanh điển hoặc trược điển.

- Nghe được điện ở bùa chú phát mạnh ra.

- Công phu yên tịnh 3 tiếng hoặc 4 tiếng (bổ đồng 3 tiếng).

- Công phu nghe được khớp xương đầu nở ra trên đầu nghe mát mẻ, sáng.

- Công phu thấy sáng như mây khói.

- Thấy nhiều màu quyện nhau tròn tròn bong ra.

- Công phu thấy một đốm sáng tròn bằng một đồng bạc chia chỉa ra càng ngày càng xa càng nhỏ chung quanh một vầng màu xanh có khi vàng sáng choang.

- Y như ông Tám nói muốn làm biếng cũng không được. (Đúng giờ hoặc trễ cũng bắt công phu, thử nằm công phu một đêm, không ngồi cũng không được).

- Sau khi công phu, xả thiền nằm ngủ, thấy bay đi nhiều lần đi đây đi đó. Những lần sau cũng giống khoảng đường đi trước: cây cối to lớn có hàng, y đường cũ rồi một ngày một xa một lạ...

- Cũng xả thiền rồi, nằm nửa tỉnh nửa mê, thấy Phật Quan Âm một lần trong ý nói: "Ý, sao Phật Bà ở Thế Gian, mà sao mình vô phép không đảnh lễ Phật Bà". Chợt Phật Bà biến mất.

- Cũng đêm đó thấy Đức Quan Thánh một lần đang xử tội 4 người đàn bà (trong cảnh tranh tối tranh sáng)..."

Của Ông Nguyễn Tấn Hiến

(Thợ Hồ - 195/27 Nguyễn Thông Saigon)

(Tu Pháp Lý Vô Vi được hơn 3 năm)

"...Trước đây tôi là người rất u mê, đã sa mê trần thế và thiếu kém đạo hạnh, chỉ lo làm ăn tranh đua với đời và cầu an cho bản thân, lắm khi quên cả nhân nghĩa cao xa, ôm ấp sự lo âu và tham, sân, si, so đo, càng ngày càng

nhiều, rồi có khi biến ra những sự mê tín như là đi chùa chiền cúng kiến, nào là xin bùa hộ thân để bảo vệ cho mình. Nhưng rốt cuộc sự mê tín ấy không đem lại lợi ích gì cả, chỉ gây rối loạn cho nội tâm tôi thêm càng ngày càng nhiều thì có..."

"...tôi tiếp tục thực hành theo phương pháp và y lời chỉ dạy của ông Tám.

Ban đầu, tôi mới nghe nói, tưởng dễ, nhưng khi tôi thực hành thật là rất è ạch, nội tâm tôi mấy tuần đầu cứ xao động đủ chuyện nhắc nhở, tôi ngồi không yên.

Qua cách ba tuần sau, tôi mới dám nói rõ sự mê tín của tôi khi trước và cả mấy lá bùa hộ thân trước kia, tôi đem ra tường trình với ông Tám. Liền đó tôi được may mắn nhờ ông Tám giải hộ bùa ấy đi và ông bảo tôi về phải đem bỏ xuống sông.

Hôm ấy tôi về làm liền y theo lời chỉ dạy của ông Tám.

Rồi từ đó trở lui, tôi công phu thấy được nhẹ nhàng và vẫn cố gắng tiếp tục hành theo pháp lý, mãi đến hôm nay được hơn ba năm..."

1- Là tôi bỏ thuốc lá không hút thay vì mỗi ngày hút hơn hai gói.

2- Bỏ không uống bia thay vì mỗi chiều thứ bảy phải chung ly cùng với bạn bè.

3- Hết bịnh đau bụng, khi chưa tu hễ ăn món gì lạ vào thì nó không tiêu và đau, nay được hết hẳn, ăn gì vào vẫn như thường.

4- Sự Tham, Sân, Si, So Đo, Lo Âu giảm được hơn 50%

5- Cho đến ngày nay, bớt sự động loạn và được bình tĩnh hơn trước khi chưa tu.

Còn về phần công phu hằng đêm, tôi cũng có lúc được thấy ánh sáng và lắm khi lại không được thấy, cũng vẫn còn u tối. Nhưng tôi vẫn cố gắng tu..."

Của Ông Nguyễn Tấn

(Trung Tá, 493/91 Lê Văn Duyệt, Saigon)

(Tu Pháp Lý Vô Vi trên ba năm)

"...Lần đầu tiên gặp ông Tám, tôi nhận xét một cái gì khác thường đã bao trùm chung quanh, nó phát hiện ngay giữa trán và tỏa ra đôi mắt của ông Tám, tương đối một UY LỰC của một nhà lãnh đạo chân chính..."

"...Qua bao nhiêu kinh sách và Đạo tôi đã khảo cứu gần 30 năm không tìm thấy đường tôi muốn đi, tôi có rất nhiều cơ hội phải theo một đạo nhưng chưa chịu theo đạo nào như:

- Ông ngoại tôi là một chức sắc cao cấp Đạo Cao Đài.

- Tôi ở trọ học nhà một người Công Giáo Đạo Dòng.

Đối với hai Đạo tôi có đọc kinh mỗi đêm như người trong Đạo. Những Phép, Lễ đã thông thuộc, nhưng bề trong không đồng ý.

- Tôi say mê tham khảo thơ, sấm của: Ông Trạng Trình, Đức Phật Thầy Tây An, Ông Huỳnh Phú Sổ, Ông Sự và nhiều loại kinh bỏ túi, được bao nhiêu đọc hết.

- Chỉ ghi nhận được lý của Thông Thiên Học có thể giảng giải rõ về Phật Pháp. Tôi rất chống đối với mê tín, dị đoan, đôi khi có tin nhưng phải kiểm chứng xác thực. Như

vậy, đâu phải dễ để nghe ông Tám qua một buổi chiều hầu đạo.

Tôi quyết tâm theo Ông Tám vì đường hướng tu, phần lớn giống đường đi của Ông Lý Xích Quầy..."

"...Mỗi đêm vào lúc 1 giờ khuya, thời gian công phu lúc đầu được 30 phút căn bản, cứ như thế qua một tháng đầu tiên) tôi không còn dùng thuốc an thần cao độ nữa (Valium 10), bịnh căng máu, nhức đầu vì áp mạch cao đã tan biến mất.

- Tháng thứ nhì trở đi, bịnh đau nhức khớp xương và uể oải sau khi thức dậy cũng tan biến lúc nào không biết.

- Tháng thứ ba, mỗi đêm ngồi thiền khi nhắm mắt tôi bắt đầu thấy phía trên đầu có một ánh sáng giống như ánh đèn Néon. Kể từ nay, tự cảm thấy trong người có một sự tự tin là mình đã thu được một phần nhỏ thanh điển theo pháp lý đang tu học.

- Tháng thứ 4 đến tháng thứ 6: sự tê chân khi ngồi thiền được giảm đi 70%.

- Tháng thứ 15: đã nhận thức được sự rung động của linh điện.

- Tháng thứ 17: ái dục xếp lại từ đây.

- Tháng thứ 18: bắt đầu thấy trước vài việc sắp đến.

"Ông Tám khuyên không nên chú ý, nó sẽ làm cản trở cho việc công phu luyện đạo".

- Tháng thứ 21: Mâu Ni Châu bắt đầu chớp sáng...

- Tháng thứ 24 trở đi: có nhiều điều lạ rất đặc biệt tôi không muốn ghi nhận trên những trang giấy nầy..."

Của Ông Mạch Cẩm (tức Chú Ngầu)

(47 tuổi, thợ hồ, 12B Huỳnh Mẫn Đạt, Saigon)
(Tu Pháp Lý Vô Vi được 9 năm)

Chú Ngầu khi chưa tu là một người ba búa, hung dữ. Nhờ pháp tu, đã thay đổi chú rất nhiều. Chú chưa xuất hồn được mặc dầu tu lâu, vì nghiệp quả rất nặng (kiếp trước có giết ba mạng người).
Sau đây, những lời rất thực của chú:

"Năm 1963 tôi sửa nhà cho cậu Tám. Tôi là người ngang xương không có tin chuyện gì hết. Cậu Tám còn bị tôi cự và tất cả người trong nhà cậu Tám đều bị tôi cự hết..."
"...Cậu Tám tầm tôi đi tu, chớ không phải tôi đi tầm tu, thành ra cái chuyện hơi lạ..."(lúc ông Tám tu thành công, ông có ý tìm một người thứ dữ để thử sự tu hành của ông)
"...Tôi không tin cậu Tám chữa hết bịnh cho tôi. Bịnh tôi, tôi trước kia bị vợ tôi thư, thành ra gần ở hai bên màng tang tôi nở ra làm nhức đầu và ù tai."
"... Ông Tám cho biết chữa bằng cách tu thôi, tôi nói ông này "mát" rồi, tôi đã chữa thầy thuốc Tây, thuốc Tàu, thầy Bói đủ thứ không hết..."
Sau nầy, biết ông Tám dùng điện ngó thấy có 3 con vong (ma) theo tôi. Ông Tám chỉ cho tôi ngồi cách chữa bệnh, biểu tôi ngồi gần bên bàn thờ ông Thổ Thần và làm soi hồn. Chừng độ 20 phút, mồ hôi của tôi chảy ra có hột bay mùi tanh cả nhà, cậu Tám biểu tôi mỗi đêm đến nhà, cậu Tám chấm tay lên đầu tôi và khuyên 3 con vong tu và khi nó chịu tu, tôi mới tu được.

Tôi bắt đầu tu học được 8, 9 tháng, mỗi đêm đến nhà ông Tám từ 7 giờ tối, không kể mưa gió thử thách.

"...Trước kia tôi là người bê bối, mấy bạn tôi nghe nói tôi tu không ai tin, trước kia tôi dữ lắm, chửi cả xóm, chơi bời, bịnh hoạn, rượu chè, cờ bạc, họ cho tôi là thằng ác ôn không thể nào tu được; tôi tự nguyện phải tu..."

"...Sự đạo học của tôi rất khó khăn, tôi thuộc về hạng nghèo không biết chữ, làm sao biết lý thuyết, kinh sách để học đạo?..."

"...Qua đến tháng 6 bịnh kêu ù, è trong lỗ tai tôi mới hết. Tôi nghe cậu Tám nói tu theo Thiên-Tiên tôi không tin rằng có. Tôi đi gặp thầy bùa, thầy bói đủ thứ để xem coi đối với bịnh tôi họ chữa bằng cách nào. Có ông thầy bùa bắt tôi đến trước bàn thờ của họ cách 3 thước để họ cúng và thổi bùa. Tôi bắt đầu sợ, vì họ đông người quây chung quanh đọc thần chú cho tôi lên. Tôi sợ quá nên cầu xin ông Tư, ông Tám giúp đỡ phen này nguy quá rồi. Khi họ đọc thần chú, tôi nhắm mắt lại để niệm Phật. Lúc đó nhang trên bàn thờ đều ngã xiêu hết. Bọn thầy pháp thấy việc lạ, càng gióng trống chuông mõ dữ tợn hơn nữa, nhưng không làm gì được cả tiếng đồng hồ. Sau khi tôi về, cái am đó dẹp luôn không còn linh hiển nữa, các ông Thầy cũng đi luôn..."

Của Bà Hanh (Nhũ danh Cao Thị Lang)

(56 tuổi - 36/3 Lam Sơn, Gia Định)

Ông Bà Hanh và cô con gái mới tu Pháp Lý Vô Vi vài tháng nay, nhưng ông bà tầm đạo đã trên 30 năm.

"...Hồi tưởng trên 30 năm tầm đạo, hỡi ôi! Rốt cuộc cũng hoài công, chùa chiền thấy chẳng hài lòng, vì tu như vậy mơ hồ quá đỗi.

Rồi ngày tháng trôi qua lặng lẽ, bao nhiêu người thân yêu vội vã ra đi, để lại cho mình nhiều ngày đau đớn, mình tự nghĩ xưa kia họ tự đâu đến, giờ họ ra đi, vậy họ đã đi đâu? Mình thấy họ ra đi nhưng vẫn còn luyến tiếc. Vậy họ đi theo mệnh lệnh của ai? Suy nghĩ mãi tìm không ra manh mối..."

"...nghe ông Tám giảng rành mới rõ ràng chân lý về phép vô vi. Từ đây, mới bắt đầu nhập phép tu hành. Nay mới đặng 80 ngày có lẽ thấy có nhiều điều kết quả: là ông bạn đường không nóng nảy như xưa, suốt ngày lo chuyện tu hành, không ó ré, rầy la sấp nhỏ. Trong mình cảm thấy mạnh khỏe, không còn đau lặt vặt như xưa. Mặc dù gia đình lắm điều bận rộn, có nhiều điều khó giải quyết cho xong, nhưng mà vợ chồng tôi cố gắng lướt qua để rảnh trí đặng hành đạo, chưa thành công chớ đặng kết quả - Lòng phấn khởi chớ chưa hề thấy làm biếng bao giờ. Mâu Ni Châu thấy hồi 20 ngày - 40 ngày Ông Tư, Ông Tám (xuất) tới thăm - 50 ngày có Bé Huệ (xuất) vấn an như vậy cũng gọi là đầy đủ."

Của Ông Cao Văn Ngữ (tức Ông Bảy Châm Cứu)
(46 tuổi - Hẻm 95 Lê Văn Duyệt, Sài Gòn)
(Tu Pháp Lý Vô Vi đã hơn 4 năm)

"...1) - Về sức khỏe: Tăng trưởng rất nhiều, đến sáu mươi phần trăm (60%). Trước khi chưa tu, thân thể ốm yếu, da

thịt xanh xao, biếng nhác, lừ đừ, chậm chạp, lưng đau, chân mỏi, bịnh hoạn lu bù, mỗi tháng đều bị cảm (có khi mỗi tháng bị cảm 2, 3 lần không chừng). Bây giờ, thì mập mạp da thịt hồng hào, thân thể nở nang, tráng kiện hơn xưa nhiều. Bằng chứng là những người bạn lâu gặp cách mấy năm nay, bây giờ gặp lại tôi, thì bạn nào cũng ngạc nhiên. Hết đau lưng, cảm cúm thường xuyên như trước nữa.

2) - Về phần tâm linh: Trước khi chưa tu, tánh tình nóng nảy, độ lượng hẹp hòi, ích kỷ hay thắc mắc, tham lam, dâm ô, cờ bạc, rượu chè, đủ tánh hư tật xấu.

Hôm nay thì đã thay đổi nhiều, thành thật mà nói chưa hết hẳn, nhưng tôi biết chắc chắn là bớt được bảy chục phần trăm (70%)."

Của Ông Nguyễn Văn Lung

(50 tuổi - có 10 con - 74/19 Phan Đình Phùng, Gia định)
(Tu Pháp Lý Vô Vi được 11 tháng)

Cuộc đời của tôi từ thuở lên 7 tuổi, tôi vào chùa công phu học tập đến 17 tuổi. Trong thời gian này, tôi trường chay, sáng đi học, chiều về chùa lo tụng kinh niệm Phật, trong 10 năm công phu học tập, chỉ biết trong phạm vi nhà chùa. Qua năm tôi 19 tuổi, tôi được về nhà, tôi tiếp tục đi học và tìm hiểu qua các môn phái như Thông Thiên Học - Cao Đài - Thiên Chúa Giáo. Trong thời gian tầm đạo, tôi có ý thiên về pháp môn tịnh độ hơn các môn khác.

Năm 1963 tôi lập một Niệm Phật Đường tại Gia Định do tôi và Bá Tánh cúng dường, để có thể thờ cúng tụng kinh niệm Phật..."

"...Tôi lược trình qua cuộc đời tầm đạo và thưa với ông Tám:

Tôi tu theo Pháp Lý Vô Vi có nên:

- Tụng kinh, Niệm Phật, cầu an bá tánh hay cầu siêu vong linh nữa không? Ông Tám cho biết:

"Tụng kinh niệm Phật không có ích mà còn làm hại cho bản thể, như đau phổi, đau tim (khẩu khai thần khí tán).

Tụng kinh cầu an, cầu siêu trong làng, xã không nên làm, việc đó có thiêng liêng người ta lo, không cần đến mình. Chúng ta đến la lô không đi tới đâu cả. Trong tụng kinh niệm Phật mà không thấy hồn của người chết ở đâu? Đứng đầu hòm hay đứng kế bên mình cũng không biết. Vậy làm sao giải thoát được cho vong linh? Pháp Lý Vô Vi không cấm, nhưng phải suy nghĩ lại, làm việc nào lợi, việc nào có hại, việc nào không nên làm, tùy nghi suy nghĩ"

Pháp Lý Vô Vi không biểu ai tin, nên suy nghĩ cho kỹ, rồi mới công phu luyện đạo.

Sau thời gian công phu luyện đạo được 6 tháng, tôi thấy bản thể của tôi rất khỏe, đi đứng nhẹ nhàng và tôi được kết quả SỨC KHỎE.

1- Mất hẳn chứng bịnh cảm lạnh (hồi lúc tôi chưa tu theo pháp lý nầy tôi bị cảm luôn, 1 tháng cảm hết 28, 29 ngày...)

2- Bệnh nhức đầu ban đêm của tôi giảm bớt rất nhiều (lúc chưa tu Pháp nầy mỗi tháng đi Bác Sĩ Trần Minh Tùng 2, 3 lần mới khỏi) còn bây giờ đêm nào có đau đầu thì tôi làm pháp soi hồn thật lâu, kế đến làm pháp luân thì hết luôn (đây là sự thật 100 phần trăm)

3- Bệnh đau lưng của tôi, có khi phải khòm lưng đi mới được, mà bây giờ tôi hết đau không có uống thuốc gì hết.

4- Tôi bị nám phổi, có chụp hình phổi, khoảng 16 lần, tại phòng mạch của Bác Sĩ Nguyễn Đình Hoàng nhưng lần nào Bác Sĩ cũng cho biết còn vết sẹo (Cicatrices) trên phổi. ngày 12-04-73 tôi chụp hình phổi ở bệnh viện "Vì Dân", kết quả cho biết là "Transparence normale". Tôi có thưa qua với ông Tám. Ông cho biết nhờ pháp công phu luyện đạo của pháp lý Vô Vi nó vận chuyển hết tim gan tì phế thận.

5- Tánh tình: Bớt tánh nóng nảy, bớt cằn nhằn, cãi vã với vợ con với bạn bè.

6- Tài chánh: Từ khi thiền tôi không ham áp phe, vật chất hay tiền bạc không còn lôi cuốn nữa. Tôi giúp đỡ cho ai việc gì mang lại kết quả tốt đẹp cho họ, tôi không bao giờ tính lợi hại hoặc lợi dụng để nhờ vả trong sự giao thiệp.

7- Tâm linh: Tôi dám can đảm nhìn nhận sự thật của tôi làm, mà trước kia tôi không dám nhận.

Sau thời gian 8 tháng công phu luyện đạo ngày 14-05-73 lần đầu tiên tôi thấy hà sa. Trước tiên, tôi thấy mây qua lại trước mắt tôi, nhìn lên trời thật kỹ tôi thấy nhiều đốm nhỏ li ti bay lượn qua lượn lại có ánh sáng chiếu ngời. Tôi có thưa chuyện này cho ông Tám và ông cho biết xương đầu được mở ra, ban ngày cũng như ban đêm cũng thấy được hà sa.

Ông Tám cho biết thêm tôi có tu lâu nên bây giờ sửa lại thôi và nghe pháp thông hơn lần trước nhiều.

Ngày 24-06-73: Lần đầu tiên tôi được bay. Sau thời gian công phu, tôi nằm ngủ, tôi làm pháp luân thường chuyển, trong khi tôi hít khoảng 15 đến 20 cái gì đó không nhớ, thì mơ màng một chập, thì tự nhiên từ từ bay bổng lên, như có ai kéo đưa lên thật mau. Trong lúc bắt đầu bay, tôi thấy ngộp và sợ quá, tôi niệm Phật và kêu ông Tám gia hộ cho tôi. Ý tưởng như vậy mà mỗi lúc, bay càng cao lên, tôi nhìn xuống thấy toàn rừng cây núi đẹp lắm. Bay đi một chập không nhớ lâu hay mau, thì tôi được hoàn bản thể..."

"...Đến nay 12-08-73 tức là ngày 15-07 ta, tôi không thấy gì nữa, chỉ mỗi đêm lo công phu luyện đạo..."

Của Ông Nguyễn Ngọc Tương

(Công Chức, có 8 con, 2 Liên gia 81 đường Quân Sự Bình Lợi)
(Tu Pháp Lý Vô Vi đã trên 4 năm)
Ông Tương cũng như ông Hồng trước đây, làm pháp luân một hơi dài cả tiếng đồng hồ. Ông mới xuất vía được (ngồi trong khi thiền) gần đây.

Lúc còn nhỏ, tôi đã có ý nghĩ thắc mắc về đời người. Tại sao mình phải sống và để làm gì? Sau khi chết rồi, còn hay mất, nếu còn, mình sẽ ở đâu và vui hay khổ v.v...

Lớn lên, có gia đình vợ con, dĩ nhiên phải dấn thân vào xã hội tìm kế mưu sinh. Trong khi vật lộn tranh đấu với đời sống vật chất, lo hơn thua được mất, lại có dịp trực tiếp chứng kiến thêm những cảnh đời ảo ảnh vô thường, lòng người giả dối tham sân.

Đời sống nhơn loại sẽ vô nghĩa tẻ nhạt biết bao, nếu chỉ lặp đi lặp lại cái công việc ăn rồi ngủ, sống rồi chết trong định luật, thời gian cứ quay đi diễn lại.

Tôi cảm thấy không còn chút nào thích thú về cuộc sống tầm thường này nữa, nhưng chẳng phải tránh hoặc muốn lánh tục tầm tiên, mà cần phải tìm cách nào để hiểu rõ lý do của cuộc sống.

Bắt đầu tìm hiểu đạo pháp qua kinh trong Tam Giáo từ năm 1960, vì nghĩ rằng chỉ có đạo mới giải quyết được điều sở nguyện của mình. Bởi vậy nghe nói ở đâu có đạo sĩ, minh sư, thầy hay bạn giỏi, tôi đều tìm đến để cầu học. Trước đây, tôi đã quy y thọ giáo với hai ông Thầy trải qua 6, 7 năm gọi là hành đạo theo tôn chỉ của quý Thầy truyền dạy, nhưng không rọi được một chút ánh sáng nào như điều mình mong muốn.

Như người sắp chết đuối lại bị mất phao giữa cơn sóng gió ba đào, chạy theo đời đà chán ngán, còn theo đạo thì chưa biết phải sang ngả nào, trong thời kỳ có rất nhiều tôn giáo thành lập mà ai cũng xưng mình là chánh pháp và sẽ đưa chúng sanh đến nơi hạnh phúc vĩnh cửu. Đang cơn thất vọng phân vân,may đâu có vị bạn đạo đến giới thiệu Pháp Lý Vô Vi vào đầu năm 1969...

Sự sở đắc của tôi rất nhỏ và chậm chạp, so với những bạn đạo khác cùng thực hành pháp lý, nhưng rất đỗi khả quan nếu đem đối chiếu với thời gian 6, 7 năm học đạo của tôi trước kia...

Đầu tiên là về sức khỏe, có thể nói còn hơn gấp bội lúc tuổi thanh niên. Bằng chứng cụ thể là: đi bộ, đi xe đạp, cuốc đất, mà trước kia tôi không có làm, lên thang lầu, quá bữa ăn ngồi làm việc văn phòng suốt ngày nhiều lúc đến 9, 10 giờ đêm vẫn không biết mỏi mệt là gì.

Con người phàm phu, ai cũng mắc nhiều tánh xấu, lẽ tất nhiên tôi cũng không tránh khỏi như: kiêu căng, bổn xẻn, nóng nảy, tự ái, nông nổi, tham lam v.v... Nhờ công phu theo pháp lý, những tật xấu vừa kể nay đã đổi lại thành tính tốt, nếu chưa, thì cũng thuyên giảm khá nhiều, không còn hoành hành bức hiếp như trước kia mỗi khi chúng nổi lên.

Thỉnh thoảng, sau thời công phu, nằm xuống rồi, nhưng thức chưa ngủ không phân biệt, thấy các cảnh giới xa lạ rất xinh đẹp phi thường, nhiều khi cũng có người và vật, tất cả đều tỏa ra một màu sắc lung linh sáng chói thật là kỳ diệu. Lần khác, thấy mây bay thấp thoáng từng cụm dưới chân hoặc cỡi voi lướt gió. Thường hay gặp lâu đài cổ xưa và người da đen, mặt bóng loáng bàn luận đạo lý. Sáng ngày thức dậy, phần nhiều thì quên, ít khi nhớ hoặc có nhớ cũng đại khái mường tượng không rõ từng chi tiết. Tôi nghĩ rằng đây là mộng mị không có giá trị cao cho lắm về mặt đạo lý... nhưng hơi khác với chiêm bao thường là lúc thức dậy không thấy mê mệt ngây ngất mà trong người rất tĩnh mịch và có một cảm giác khoan khoái nhẹ nhàng một niềm vui lâng lâng... Một sự thể nghiệm rõ rệt nhất, là khi niệm lục tự Di Đà có một triệu chứng hơi tê tê, rần rần ở trung tâm đỉnh đầu và xoáy mạnh giữa hai chơn mày. Nó có một sức rung động và hút lên trên. Những lúc này tự nhiên không còn nhớ nghĩ việc gì khác mà chỉ muốn nhắm mắt để theo dõi thường thức cái cảm giác thanh thoát nhẹ nhàng kia thôi. Theo ông Tám cho biết đây là luồng thanh điển, tuy không sờ được nhưng thực sự có, có một cách hiển nhiên, nếu ai bằng lòng thử công phu theo pháp lý một thời gian sẽ chứng chắc sự kiện ấy. Trạng thái điện chạy này có nhiều nhất ở tôi, trong những buổi nói đạo của ông Tám vào mỗi buổi chiều thứ bảy hằng tuần..."

"...Ngộ được Pháp Lý Vô Vi tôi rất đỗi vui mừng như cơn bệnh nan y gặp thuốc chữa, như người lạc hướng trong rừng sâu âm u, vừa chợt thấy ánh sáng mặt trời...

> Con đường giải thoát chỉ tìm đây
> Pháp lý vô vi rất đủ đầy
> Không dụng tướng, tâm mà dụng điển
> Chẳng màng tổ chức, chẳng xưng Thầy
> Đừng mong phù hộ người mê hoặc
> Tự lực công phu, thế mới hay
> Đời đạo, xác hồn, tu đủ cả
> Âm dương hòa hợp, đáo phương Tây

Của Ông Nguyễn Xuân Liêm

(Công Chức Cao Cấp - 4/50 Cư Xá Công Chức Hòa Hưng)

Ông Liêm được biết Pháp Lý Vô Vi từ năm 1965, nhưng quyết chí tu từ 3 năm nay. Hiện ông có thể xuất khẩu thành thi, văn...

Trước khi đến thọ giáo cùng ông Tư và ông Tám, tôi đã có nghiên cứu rất nhiều kinh sách của Tam Giáo, có tham dự rất nhiều đàn cơ trong Tam Kỳ Phổ Độ để học hỏi giáo lý của Tiên Phật. Tôi cũng có đi tầm các bực cao nhơn ở khắp nơi trong nước và ngoài nước. Tôi cũng có thực nghiệm các phép Thiền dạy trong sách Trung Hoa, Ấn Độ và Việt Nam. Tôi cũng đã có quy y để thọ pháp tu luyện Kim Đơn, Chưởng Anh Nhi v.v...

Tóm lại từ lúc 21 tuổi, tôi đã lập chí tầm sư học đạo và nhứt quyết tầm cho được bậc Minh Sư và học cho được Chánh Pháp. Tuy nhiên, gần 30 năm nghiên cứu, học hỏi và thực hành, tôi không thu thập được kết quả gì đáng kể và lớp trần tục, vẫn còn là trần tục chỉ vì tu và hành không đúng chánh pháp.

Thỉnh thoảng, tôi tự kiểm điểm kết quả tu hành của tôi, tôi không bao giờ được hài lòng, và thâm tâm tôi vẫn luôn luôn ước nguyện phải tầm cho được Minh Sư và Chánh Pháp.

Đầu năm 1965, có người quen giới thiệu cho tôi tìm đến ông Tám Lương Sĩ Hằng ở Chợ Lớn. Ông Tám chỉ cho tôi công phu theo Pháp Lý Vô Vi.

"...Lúc đó, tôi chưa hoàn toàn tin tưởng theo lời ông Tư và ông Tám, nên cũng công phu cho có chừng. Tuy nhiên, ông Tư vẫn tận tình khuyên bảo và còn hộ độ cho gia đình tôi nhiều điều rất mầu nhiệm, cho nên tôi kính trọng ông Tư và hứa sẽ nghe theo lời ông để thực nghiệm Pháp Lý Vô Vi, thử xem hay dở ra làm sao?

Tôi bắt đầu công phu vào đêm 22-05-1965. Lối 1 tháng sau, tôi thấy có vài ấn chứng lạ:

- Lúc nhắm mắt công phu, tôi thấy có ánh sáng phát hiện trước mắt.

- Có bữa, đang soi hồn, tôi nghe có mùi thơm bát ngát trong nhà như trầm hương. Tôi có đến thuật lại cho ông Tư nghe thì ông khen rằng: "mừng cho bạn công phu tiến bộ".

- Có một lúc, khi tôi nhắm mắt lại thì thấy nhiều cảnh trước mắt, thay đổi liền liền không dứt. Một vài hôm thì hiện tượng đó không còn nữa..."

"...Cuối năm 1967, trước khi ông Tư liễu đạo, có căn dặn tôi phải ráng lo tu đừng bỏ qua rất uổng, vì Chánh Pháp ra đời và còn trong thời kỳ ương hột. Mặc dầu vậy, sau ngày ông Tư liễu đạo, tôi lại được Chánh Phủ bổ nhiệm vào chức vụ quan trọng tại Bộ Nội Vụ, và rồi chuyện đời tới tấp vây phủ và lôi kéo tôi liên miên trong 3 năm 1967, 1968, 1969. Tôi bị đời khảo đảo và lôi cuốn quá nhiều..."

"...Ngày 01-05-1970 tôi nhứt quyết dứt bỏ mọi sự chơi bời và giao du không lành mạnh, và một mực tiến hành công phu không thối chuyển. Tôi tính lại, tự mình đã phung phí thời giờ, tiền bạc, sức khỏe và tinh thần của mình, chỉ vì ham mê cuộc vui giả tạm.

Bây giờ, sau 3 năm tái tục công phu tôi tự hỏi đã thu thập được kết quả gì?

1- Về sức khỏe:

So với lúc trước, sức khỏe của tôi bây giờ dồi dào hơn nhiều, thần sắc tráng kiện, mặt mày tươi tắn chớ không có vẻ xanh xao tiều tụy như trước. Những chứng bịnh lặt vặt như mất ngủ, kém ăn, táo bón, hồi hộp trái tim v.v.... đều biến mất. Tôi không khi nào cảm cúm hay đau vặt, và cũng ít khi dùng đến thuốc men..."

2- Về Tinh Thần:

Tôi tự cảm thấy, có một sự cải đổi lớn lao về mặt tinh thần trong con người tôi. Những tánh xấu như: Tham, Sân, Si, Hỉ, Nộ, Ái, Ố, Dục... đã giảm rất nhiều, nhứt là chứng bịnh nóng giận (sân) thì dường như không còn nữa, nhờ vậy mà con người tôi trở nên giản dị, dễ dãi và rộng rãi hơn trước rất nhiều.

"...Những lúc tiếp xúc, ăn nói, thuyết giảng, tôi cảm thấy lời lẽ tuôn ra dễ dàng trơn tru, không cần phải suy nghĩ gì cả.

3- Về Đạo Pháp:

Sự thật tôi chưa đạt được gì mầu nhiệm trên phương diện Đạo Pháp, so sánh với nhiều bạn khác, đã được xuất hồn, hoặc được nhiều ấn chứng về vô vi..."

Trên đầu tôi điện thường chạy giựt tê tê, khi tôi nghe Pháp, hoặc khi tôi công phu và niệm Lục Tự Di Đà.

Ban đêm, tôi công phu khoảng 1 giờ sắp lên, thường mê lúc thiền định, mơ màng thấy đi đây đi đó nhiều nơi, khi tỉnh lại thì quên hết..."

Của Cụ Nguyễn Sĩ Cảnh
(70 tuổi - 3 Sương Nguyệt Ánh, Saigon)
(Tu Pháp Lý Vô Vi được 5 năm, đã xuất hồn được từ năm thứ tư.)

"...Đến giữa năm 1969 thì tôi mới thấy Mô Ni Châu. Mới đầu một đám tròn bằng cái thau lớn màu đọt chuối, ở giữa đậm ngoài lợt. Ít lâu sau ở giữa có một hột bằng hột đậu màu sậm hơn, rồi sau hột đó mọc ra năm nhánh và hình như nó xoay tròn hay động đậy. Một dạo sau, tôi thấy Mô Ni Châu ngũ sắc sáng chói.

Vào cuối năm 1969, tôi bắt đầu định được chút ít. Lần đầu tiên tôi vừa tịnh rồi về giường nằm, lúc tôi quay mặt ra ngoài thì thấy một người đàn bà đứng bên nhìn tôi, song tôi không nhớ là ai. Tôi sợ rồi tôi thấy mọc da gà, tôi niệm Phật thì người đó biến mất. Tôi sợ xuất mồ hôi hột.

- Một lần khác, tôi thấy tôi đi chơi đến một vườn bông, thấy một cái bông, giống như bông hồng to bằng chậu thau màu đỏ tươi. Tôi thích quá lấy tay vuốt ve cái bông, lúc đó có người ở trong nhà ra bắt tôi đưa vào nhà. Tôi thấy một bà người VN đang ngồi trên bộ ván ngựa bên cạnh, bà có một cái roi sơn son. Bà thấy tôi thì nói tôi đến phá bông của bà và định đánh tôi 8 roi. Tôi thưa với bà "Nếu bà bảo tôi phá bông muốn đánh, tôi xin nằm để bà đánh". Rồi tôi nằm xuống đất.

Tôi thấy bà mặt tươi hẳn lên rồi nói "Nếu vậy ta đánh ngươi ba roi thôi". Mới đầu tôi nghe "vút", ngọn roi chạm người tôi, 2 lần sau tôi nghe tiếng kêu vút vút mà thôi. Tôi hỏi ông Tám, ông Tám nói "Đó là Đức Thánh Mẫu khai thông Tinh Khí Thần cho ông.

- Lần khác, tịnh rồi, tôi thấy đi chơi, đang đi, bỗng thấy một người bá cổ tôi bảo tôi đánh lộn, thì tôi cũng dữ chứ không phải hiền, bảo đánh thì đánh. Tôi dùng Judo quật

người ấy té sang đàng trước. Tôi có tới nói cho ông Tám nghe, ông Tám bảo "lần sau đừng có đánh người ta, mình chỉ niệm Phật thôi, rồi người ta đi"

-Một lần khác, tôi đi chơi tới một cái lộ xấu quá, tôi tự nghĩ: "Phải chi có cái xe máy mà đi thì tiện biết bao nhiêu". Vừa mới nói như vậy, tự nhiên tôi thấy kế bên tôi có cái xe máy, tôi bèn cởi xe máy, đi đến nơi, ngừng lại, thì cái xe biến mất.

- Có một lần, tôi đi tới một cái sông tôi đi dọc theo sông một lát, thấy vắng người không có ai hết, phía trước tôi - núi non chởm chở, có một cửa động, tôi đi vô, leo lên thì thấy phong cảnh đẹp lắm, có những người nhỏ nhỏ như con nít mặc đồ trắng đang ở trên những ngọn núi đó. Tôi nói chỗ nầy mà tịnh thì khá lắm, bởi vì mát mẻ và yên tịnh. Ở đó một lát rồi tôi về.

Hôm đám cưới thằng con tôi, tiệc cưới xong rồi vợ chồng nó đi ra Cấp. Lúc 12 giờ trưa, tôi nằm ở nhà rồi tự nhiên tôi cũng đi ra Cấp. Tôi đứng trêm một tảng đá gần lộ thấy tụi Tây, Mỹ, cả con nít đang tắm. Chủ Nhật, hôm đó tôi vô ông Tám bảo: "Cha! Cụ nầy dữ lắm nhé, chưa chi mà đã chạy ra Cấp rồi".

Thôi tôi chỉ nói ít ít thôi, vì còn nhiều nữa.

Của Em Nguyễn Huỳnh Minh Huệ

(11 tuổi - 242 nguyễn Văn Học, Gia Định)
Em Huệ tu được 18 tháng. em đã xuất vía khi ngồi thiền từ tháng thứ 11.
Gia đình của em: cha, mẹ, thân nhân bên nội, ngoại v.v... cả thảy có đến 20 người tu Pháp Lý Vô Vi.

Trong tháng đầu, mỗi đêm con chỉ ngồi được từ 15 tới 17 phút.

- Tháng thứ 8 đến tháng thứ 10, con ngồi được từ 2 giờ đến 2 giờ rưỡi mỗi đêm. con nhận thấy sức khỏe dồi dào, ít bịnh.

- Tháng thứ 11, mỗi đêm ngồi công phu, con thấy bay đi nhiều cảnh lạ và con đã bắt đầu nhìn thấy những vị thiêng liêng trong cõi vô hình. Ban đêm, mỗi khi ông Tám xuất điển đến nhà con đều biết và nói chuyện cùng ông Tám. Có khi được ông Tám dẫn đi chơi qua nhiều cảnh giới hoặc ăn đào tiên.

- Tháng thứ 12, như mọi đêm công phu, khi đang niệm Lục Tự Di Đà con thấy nửa mê nửa tỉnh và dường như đang bay bổng giữa bầu trời. Con thấy nhiều nhà lầu nhưng không có người đi lại có lẽ cảnh về đêm, nhưng không biết ở đâu.

- Tới mùng một Tết Quý Sửu, con được Ba Mẹ dẫn lại nhà thăm ông Tám và con được ông Tám dẫn lại Lăng Ông chơi (đi bằng phần điển quang) vào chánh điện thăm Đức Tả Quân, có gặp Ngài ngự nơi đây.

- 28-02-73 khi đang ngồi công phu thì thấy đi chơi và gặp một con quỷ, nó có làm dữ, con niệm Phật, con quỷ liền tan mất. Trong đêm này, con gặp quỷ tới 3 lần nhưng nó không làm gì được con.

- 1-03-73 đang ngồi công phu con thấy đi trên mây, gặp nhà lầu, vườn hoa tất cả đều nguy nga đẹp đẽ.

- 2-03-73 đang ngồi công phu thấy đi trên mây, có trăng sao, con đang đi bỗng có một người đi ngược lại đánh con tan rã, một chập sau con huờn lại nguyên hình.
- Từ đây, con được đi chơi nhiều lần ở cảnh Tiên. Một hôm dự tiệc xong, có một vị Tiên Trưởng râu dài tới rún, bạc như tuyết dẫn con đi chơi.
- Những sự việc này con đều có trình với ông Tám và ông Tám bảo con không nên đi qua bên đó nữa vì sợ con bị quyến rũ bởi những cảnh đẹp ở đó rồi sẽ bị luân hồi.
- Có khi con xuất ra, thấy một đám mây đứng chờ sẵn, con bước lên thì đám mây bay đi. Con có hỏi ông Tám thì ông Tám nói "ở thế gian, nhà giàu bước ra có xe hơi đưa đi, còn mình tu thì có mây đưa đi"

Những điều con vừa trình trên đây ông Tám có nói là con còn đi trong Tiểu Thiên Địa..."

Của Ông Nguyễn Hà Kế (Pháp Danh Minh Trí)

(52 tuổi - 25/11 Lê Chân, Tân Định)
(Tu Pháp Lý Vô Vi được hơn 2 năm)

"... Trước đây tôi là Phật Tử thuần thành, tu theo Đại Thừa, ăn chay, niệm Phật, tụng kinh có trên 10 năm. Tôi đã thọ giới Bồ Tát. Luôn luôn làm phận sự, giữ giới, tôi thường đi hộ niệm, cầu an cho người bịnh và cầu siêu cho người quá vãng..."
"...tôi muốn tìm đạo để nghiên cứu và học hỏi thêm, vì tôi đã tu theo nhà chùa đã trên 10 năm rồi và tôi cũng có tập ngồi thiền, nhưng về Huệ thì chưa có thấy kết quả (thực

ra tôi cũng được ơn trên ban nhiều ân huệ về phước báo hiện tiền, như trong nhà được mát mẻ, yên vui, gia đạo không rầy rà như lúc chưa biết tu, không rượu chè, chơi bời trác táng và gặp được nhiều may mắn v.v...)"

"...Hằng tuần, tôi vô nhà ông Tám để nghe giảng đạo. Thú thật lúc đầu tôi chưa mấy tin tưởng, vì tôi đã ăn trường chay, tụng kinh, thờ Phật. Còn theo ông Tám thì trái ngược lại, nên tôi chưa vội thực hành đúng mức.

Một thời gian khá lâu theo nghe ông Tám giảng đạo và được nghe thấy anh em đồng đạo kể chuyện về những kết quả họ thâu thập được như thế nào, tôi mới lần lần tin tưởng và bắt đầu công phu. Sau 3 tháng thực hành, tôi thấy có màu sắc ẩn hiện trước mắt tôi, lúc thì tròn một lõm rồi tan mất, lúc như hà sa...

Tôi vẫn tiếp tục đi tụng kinh đám ma nên không thấy tiến thêm, ông Tám nói: "Tôi thấy trên đầu anh có 2-3 cái bóng vì anh đi tụng kinh nên người ta theo phò hộ anh..."

"...- Một năm qua tôi hết sức ráng công phu đúng giờ thì kết quả như sau:
- Tôi dậy đúng giờ, ít đau ốm hơn. Thích ngủ riêng một mình. Siêng năng làm việc và ít biết mệt.

"...Ông Tám cho biết không còn thấy bóng ở trên đầu tôi nữa. Tôi đã bớt đi tụng kinh, nhưng ở nhà tôi vẫn còn tụng một thời kinh tối vì là thói quen và thấy dư thì giờ không biết làm gì..."

"...Tháng 10/1972 - Lúc này tôi công phu hơi kém vì bịnh. Mình mẩy tôi ngứa ngáy, mặt mày nổi mụn đầy, tôi sợ đau gan. Tôi đi Bác sĩ khám bịnh thường.

217

Mỗi khi công phu, tôi thấy có hà sa hoặc đủ màu sắc, hoặc khi thấy trắng xoá, hoặc khi đen thui. Có lúc tôi thấy cảnh như chợ búa, núi sông và người mờ mờ.

Cận Tết, tôi công phu kém sút. Tôi có hơi giải đãi vì thời tiết thay đổi. tôi bị bịnh tê thấp kinh niên thường hay đau mình nhức mẩy, bị đau nhức nên tôi khó ngủ. Ông Tám nói "trược nó ra nên nó hành anh như vậy. anh ráng công phu đi để thanh lọc thì sẽ hết..."

"...Có lúc, hễ tôi nhắm mắt ở trong tối thì thấy ánh sáng trắng như đèn. Một đêm nọ, tôi công phu xong nằm ngủ, không biết tôi ngủ được bao lâu, thì thấy thân mình tôi bay bổng lên cao độ một thước tây, nhưng thân mình vẫn nằm cứng như ngủ, bay (vòng vòng) trong phòng ngủ mấy vòng. Tôi hỏi ông Tám thì ông nói: "Vía anh nhẹ nên thấy bay như vậy..."

Tôi tính đến nay đã hơn 2 năm tu theo ông Tám. Mặc dù chưa xuất hồn, đi được nhưng tôi thấy tôi thanh tịnh lắm. Tánh tình tôi thay đổi hẳn, hiền lành hơn.

Tôi viết văn dễ dàng, không cần tìm ý kiến để viết trong khi làm tờ tường trình hoặc viết công văn.Tôi thức khuya không biết mệt, sáng vẫn đi làm việc siêng năng như thường.

Tuy nhiên, tôi biết mình nghiệp chướng còn nặng nề, còn chấp, nên chưa dứt khoát việc tụng kinh, ăn chay, nên có hơi chậm trễ hơn các đồng đạo khác, nên chưa xuất hồn đi được.

Ông Tám có nói ăn chay, ăn mặn không thành vấn đề, vì mình đã quen ăn chay rồi thì thôi, cứ tiếp tục ăn có sao đâu.

"... Ngày 18-7-1973 - Lúc này tôi không còn đi tụng kinh nữa. Tôi ngồi nhiều không kể giờ khắc.

Đây là các điều cần thiết mà tôi đang áp dụng để tu:
- *Phải phá chấp, phá mê.*
- *Đừng cầu mong.*
- *Xả bỏ tất cả.*
- *Đừng cố ép quá.*
- *Phải ung dung tự tại.*
- *Mình bất cần cái gì hết thì mới mau có kết quả.*

Của Ông Khương Duy Đạm

(Trưởng Ban Châm Cứu Trung Ương Hội Từ Thiện Thống Nhất, 476/6 Hậu Giang, Chợ Lớn)

...Tôi gặp được Pháp Lý đã hơn ba năm, nhưng lúc đầu, không tin ông Tám nên mượn nhà Khoa Học Huyền Bí đến thử ông Tám:
Thấy ông Tám trả lời vui vẻ ôn hòa, nên phục ông Tám là người có đức độ đó thôi. Còn về phần công phu của tôi thì thường hay trễ giờ, mà chỉ ngồi độ nửa giờ là đã mỏi lắm rồi.
Nghe bạn đạo nói, kẻ thấy Mô Ni Châu, người xuất hồn; còn tôi thì chưa thấy gì cả.
Nhưng tự biết mình tu hành giải đãi, không theo đúng lời ông Tám dạy, nên mỗi khi gặp ông Tám không dám hỏi.
Nhưng cũng thấy có phần tiến bộ về mặt khác là được mạnh khỏe, vui vẻ.

Mà được cái sung sướng nhứt là không sợ cảnh nghèo. Gần đây, tôi được xem cuốn "Tôi Tầm Đạo" của bạn đạo Hồ Văn Em, thấy được nhiều cởi mở, tỉnh lại, mình tuổi quá sáu mươi.

Nhờ soi gương bạn đạo, nhìn lại mình đã trễ quá rồi. Nên xin đến Thiền Đường của Đạo Hữu Hồ Văn Em, mỗi đêm thứ Bảy tập ngồi thiền, đến nơi thấy cảnh lòng sinh thích thú - nhờ vậy mà mỗi đêm ngồi được đến 2 giờ. Nhưng về nhà thì chỉ ngồi độ nửa tiếng hay hơn nửa tiếng.

Vì phải cái nghiệp là hành nghề châm cứu, mỗi ngày tiếp xúc với nhiều bịnh nhơn, nên tôi bị hao điển.

Biết vậy, nhưng vì sự thúc đẩy của lương tâm nên cố gắng phổ biến Khoa Châm, cho được nhiều người thay thế.

Tôi nguyện thời gian gần đây sẽ theo chân bạn đạo.

Vì đến đây tôi đã hoàn toàn tin lời nói ông Tám là đúng sự thật.

Mà tôi phục ông Tám là không có danh lợi trong sự quảng bá Phật Pháp.

Của Ông Lưu Được (Châm Y)

(Thiếu Úy - Trại Gia Binh Truyền Tin Bộ TTM, Tân Sơn Nhất)

Ông Được, Thiên Chúa Giáo, tu Pháp Lý Vô Vi được 4 năm và đã xuất vía được cả năm nay)

"...Tôi tiếp tục luyện như vậy theo đường hướng của tôi:

Ban ngày:

Lúc rảnh, đọc kinh "Kính Mừng", thường tưởng 3 Đấng Giêsu, Maria, Giuse trên đỉnh đầu.

Ban Đêm:
8, 9 giờ tối niệm "Mật Bát Chánh", khuya khoảng 1, 2, 3 giờ dậy, rửa mặt.
1 - Lần chuỗi, cầu hồn các linh-hồn và Đức Mẹ phù hộ.
2- Làm Soi Hồn (5, 10 phút).
3- Làm Pháp Luân Thường Chuyển.
4- Định (nửa giờ...).

Vào Quân Đội, hàng đêm tôi vẫn tập. Lâu lâu về phép, nếu vào đúng chiều thứ Bảy, thì đến ông Tám.
Tôi vẫn tập hằng đêm, coi như bổn phận. Khoảng 2 năm sau (lúc này tôi ở Mỹ Tho) thì một hôm, tôi cảm thấy nhói ở chấn thủy (huyệt Cự Khuyết và huyệt Cửu Vỹ). Tôi bỏ qua và một ngày một đau. Tối làm Pháp Luân nó không thông và bụng bự đau quá. Nhiều đêm tới giờ, chỉ ngồi thôi chớ không tịnh hay thở Pháp Luân được. Nằm xuống thì đỡ đau, tôi coi mạch thấy lở bao tử trở lại.
...Nhiều khi hành đau quá, chịu không nổi muốn nằm bệnh viện nhưng không thích.
Tôi chịu đựng đến 2 tháng và người tôi xanh, mất máu, lúc ấy có áp dụng thử lại phương pháp Oshawa nhưng không kiến hiệu gì.
Đến lúc nghỉ phép hàng tháng tôi về Saigon, đến thăm ông Tư (Lê Văn Kế) và ông Tám ngó tôi rồi lấy bài thơ giảng, nhưng tôi không hiểu. Ông Tám chỉ tôi nạt: "Niệm Nam Mô A Di Đà Phật có chết không? kêu Đức Mẹ phù

hộ hoài". tôi in sâu câu đó, rồi ở đó một chút ra về. Đến chiều tối về Mỹ Tho nó hành đau quá. Đến tối tôi vẫn đau dữ dội, khuya dậy công phu, ngồi đó chịu trận đau, tay chân mỏi rả, làm sao Soi Hồn, bụng thì đau, không hít Pháp Luân, nếu bướng, hít vô thì nó đau nín thở lận, tâm trí nó loạn làm sao mà định, dỗ ngủ.

Trong ý tôi cầu cho đêm nay nó chết cho rồi và không đi uống thuốc ngồi lì.

"... Đến sáng tôi cảm thấy khỏe, đi làm đến trưa về nó đau lại, sốt quá, tay chân lạnh, tôi chắc chết, không thèm kêu, sao lúc đó lại nhớ Lục Tự Di Đà (nói thiệt, tôi ngại lắm vì tôi cố giữ một lòng với Chúa và Mẹ Maria giúp đỡ không theo đạo khác, biết là đạo khác cũng là chánh đạo chỉ tập cái này để có sức khỏe vậy thôi, chưa đặt lòng tin). Tôi mới ngồi niệm dẫn ý, thì lạ lùng thay, sau câu đầu, tôi cảm thấy dễ chịu liền và cứ tiếp theo là ợ thông, y như sau mỗi lần uống thuốc đau bao tử vậy. Tôi tiếp tục niệm nữa, khoảng 30 lần, rồi nghỉ, hết đau và cảm thấy đói, ăn cơm rất ngon. Chiều tối, tôi lại niệm, đến khuya tôi chờ coi có đau không, có hơi nhói, tôi bắt đầu niệm lại khoảng 10 lần thì hết. Tôi tiếp tục niệm luôn khi nào cần.

Tôi mới suy nghĩ qua "Ngũ Hành Tương Sanh", thì tôi cho đó là đúng vì tất cả sức nóng con người tụ tại rốn, nơi bao tử thuộc Thổ, do đó lấy lửa mà đốt Đất chừng nào thì Đất cứng chắc tốt. Tôi niệm hoài và bây giờ khi nào niệm thì tôi cảm thấy hơi xông lên đỉnh đầu rần rần rồi tôi bắt đầu niệm tập trung lên đỉnh đầu luôn. Tôi tập luyện theo khoảng 6 tháng sau, tôi mới được thấy một vài huyền bí, giống như trong pháp Vô Vi Xuất Hồn. Đầu óc *tôi vẫn cho là mơ hoặc, nhiều lúc kiểm chứng lại có thật, rồi thì sau đó, không tin cái khác mới xảy đến cho lắm..."*

"... Có lần, tôi nhức đầu kinh khủng tôi uống thuốc không hết, hành đúng 2 tuần lễ nếu lỡ tay đụng mấy sợi tóc trên đỉnh đầu thì nó nhức không thể tả, tuần tự, tôi có thể kể mà chính tôi nhận thấy trong lúc đau đầu đó như sau: Vào khoảng 5 giờ sáng thứ Bảy, tôi nghe văng vẳng bên tai "Con bị nạn hai lần 2 tuần để lọc trược xác thân". Đến lúc tôi thức dậy, có nhớ, nhưng bỏ qua. Đến sáng chủ nhật, tôi hơi nặng đầu, kế đó nó nhức mình liền tôi rởn óc, tôi nghỉ, đến chiều tôi cạo gió thấy gió nhiều, rồi xông nồi thuốc, cảm thấy nhẹ. Đến khuya, nhức nữa, lại đến 1 giờ hết nhức. Do đó, tôi công phu 1 giờ sau đó nó nhức nằm chập chờn cho đến sáng. Mà 3, 4 hôm liền nó đều như vậy, mặc dầu tôi có châm cứu, uống thuốc tây, thuốc bắc không khỏi, chỉ làm dịu khoảng 1 giờ đồng hồ. Đến ngày thứ 5, chân tôi rã rời, chân lạnh ngắt, chợt tôi thấy một cụ già tóc bạc, đứng sau lưng là con vượn trắng cầm trái đào đỏ, từ trên đáp xuống. Kế ông cụ chỉ tôi, con vượn nhảy đến đưa tôi trái đào. Lúc đó, tôi vui vẻ lạ thường và nhận trái đào ăn, đồng thời, nói chuyện với con vượn. Xong con vượn và ông cụ bay trở lên mất dạng. Tôi giựt mình dậy thì thấy khỏe. Ngày thứ 8, thứ 10 được thấy nữa.

"...tôi công phu, đến khi làm pháp luân thường chuyển vừa 3, 4 hơi thì người tôi như đi xe nhanh, bốc hổng lên gió thổi mạnh bên tai, ruột thót lại. Đến chừng nhận định lại thì trước mặt tôi một người thật đẹp, mặc áo cà sa vàng chói lòa, nhìn tôi cười, phút chốc biến mất, còn một

ánh màu vàng mà giữa vầng ánh vàng có một cục gì đen nháy sáng (như cục vàng để dưới ánh mặt trời) xoay xoay bong bóng chói ra. Khi nhận được đến đây, thì người tôi mệt lả gần như đứt hơi ngã xuống. Tôi tỉnh dậy, trong thế ngồi tịnh. Tôi mới suy nghĩ cũng hay hay, từ đó đầu tôi bắt đầu bớt nhức (không uống thuốc). Cho đến thiệt hết là 2 tuần sau...

Của Ông Trần Văn Đực

(Quân Nhân có gia đình KBC 6788 - Long Khánh)
Người binh sĩ trong khi vẫn làm tròn bổn phận công dân đối với quốc gia, cũng vẫn có thể tu được. Xin xem gương bạn này.

"... Đời tôi bao giờ cũng lo cho gia đình, chạy theo vật chất, nhưng nghèo vẫn nghèo, lương tâm tôi cứ sợ thiếu thốn, sợ nghèo không bằng bè bạn.
Sau 28 tháng tu theo Pháp Lý Vô Vi, tôi và gia đình tôi không có đau bệnh lặt vặt như trước...
Hiện tại, tôi là người lính nghĩa quân, số lương bổng không thể nào đủ chi dụng cho gia đình, thiếu trước hụt sau, nhưng đâu cũng sắp xếp vào đó. Hồi chưa tu, đi lính tôi sợ chết chóc, sợ khổ cực, nhưng hiện tại tôi không sợ việc ấy nữa vì tôi trót theo Pháp Lý thì tôi nghĩ dù có chết cũng chẳng sao, vì cõi này là cõi tạm, mình phải chấp nhận: của thổ hoàn lại thổ, còn những tai nạn đưa đến tôi, thì tôi mừng, vì tôi thấy mình mắc nợ mình phải trả, trả cho xong, còn thứ gì cứ tiếp tục tôi sẵn lòng chấp

nhận. Bởi vì mình mắc nợ khi trả hết, mình mừng, mới về cõi khác được.

...Còn về phần đạo, thì có ai hỏi tôi nói rất thông, còn nói về đời thì bè bạn ai cũng cho là đúng...

...Hồi tôi chưa tu, nghe bà con cô cậu, cô dượng kể, tôi không tin, nhưng thời gian thử thách, tôi thấy kết quả rất nhiều...

...Như hiện tôi không còn thấy ánh sáng như hồi tôi mới tu, mà giờ tôi thấy ánh sáng như trên không trung. Tất cả như không, tâm hồn tôi không còn gì ở tại thế. Khi tôi ngồi tịnh, tôi thấy mình ngồi như trong hình chụp, chẳng những ở phía trước mà ở phía sau lưng cũng thấy như vậy.

Còn những công tác gì thì dường như tôi biết trước, và công tác ấy đến khi nào dứt, dường như tôi cũng được biết...

Của Bà Nguyễn Thị Thanh Nguyên

(Nội trợ - Số 138 Lê Lai, Sài Gòn)
Hai vợ chồng Bà đều tu theo pháp lý, được 1 năm.

Vào khoảng trung tuần tháng bảy 1972, vợ chồng tôi được ông bà Nhơn giới thiệu học Thiền và nói ông Tám như "một vị Phật Sống". Chúng tôi đến, thấy ông Tám... cũng không có gì đặc sắc lắm, trừ một bề ngoài đầy sinh lực. Ông có vẻ một nhà kinh doanh, thoải mái, tự tin, hơn là một nhà truyền giáo đạo mạo, tinh thông giáo điều. Đặc điểm của ông là không bao giờ tính trước những gì sẽ nói, "hỏi tới đâu nói tới đó", nói vì "để khai mở cho các bạn". Hôm đó, những điều ông nói, tôi không hiểu gì

225

cả - mà còn vô cớ nổi sân, và ra về bị nặng đầu (Ông Tám rút điển?). Tuy nhiên, về nhà ngẫm nghĩ lại, tôi thấy có nhiều điều hữu lý và để ý nhất là bầu không khí chung quanh ông Tám thật là... tươi mát (!) Tôi tự hứa phải tìm hiểu thêm về Pháp Lý Vô Vi này...

Tôi đạt được gì?
Tôi trải qua ba giai đoạn đáng ghi nhớ:
1.- Tánh nóng nảy bộc phát dữ dội sau 1 - 2 tháng đầu công phu (Ông Tám giải thích là vì uất khí trong người tôi nhiều, trước kia giỏi đè nén đó thôi, nay nhờ phép thở thanh lọc, ra hết rồi thôi)...
2.- Thời gian sau đó, tôi thấy chán đời khôn cùng, có thể nói là ghê sợ nữa, và không còn tha thiết với bất cứ điều gì (Châm ngôn của tôi lúc bấy giờ là "sao cũng được") (Ông Tám bảo là Vía được nhẹ):
3.- Giai đoạn hiện tại là tôi chán. Tôi chán tôi lắm vì con người tôi đầy tội lỗi và tật xấu - trong quá khứ, hiện tại, còn tương lai, kiếp này, kiếp trước, kiếp sau - Thật là vô vọng. Tôi chưa dám đến hỏi ông Tám...

Kết quả đến nay là:
- Bớt quan trọng hóa các sự việc ở đời,
- Bớt lòng ham muốn có hơn những gì đang có,
- Mà tin tưởng nơi sự hiện hữu đầy tình thương của Thiêng Liêng.
- Bớt tình dục,
- Trong gia đình được hòa thuận hơn xưa (nhà tôi tu cao lắm)

Vài điểm kỳ diệu:
Một hai tháng mới vào Thiền, tánh tôi giải đãi công phu,
chưa được bao nhiêu, thế mà, nhiều đêm nằm ngủ, tôi
được thấy hoặc ông Tám hoặc những cảnh giới tươi sáng,
màu sắc rực rỡ, khiến lòng tôi thêm hứng khởi trong việc
hành pháp (về sau tôi mới biết ra đó là nhờ lòng ưu ái
của ông Tám giúp đỡ khuyến khích các bạn đạo mới).

Sau này tôi nhận thấy trong các buổi nói pháp hằng tuần,
ông Tám, một cách thật nhẹ nhàng và tế nhị, thường cởi
mở cho tôi những điểm thắc mắc (thường là âm thầm) về
Đời hoặc Đạo, và nhất là giúp cho tôi sửa đổi tánh tình
từng điểm một...

Ông cho tôi cái cảm tưởng là ông theo dõi thật sát những
biến chuyển tâm linh của tôi. Vài người bạn đạo cho tôi
biết cũng có những kinh nghiệm tương tự như vậy. Tất cả
mọi người trong pháp hội đều được như vậy cả chăng?

Một đôi lần, lầm lỗi gặp việc khó xử, khi tôi tâm niệm
ông Tám, thì liền được ứng nghiệm: trong giấc ngủ, tôi
được thấy những hình ảnh thật là linh hoạt, rõ ràng,
khiến đến lúc tỉnh giấc tôi không khỏi bàng hoàng, suy
gẫm.

Cuối cùng, cũng nên kể ra là từ một năm nay, cá nhân tôi
cũng như gia đình tôi mỗi khi gặp khó khăn, thường hay
được giúp đỡ bởi những "ngẫu nhiên" thật lạ lùng, khiến
tôi tin tưởng là Thiêng Liêng quả có v.v...

Của Sư Huệ Hải

Tôi Tầm Đạo

(Tỳ Kheo Ta Bà Giảng Sư, Chùa Thích Ứng 54 Bờ Hồ Trần Hưng Đạo, Huế)
Sư Huệ Hải là người kinh sách uyên thâm, chuyên thuyết pháp và giảng về Kinh Kim Cang và về Krishnamurti trên 38 năm nay. Sư gặp Pháp Lý và mới hành gần đây. Dưới đây là ý kiến của Sư về Pháp Lý Vô Vi.

"...Phép tu cái tâm vào nội tâm, xa lìa ngoại cảnh tức tu giải thoát mọi đau khổ vô thường của hoàn cảnh bằng đại định cái tâm trong Vô Vi, Vô Tướng. Do đó cái Tâm được sống tự do, thanh tịnh, an lạc, trí huệ. Khi cái Tâm Đại Định trong Vô Vi, thì sự xuất hồn tự đến một cách tự nhiên, xuất hồn lên các cảnh Tiên Phật..."
Phép tu xa lìa tất cả trú ngoài mà chỉ trú trong:
Trú trong giải thoát thong dong
Trú ngoài trói buộc não tâm khổ đời
Trú trong giải thoát thảnh thơi
Thâm tâm thanh tịnh là đời tự do
Trú ngoài trói buộc "thân" cho
Trú trong tự tại âu lo không còn

Đến đây, tôi xin chấm dứt lời tường thuật của một số bạn tu, kể cũng quá đầy đủ, để hiến quý bạn chưa tu nghiên cứu.

Cũng còn một số bạn tu khác, cũng đạt được: mở con mắt thứ ba, xuất hồn, xuất vía, hay Mô Ni Châu nhưng không có viết ra đây.

228

Tôi xin nhắc lại, như ông Tư, ông Tám thường nói, ta chớ nên vội tin ông Tám, ông Tư, cùng bạn đạo, hãy để đó những lời họ nói, mà ta nên nghiên cứu, thí nghiệm, và thực hành, để tự chính mình chứng minh lấy SỰ THẬT, vì như vậy mới không là mê tín dị đoan...

ÔNG TÁM GIẢNG . . .

(Trích trong các bài thuyết pháp hàng tuần)

- Về phương pháp công phu
- Về Điển
- Khuyên và giảng về tu
- Về tu kinh kệ, lý thuyết, quán tưởng, xin phù hộ, cúng quẩy, cầu nguyện ...
- Về chay mặn
- Về tu cao

VỀ PHƯƠNG PHÁP CÔNG PHU

Về phép Soi Hồn :

"Soi Hồn khai trí mở đầu"

Lúc ta soi hồn thì cái thanh điển tập trung xuất phát trong trung tim bộ đầu đi lên.

Về Pháp Luân :

"Pháp Luân cởi mở muôn màu quy nguyên"

Chúng ta làm Pháp Luân Thường Chuyển, tất cả những màu sắc ở ngoài thế gian có, thì trong nội tạng của chúng ta cũng có, và nó cởi mở, thì nó quy nguyên về tất cả những màu sắc sáng suốt, từ cái tối đi tới cái sáng ...

"Giải thông địa tạng, minh huyền tạo cơ"

Các bạn làm soi hồn, Pháp Luân là giải thông cái địa tạng, các bạn làm Pháp Luân là lấy cái thanh cao bên trên mở cái tăm tối của ngũ tạng? Minh huyền tạo cơ: biết cái huyền bí của Trời Phật tạo ra một cái cơ duyên ở thế gian. Bây giờ chúng ta có cái bản thể này, mà ở trong này, tất cả những cái gì đã có và đang có, nó cũng hòa cảm, hòa đồng với vũ trụ, thì cái tiểu thiên địa này nếu mà chúng ta khai thông lên phần điển giới, thì nó không có xa hơn vũ trụ, mà nó do cái tứ đại kết thành, nước lửa gió tạo thành, nó cũng là cái vũ trụ nhỏ, mà quên nó đi, đi theo cái ngoại cảnh, mà nó không biết cái huyền cơ của Trời Đất. Bây giờ, nó trở về với nó, thì nó hiểu.

Tu mười hai giờ khuya :

Tại sao bắt tu mười hai giờ khuya. Đối với một người đứng đắn một giờ tu và một người 7, 8 giờ tu, tu tứ thời hay thập thời gì đó, hai người ngồi nói chuyện thì khác, hai cái trình độ khác. Cái người một giờ tu nói cái gì cũng dứt khoát cái nấy, bởi vì cái khởi điểm của họ đúng, thì họ chiếu rọi cái gì họ cũng phải đúng, họ dòm họ điều chỉnh lập tức, họ biết đối phương sai ở chỗ nào, vì cái khởi điểm sai . . .

Về hai câu nguyện khi công phu :

Dạy hai câu nguyện, là nói đó để cho lục căn lục trần theo cái tập quán của thế gian tham ô, mình lấy cái uy quyền của Đức Phật một chút để nó tưởng tới cái đó, nó không có phá quấy cái con tim, mình dễ công phu . . .

Nhớ trung tim bộ đầu co lưỡi,
răng kề răng, niệm Phật :

Buộc phải nhớ trung tim bộ đầu. Nơi đó tập trung được, đó là cái thanh điển của mình xuất phát, mà Đức Di Đà chỉ trợ mình ngay ở chỗ đó, chở con ma con quỷ nó vô tới đó không có được. Con người được cao là ở chỗ đó. Mình tập trung ở chỗ đó, là ông Thầy luôn luôn ở trên đầu của mình, cái điển của Đức Di Đà luôn luôn ở trên đầu của mình . . .

Chúng ta co lưỡi răng kề răng hàng ngày để làm gì? Co lưỡi thì nước miếng nó ra, cái dịch thủy nó chuyển cái cơ thể nước ở trong bản thể của mình, nó trược nó được lọc đi tới thanh, nước miếng ra nhiều, sau này nó lại càng ngày càng ngọt...

Khi ta co lưỡi răng kề răng, thì con người không muốn mở miệng nói xàm, nói bậy như hồi trước nữa.

Khi ta co lưỡi răng kề răng là mình rút cái thanh điển ở bên trong, mình thấy con người của mình tĩnh tâm và đâu đó nó chỉnh tề, chứ nó không có lộn xộn như hồi xưa...

Tôi dặn, ở đây, các bạn nên co lưỡi niệm Phật. Tập cho nó mau đi, cho nó kịp thời giờ. Co lưỡi niệm Phật lúc đi đứng nằm ngồi, giờ ngủ cũng niệm bấy nhiêu đó thôi, nó không làm được gì mình được hết. Chừng nào ngủ, mình rảnh cũng co lưỡi niệm Phật (có nước miếng thì ngó bên trái nuốt) rồi cái điển của mình phóng ra, không có cho người ta phóng vô [180]. Cái này là cái bí quyết [181], tà không có xâm được, cho nên "Ông lên Bà xuống" nó ghét mấy cái người mà co lưỡi răng kề răng, vì nó nhập không được.

---

[180] Khi nào có ai chửi, hoặc gây với mình hoặc có ai phù phép, dùng âm binh phá hoặc đến nơi nào có "Ông lên Bà xuống" (tức người bị nhập xác), bạn tu nhớ co lưỡi niệm Phật.

[181] Co lưỡi niệm Phật làm cho đúng như sau: răng kề răng, lưỡi co đụng chân răng hàm trên, niệm Nam Mô A Di Đà Phật không ra tiếng tại Hà Đào Thành.

Mở khớp xương bộ đầu cho luồng thanh điển đi lên :

Ở đây, có cái pháp cho các bạn co lưỡi răng kề răng, để ôn tồn sửa chữa cái bộ óc các bạn, để cho nó mở cái khớp xương, cái luồng thanh điển nó phóng đi lên, mới hòa cảm với đại tự nhiên. Đó mới là chân điển liên lạc với Đức Phật, thì lúc đó, con đường các bạn càng tu càng tiến.

Chính Đức Phật, ngài đã đem được cái thanh điển lên trên bộ đầu, Ngài mới có hào quang. Bây giờ, chúng ta cũng vậy, phải dồn tất cả thanh điển trên bộ đầu, chúng ta mới ly khai bản thể một cách dễ dãi, kêu là ly gia cắt ái. Chúng ta không có luyến tiếc bản thể này, thì tất cả những cái liên hệ ở thế gian, sau này, chúng ta cũng dứt khoát mà để tiến về cái chỗ KHÔNG ĐỘNG.

Khi ngồi thiền tập thể :

Lúc ngồi - nên nam ra nam, nữ ra nữ để cho dễ giải quyết cái phần về thanh điển. Các bạn không nên ngồi chung chạ lộn xộn khó làm, ông Tư xuống, khó làm việc, phải chia ra hai khối cho dễ làm việc chút.

VỀ ĐIỂN

Điển thanh, điển trược :

"Điển đường thanh trược phân hai
Âm Dương tương chiếu an bài tiến thân"

Cái đường điển nó hai luồng, một luồng trược và một luồng thanh.

Âm dương tương chiếu an bài, nó có âm dương, hai cái nó rọi sáng với nhau, rồi nó mới sắp đặt dìu dắt cho chúng ta tiến tới lần lần, từ bản thân cho đến phần hồn.

"Tu hành gắng luyện chuyên cần
Khai thông trược điển góp phần giải vây".

Mình tu hành, mình phải chuyên cần luyện cho mình cái chuyện hữu ích cho mình.

Khai thông trược điển góp phần giải vây, mình khai thông cái trược điển của nội tâm, trược điển âm u, hồi nào tới giờ, ai chọc tức giận, ai chọc tức buồn, ai chọc tức khóc. Cái đó mình đánh đổ nó đi. Cái đó nó bao vây nó làm cho mình đau khổ. Bây giờ, mình khai thông cái đó rồi, thì không có sự buồn bực bao vây mình nữa.

"Bên trong ngũ tạng dãy đầy
Trược ô dâm dục tu nầy phải lo".

237

Ở bên trong ngũ tạng, tạng nào cũng đầy những sự trược khí, trược ô dâm dục, nó bày những chuyện tham muốn, thấy người ta có tiền cũng muốn, thấy nhà cửa của người ta cũng muốn, thấy sắc đẹp cũng muốn, cái đó là dâm dục muốn. Bây giờ mình phải lo, mình thanh lọc ở bên trong, thì tự nhiên những cái đó nó không còn nuôi dưỡng nữa.

Lớp trược khí :

Nó có nhiều tầng, chớ không phải một tầng. Cho nên, bạn tu đây cái bộ đầu, khi đang ngồi, thấy con người nó to lên, cái đó là một lớp trược khí. Về sau, đi tới lớp đó. Nó lại có một lớp khác nữa, rồi sau nó tan rã. Ở trên bộ đầu nó có một cái vòng tròn vậy đó. Rồi ra sau, mình tu nữa rồi nó rút, rút theo rồi nó thay đổi, thay đổi rồi tan rã, rồi nó thay đổi. Mà trong lúc nó thay đổi thì con người mình lại tìm hiểu thế sự, buồn như chán đời, không muốn tham gia là nó thanh cao rồi, nó không muốn tham gia với ai hết, nó muốn chơi một mình rồi nó nhắm mắt nó công phu để nó khai thông lên trên, chứ không có nhờ ai phù hộ, nó hiểu rồi, chính nó đã khai thác lấy nó và nó đã đánh đổ được cái trược khí của nội tâm.

LỜI KHUYÊN VÀ GIẢNG VỀ TU

Tu phải tự giải thoát :

"Tận tâm giải thoát mới là
Người ngoan tại thế vui hòa vạn sinh. "

Nghĩa là mình phải tận tâm tự giải thoát lấy mình mới là người ngoan ở thế gian, mà trong lúc mình sáng suốt, mình đi cái mục đích giải thoát cái hồn được ly khai bản thể rồi, mình mới vui hòa với vạn sinh là vạn vật ở xung quanh mình.

Tu không phải để dành lợi, mà để tránh luân hồi :

"Tâm không thủ thế dục dằn
Chỉ lo tu luyện tự hành pháp luân. "

Cái tâm mình không có nghĩ rằng: tôi tu để sau này làm bá chủ, hay tôi tu để dành của cải, tôi giựt của ai, hay tôi tu để tôi làm phần lợi riêng cho cá nhân tôi. Không được! nhưng mà mình chỉ lo tu hành để tự giải thoát cảnh luân hồi ở thế gian, mình không có chịu luân hồi ở thế gian làm cái gì nữa, lúc đó mình mới tươi cười, thế đạo quây quần mình vui vẻ, mình biết đời là sao? đạo là sao? mình cũng trìu một phần đời, trìu một phần đạo để tu tiến.

Tu là giải thoát về phần hồn

chứ không phải giải thoát bản thể,

trường trai diệt dục là diệt phần hồn :

Tu ở đây là giải thoát về phần hồn, chớ về bản thể thì bạn không có thành công đâu!

Mấy ông tu Tiên trên núi kia, nói thực ở bên Ấn Độ, người tu lên trên núi người ta tu, nhưng mà có ông nào khỏi chết đâu, rốt cuộc, cái đất nó phải trả lại đất, còn cái phần thanh điển nó phải trở về thanh điển, chúng ta đi ngay vô cái chánh chớ không có đi ở bên ngoài...

Bạn giết tôi được, chớ bạn không có giết phần hồn tôi được.

Tu Vô Vi :

Tu Vô Vi, nói hai chữ rất dễ, nhưng mà nó đi tới không không, không còn một cái vết ô trược, không còn lại một chút bụi ở trong cái thanh điển của nó, chớ không phải là nói tôi không còn một cái gì đi theo bên tôi, nhưng mà cái tăm tối không có sáng suốt mà phần điển của tôi vẫn còn ô trược. Cái đó không phải là người tu Vô Vi! Nhiều người nói: tôi tu Vô Vi, bây giờ tôi không cần xe hơi, tôi bỏ hết, tôi đi bộ, quần áo tôi liệng hết, tôi bận miếng vải. Cái đó là Vô Vi? Không phải, cái tâm mình phải thanh lọc, đánh đổ cái trược điển phức tạp do tánh ý nó đã kết tập từ nhiều năm, từ tiền kiếp tới bây giờ. Chúng ta liệng đi, bỏ nó được, lúc đó, phần điển của chúng ta mới được nhẹ nhàng, mới kêu là Vô Vi. Chớ không phải của cải thế gian tôi liệng đi, tôi cho thiên hạ hết tôi là Vô Vi. Không đâu, liệng chừng nào lo chừng nấy, bố thí chừng nào mình mưu mô đi lường gạt họ lấy thêm tiền nữa. Cái đó không có tốt, cái đó đem thêm sự khổ cho mình, chứ không có Vô Vi. Ở đây, tôi không có đề nghị các bạn làm những cái chuyện gì, mà theo như người ta làm, những cái chuyện phước đức giả tạo. Không có, hãy lo sửa mình đi, khai thông luồng điển của mình đi, để dìu dắt người ta, là lúc mình có phần thanh điển rồi, như cái đèn sáng mình rọi cho họ, để họ tự giác, tự sửa tự tiến. Cái đó mới là bố thí, cái đó mới là bố thí phước đức, còn xách tiền cho họ, xách xe hơi cho họ, xách nhà lầu, xách bánh trái cho họ, không phải là chuyện phước đức, mà gây thêm cái chuyện tham lam... Tu ở đây, các bạn nhớ phải dùng thanh điển mới xét Vô Vi được, còn dùng phàm tâm thì không bao giờ xét được...

Về bài thơ hàng tuần :

Hàng tuần, những bài thơ đều có cắt nghĩa rõ ràng, rất tỉ mỉ. Tôi thấy rất rõ ràng, nhưng mà luôn luôn sẵn sàng chờ đợi các bạn hỏi những sự thắc mắc, cái nào không hiểu, tối nghĩa trong câu thơ đó, để nó mở, chờ lúc nào ở bên trong người ta cũng để sẵn cơ hội cho mình tiến. Khi mình biết là mình biết thêm, các bạn đừng có ngại trong lúc gặp tôi thì cứ việc gặp tới, không có nên để rồi ba bữa sau thắc mắc.

Thành ra bài thơ tuần nào cũng nhắc lại chuyện tuần trước họ thắc mắc, cho nên tôi dòm vô thì thấy nó mở một phần về tuần trước, nhưng mà tuần này các bạn phải cố gắng lên, có cái gì xét không hiểu, cứ việc hỏi tôi cho nó dẫn tiến hơn, bởi vì cái này không có cái giới độc tài, không có tổ chức, không có gì hết, không có ai gạt ai được hết. Người nào tu cái trình độ nào thì sử dụng trình độ đó, nó công bình bác ái chớ không có cái gì lợi đâu, các bạn đừng có lo. Mình cứ tiến tới luôn luôn, bởi vì Đức Phật đã cho chúng ta cái cơ hội tu, bây giờ chúng ta phải tu làm sao cho nó tiến mau hơn. Trước kia Đức Phật tu, bây giờ chúng ta có cơ hội không có từ bỏ gia đình, mà phải chấp nhận cái đời đạo song tu. Cho nên chúng ta phải cố gắng, ở trong đó tuy dễ thấy nó cho phép đời đạo song tu, nó dễ hơn hồi trước, nhưng trái lại nó khó hơn hồi trước...

Tu phải nói chuyện với người truyền pháp để được mở :

Cái việc trị bịnh về thiêng liêng tôi có giúp đỡ, chứ còn về người đời tôi không có làm, tôi thấy người đời tham lam lắm...

...Nói chuyện với tôi không có lỗ, người nào người nấy cũng được mở, và khỏe. Trong đó là cái đạo, cái điển từ Trung Thiên xuống dưới này, để truyền bá và cởi mở cho người ta, chứ không phải cái điển từ trong tâm này (chỉ tâm bằng thịt) bộc phát ra. Nếu ở trong cái tâm này mà phát ra, người ta nghe mệt thêm. Còn cái điển ở bên trên đó xuống, đằng này vừa nói thì người nghe nó ứng, ứng thì nó rút lên, người nghe khỏe trong cái thâm tâm mình...

Giữa các bạn tu -
cần nói chuyện với nhau để được mở :

Mình tu cần nói chuyện giữa đạo hữu với nhau. Người tu lâu, tu mới, hai người nói chuyện thì rồi cũng mở, phải có trau dồi sửa đổi mới tiến, điển trực điển mà giải điển. Cái đó kêu là kinh điển của bên Pháp Lý này, chứ không phải ngồi làm thinh rồi nó mở? Phải nói chuyện...

Mượn phương pháp tu,
để đi đến hòa cảm với hư không và thanh tịnh.
- Còn muốn làm giáo chủ còn luân hồi :

Ta mượn cái phương tiện là cái phương pháp chúng ta hành ở đây, xả cái phần trược điển của bộ đầu đi, rồi xả cái phần trược điển của ngũ tạng đi, rồi mới thanh tịnh - Tịnh rồi từ cái thanh tịnh đóng góp cái sáng suốt đó, dẫn tiến, mới hòa cảm đến cái hư không, rồi từ cái hư không mới dẫn tiến lên một cái thế giới khác, phải đi từ thứ tự vậy mới làm được, còn nếu mà chúng ta cố bám mà không xả ra thì làm sao đi được?

Bám ở trong bản thể là đau khổ mà bây giờ làm sao ly khai bản thể? Có một số, tự nhiên, người ta tu ở tiền kiếp nên người ta đi được - còn số chưa tu phải mượn cái phép, hành pháp đánh đổ mình, đừng cho nó xâm chiếm quá nhiều, để cho nó khai thông, chúng ta mới đi lên được. Mình mượn cái pháp này là mượn cái phương tiện để đi, chớ còn chơn chánh của nội tâm thì mỗi người có cái thức giác riêng biệt, từ tiền kiếp người ta tu, bây giờ kiếp này người ta không tu, nhưng mà người ta ngồi người ta nhắm mắt, người ta cũng xuất đi được, - Nhưng mà chỉ có lên cao hay là ở dưới thấp mà thôi. Nhiều người tu còn lưu luyến ở nơi Địa Tiên, còn muốn làm một vị Giáo Chủ, thì tự nhiên, phải chịu cái cảnh luân hồi lại thế gian - Còn người ta dứt khoát, đi thẳng cái đường lối của Đức Phật Thích Ca, Ngài đã đi tới bất động thanh tịnh...

Tại sao chúng ta tu ?

Tại sao chúng ta tu, chúng ta tu để làm gì? Chúng ta tu thân không phải là chúng ta bi quan chúng ta tu, chúng ta tu là chúng ta sửa từ cái hành động sai lầm đi tới chân chánh, từ cái tối tăm đi tới sáng suốt, từ cái động loạn đi tới thanh tịnh.

Sẵn phương tiện để sửa chữa bản thân, tại sao không làm ?

Người ta tìm cái phương tiện để đi du học ngoại quốc để về sửa chữa nước nhà mình cũng có cái phương tiện để đi lên, lấy cái huyền bí của Trời Phật để sửa chữa bản thân của mình, mà tại sao không làm? Mình không có tốn hao cái gì hết !

Tu không nên lo nghĩ thế sự :

"Con người đa cảm đa sầu". Mình tu ở đây là mình tu sửa. Cái bản thân của mình không chịu sửa, nghĩ việc này việc nọ. Mỗi người nhận cái quả, đã hiểu biết

mới bước vô tu, tu rồi không nên nghĩ thế sự. Nghĩ nhiều rồi tâm trí nó nặng ghê lắm, trí cũng không tiến được mà nó cũng không thăng bằng, sanh ra dục tánh bất thường trong tâm tư chúng ta...

> *"Cứ lo thế sự băn khoăn*
> *Góp phần chẳng có, khó lòng tiến thân."*

Chuyện đâu nó còn đó, ở thế gian người ta đã phân hết rồi! thế nào làm việc theo thế nấy của người thế gian. Quân sự phải lo quân sự. Chính trị phải lo chính trị. Kinh tế phải lo kinh tế. Mình cứ bảo là mình lo đủ thứ, chừng nào công chuyện tới mình phải lo. Không có tới mà lo, đừng có ôm lấy lãnh lấy mà lo, rốt cuộc tu không được, cái chuyện chưa tới làm cho mình lộn xộn rối ren, mất trật tự.

Mỗi người có căn quả riêng; không nên ôm dành việc người :

Mình thấy cái căn nào quả nấy rồi không có ham ôm dành cái gì của người ta nữa, ôm chuyện thế gian nữa. Cái gì của người ta mình cũng làm, của người ta mình cũng ôm dù tới 1 phần trăm cũng vậy, mình khổ thêm, nhưng mà họ không có lợi lộc gì hết cứ cho nó quy nguyên.

Tu thấy đời là giả :

"Càng tu càng tiến càng minh

> *Thế tình giả tạm thân hình giả lưu*
> *Sống như những kẻ làm tuồng*
> *Hát rồi hết hát giữ niềm đau thương"*

Chúng ta càng tu càng minh tâm kiến tánh. Cái thế tình giả tạm, mà cái bản thể của chúng ta cũng là giả luôn. Cái hồn nó đẹp thay, nó nhẹ nhàng, nó nhỏ thó hơn, nó đâu có thô kịch như cái bản thể. Bây giờ, sống như kẻ làm tuồng nghĩa là sanh lão bệnh tử cũng như cái tuồng hát chở không có cái gì ...

Tu tiến từ trong bản thể đi lên :

> *"Tiến lên để xét từ từ*
> *Mỗi nơi mỗi khác quây quần chuyển xây*
> *Phân ra tối sáng đêm ngày*
> *Trời cao bể rộng chuyển xoay hoài hoài"*

Mình tiến lên là từ trong bản thể mình. Nó có nhiều tội, nhiều lớp nhiều từng ở trong đó. Khi mà chúng ta tu càng ngày nó càng sáng suốt, thì hạ thừa, trung thừa, thượng thừa nó mở ra từ từ, rồi nó mới đi lên trên, nó mới xét ra cái sáng suốt nó mới thay đổi và nó thừa tiếp cái sáng suốt khác, nó mới hiểu cái mỗi từng, cái tổ chức của trời Phật, ở trong đó có nhiều cái huyền bí tốt đẹp. Ở thế gian thì nó phân ra có sáng có tối. Trong bản thể chúng ta cũng phân ra có sáng có tối. Trước kia, chúng ta ngu muội không biết. Ngày nay chúng ta hiểu được, hồi tâm biết sự sai lầm của mình, giác ngộ và không dám sai lầm nữa. Biết rồi nên sửa để đi, còn hơn ở lại để tạo thêm cái nghiệp.

Xét ra ở bên ngoài thì trời cao bể rộng chuyển xoay hoài. Trời đất cũng làm việc suốt ngày chớ không bao giờ rảnh đâu mà chúng ta ỷ lại nơi trời, và ỷ lại nơi đất cũng không được. Chúng mình phải cởi mở lấy mình mới được, sự thay đổi của đại tự nhiên, cũng như sự thay đổi của bộ óc của con người, luôn luôn muốn tiến tới sự cao đẹp và hoàn hảo.

Tu phải đi tắt, đừng đi quanh co :

"Chớ nên theo lối quanh co
Tiền căn khó ngộ, khó mà tiến thân".

Không có nên đi theo đường lối tối tăm đó, quanh co là đường lối tối tăm, phải đi đường tắt nó hay hơn là đi đường quanh co mất thì giờ. Cái tiền căn không hiểu được, cái tiền kiếp chúng ta do đâu đến đây, thành ra không bắt được cái giềng mối đó, thì không có bao giờ tiến trở về quê xưa chốn cũ được.

Tu đây, khóa cấp tốc :

Phải tự tu, chớ không phải là nhờ ai giúp đỡ, nhờ Phật nhờ Tiên này kia kia nọ. Đừng có sai lầm cái đó mà chậm tiến. Chúng ta đi cái khóa này là đi cấp tốc, phải sửa mình, khai thông minh . . .

Tu trở về khai thác Tiểu Thiên Địa bị bỏ phế :

Mình trở về cái phần hồn, mình thấy mình sai lầm, mình đi quá xa, bỏ nhà cửa đi, bỏ trách nhiệm đối với lục căn lục trần, cái tiểu thiên địa này, một nước chính mình làm chủ - mình bỏ phế tất cả. Cái tội lỗi quá nặng, cho nên mau mau phải trở về khai thác bồi bổ, bổ dưỡng, bổ túc, đem lại sáng suốt cho tất cả những cái cơ năng trong Tiểu Thiên Địa này - cho nên nó càng ngày nó càng lớn rộng...

Tu bộ đầu - không tu ngoại cảnh :

Ở thế gian, người ta tu về ngoại cảnh, họ phân tách, họ nói bây giờ cốt yếu là tu tâm, nhưng mà, họ không biết cái tâm ở đâu? Chúng ta tu về đường tắt, cũng về cái tâm, nhưng mà cái tâm của chúng ta ở ngay trung tâm bộ đầu, nơi tập trung khí điển đi lên trên, chứ không có bao giờ đi vô chỗ eo hẹp mà giữ lấy cái tâm, bó lấy cái tâm, rồi đâm ra sợ sệt, thành ra chậm tiến. Lúc ta sợ, thì ta phải bày ra ngoại cảnh nhiều. Còn chúng ta tu đây, là đi tắt. Những người đó họ nói, sao mình đi ngang qua, đi từ bộ đầu đi lên ...Tu mà sửa lấy mình mới là tu, chứ mà đi sửa thiên hạ thì tu cái gì?...

Phải tự tu (để thoát mù) :

"Gắng hành đến mức phải là tự tu"

Mình phải gắng tu cho đến cái mức mình đã đặt, nhất định phải đi trở về quê xưa chốn cũ, mình phải tự tu, tự sửa, tự tiến.

"Phàm tâm cởi mở thoát mù,"

Cái phàm tâm mình lúc đó nó sáng suốt rồi, nó tránh những sự tối tăm, không có nuôi dưỡng sự sân si, ác ôn trong nội tâm nữa.

Tu nhắm mắt thấy sáng :

Các bạn đang ở trong sự tối tăm, các bạn chưa tu thì thấy tối tăm không bao giờ thấy sáng. Các bạn tu một thời gian nhắm con mắt, các bạn thấy ánh sáng. Hỏi ánh sáng đó ở đâu? Sao tôi nhắm mắt mà thấy ánh sáng, mình mới thấy sự dày công, mình đã vượt khỏi cái sức hút của hồng trần, nhắm con mắt mới thấy ánh sáng. Đó là ánh sáng của Thiên không ở bên trên, nó là chủ của tất cả những cái gì ở thế gian.

Tu tự sửa :

Trước kia, chúng tôi cũng bị mê muội ở trong cái cảnh tu hành. Ai nói gì hay, chúng tôi cũng đi, nhưng mà rút cuộc, mình thấy tự sửa mình, được một ly thì nhờ một ly, được hai ly thì nhờ hai ly. Chớ nhiều người mà miệng nói về Phật, khuyên thiên hạ tu, nhưng mà chân chánh họ không có tu. Rút cuộc, những người ở xung quanh đó không có tiến nổi, mà chính người truyền pháp cũng không tiến nổi...

Tu xét người, để sửa mình :

"Xét người sửa lấy thân mình

Tâm ta cởi mở thuận tình thế sanh"

Mình xét người ta, những sự sái quấy của thiên hạ đã làm, để mình sửa lấy mình, chớ không phải nói, tôi tu rồi tôi không chơi với người này người nọ. Phần nào mình cũng chơi được hết, phần nào mình cũng quen được hết, mình quen với họ cũng như là mình được xem một quyển sách lạ, cuốn sách họ đã hành những chuyện sái quấy, nhưng mà mình không bao giờ hành, thì mình đương đọc những cuốn sách đó, mình có thể tránh được sự sai lầm.

Mỗi đêm mỗi công phu thì cái sự sáng suốt nó sẽ tập trung, cái luồng điển nó sẽ tập trung, thì mình hiểu biết càng mau để mình sửa lấy mình, lúc đó tâm mình mới cởi mở. Mình thuận tình thế sanh là mình trìu họ để dìu dắt họ, trìu họ để xây dựng họ, chớ có trìu họ để đi tới sự nguy hại đâu mà sợ, vì mỗi đêm mình có công phu...

Tu trong động loạn :

Tại sao ở đây, chủ trương cho người ta tu trong động loạn, tu ở trong đời đạo. Tu ở trong cái động loạn, người ta hiểu cái đó là động loạn rồi, người ta sẽ không còn động loạn, nó mau hơn là đi vô thanh tịnh rồi sau này, bị một chút động loạn là sẽ sa ngã trở lại thế gian. Những người tu ở trong động loạn mà đoạt được rồi là đoạt luôn bởi vì, họ ở trong từ động loạn đi ra, từ ở trong cái khùng điên, bịnh tật đi ra...

Tu đừng mong vọng :

Các bạn đừng trông mong, rồi nói tôi ngồi mà không thấy vầy, thấy kia thấy nọ. Bây giờ tôi không thấy cũng thây kệ, tôi hành cái này, thì nó sẽ điều hòa trong cơ thể, mà cái cơ năng cơ thể của tôi nó điều hòa được, thì cái điển của tôi xuất phát đi lên trên, thì nó hòa hợp với cái điển vũ trụ, mà nó hòa hợp tới từng nào, thì từng đó, cái điển của họ sẽ rút tôi. Cái căn bản có chút xíu đó mà nhiều người không làm...

Tu đừng ước nguyện quá nhiều :

Chúng ta tu mà chúng ta ước nguyện quá nhiều cũng không được. Chúng ta tu là chúng ta sửa, sửa từng giai đoạn 1, giai đoạn 2, giai đoạn 3 . . . ta cứ đi lần lần vậy đúng trật tự, thì các bạn sẽ đi đến một trăm phần trăm ...

Tu chớ nôn nóng :

"Chớ nên vội tưởng lầm sai"

Chớ nên vội tưởng, đừng có nôn nóng, tưởng sai, chừng nào, muốn mau chừng nào, thì bị sai chừng nấy. Cho nên các bạn tu ở đây cũng vẫn phải từ từ, mỗi đêm kiên nhẫn công phu, chớ có nôn nao.

Tu khỏi sợ nghèo :

. . .Tại sao đàng này, người ta bảo đảm người ta nghèo tu sẽ hết nghèo là sao ? Là cái luồng điển của họ

251

chịu cái sự sửa đổi. Từ tiền kiếp mình có, ví dụ 110 vôn (volts) mà mình xài còn có 50 vôn. Bây giờ, xuống thế gian còn có 50 vôn thôi. Bây giờ, mình biết mình giác ngộ, mình sửa trở lại 110 vôn thì mình sẽ liên kết với 110 vôn ...

Cái huyền diệu của Trời đất sắp đặt cho mỗi căn cơ có hết thảy, mà người chưa tu thì họ lộn xộn, họ phải lo việc đời, chớ biết ra, thì đâu đó nó có hết: cứ đúng thì đúng giờ nó có, mà đúng giờ thì nó đi ...

Tu không có rủ ren và bắt buộc ai :

Mình tu mình sửa mình cho mình, nhiên hậu để ảnh hưởng người khác, chứ không phải mình muốn tu và bành trướng cái nguồn đạo của mình và cái lời nói này nói nọ nói kia, bắt buộc họ phải tuân theo. Không được ! mỗi người phải tự tu tự giác. Chính Đức Phật ngài cũng tự tu tự giác. Đức Quan Âm cũng vậy, những Đấng trọn lành cũng vậy, tự tu tự giác. Nhiên hậu, ngài mới ảnh hưởng người khác, chứ Ngài không có đi rủ ren và bắt buộc ai phải theo cái đường lối của Ngài. Bởi vì, sự tăm tối của Ngài, ngài giải thoát được thì tất cả mỗi người cũng đang bị cái sự rối ren đó, cho nên người ta mới theo ảnh hưởng đó để tự sửa chữa để tiến.

Sự sáng suốt quý báu nhất của Trời Đất
ở nơi Thiên Không, mà mọi người có quyền tới :

Các bạn tự hành để sửa. Các bạn sẽ thấy trong cái chơn tâm của các bạn thanh thản sau một thời công phu, do sự cố gắng của các bạn đã làm cho các bạn. Không nên nghe cái ngoại cảnh và cái dư luận rồi nó lừa mình, tự lừa mình rồi làm cho mình chun vô cái khổ tâm mà không có lối thoát được. Cứ ca tụng đường lối đó, mình đã mù rồi dắt người ta cho mù thêm. Cho nên, ở đời họ bày đủ thứ nhưng mà rút cuộc không kết quả. Tôi thấy trước kia, tôi cũng bị lầm ở trong cái đường lối đó. Bây giờ, tôi thoát ra được, tôi nói cho các bạn nghe: mình phải tự tu. Mình có sự sáng suốt ở bên trong, mình tăng trưởng sự sáng suốt của mình, để tìm hiểu thêm sự sáng suốt quý báu nhất của Trời Đất đã và đang có hiện tại ở nơi Thiên Không, mà mỗi người có quyền tiến tới, mà không có ai cản trở, do sự công phu của mình.

Tu đừng tự giam mình vào một tổ chức :

Tự giam mình vào một tổ chức hay một tổ chức bất minh. Tổ chức nào họ nói cũng hay hết, rồi từ hình thức bất minh, là trong cái coi sách mà tưởng tượng đó.

Cho nên, chúng ta ở đây không có tổ chức, không có thày, tất cả đều là bạn. Chúng ta ngồi đây, chúng ta nghiên cứu cái nào phải, rồi chúng ta thực hành, rồi chúng ta tìm tòi coi cái người đi trước có đúng như vậy không. Nếu sai, chúng ta phải tới hỏi. Học là phải hỏi, phải phê bình chỉ trích, còn cứ nể nang không có bao giờ tiến bộ. Chừng nào còn mê muội trầm luân nơi bể khổ, từ kiếp này tới kiếp khác, thì khó đạt được sự bình an cho phần hồn. Nếu mà các bạn cứ mê rồi nghe theo người này một tiếng, người kia nói một tiếng, mình tu là phải tự khai thác lấy mình. Tôi đã dặn kỹ rồi không có mê tín một người nào hết. Ai nói ông đó hay, thây kệ, tôi phải hay như ổng. Chúa hay tôi phải đi tới Chúa, ai nói Phật hay tôi phải đi tới Phật. Thì tôi phải hành cái pháp, mà trong quá khứ Đức Phật, cũng là một vị giàu có, một Thái tử. Tại sao Ngài đi tu? Vì ngài thấy ngài giàu có làm vua, sau này ngài cũng không cứu Vua Cha khỏi bịnh, khỏi chết được. Ngài có điều khiển dân giả đi nữa, ngài cũng không giúp cho dân giả tránh được cái cảnh sanh bịnh tử khổ. Cho nên, ngài mới tu, ngài đem bản thể này, ngài nghiên cứu, ngài hi-sinh thử coi ngoài cái bản thể này còn cái gì? Ngoài cái này đã có một cái giới vĩnh cửu trường tồn mà Ngài đã đoạt được cho đến ngày nay. Cho nên, chúng ta phải bắt chước, chúng ta nghiên cứu, phải đi con đường ngài đi, nếu chúng ta muốn tu.

Tu không có tổ chức,
mọi người đều có sẵn một cái tổ chức :

Trước kia, tôi cũng xin Đức Phật cho tôi một cơ hội để tổ chức phát triển cái Vô Vi một cách mạnh mẽ, có tổ chức, có thứ tự. Nhưng mà rút cuộc, sau sự bàn bạc ở trên đó, tôi nghiên cứu lại với Chư Tiên thì tất cả đồng ý là sau này tôi tổ chức rồi, thì người gạt người chớ không có làm gì được. Không làm những việc đó. Mọi người đều có một cái tổ chức sẵn hết rồi, bây giờ, mình cho họ thấy họ minh lấy họ, họ kiểm soát lấy họ, họ lo sắp đặt ở trong cái tổ chức, trong ngôi thứ của bản thể. Tất cả mọi người đều có một tổ chức: chính họ là chủ nhân ông, chỉ huy, cai quản, có phụ thuộc, có tả hữu, tứ phương, đều có người trấn làm việc cho họ, dưới mệnh lệnh, dưới quyền của họ. Thành ra, tôi đem lại cho tất cả các bạn sự thật để các bạn tu, quy nguyên trở về cái chơn cảnh lấy mình, lãnh cái chức phận ở thế gian. Chúng ta mặc nhiên là con người nhưng mà thiệt ra, ở bên trong, cái phần hồn chúng ta tiến tới một Phật tử rõ ràng.

Tu Pháp Lý không cấm đoán gì cả (kể cả ái tình) nhưng phải công phu đều :

...Cái ái tình không cấm đoán người ta được. Trong cái ái tình, họ mới hiểu cái khích động và phản động của cái cơ năng. Không có trở ngại gì hết, không có cấm được. Họ phải ở trong cái đụng chạm rồi mới tiến. Bởi vì con người cũng phải sống nương dựa trong cái bản thể, thì họ còn phải làm vậy nó mới đúng. Sau này, họ hồi tỉnh, họ mới thấy cái đó là sai. Tại sao? Tôi nghe cái đó, mà tại sao tôi giữ cái đó lại không được, nó bắt buộc tôi phải làm. Tới lúc đó, thì họ mới minh tâm kiến tánh, họ mới tìm hiểu lấy họ, họ mới đi trở lộn vô. Còn kêu người ta rồi cấm, chặt đứt người ta rồi họ minh, không có được. Bây giờ, chúng ta tu hoàn toàn ở trong đụng chạm mà chúng ta không có nên làm biếng, bỏ công phu, phải giữ công phu. Chớ còn, cái cơ năng của bản thể nó chưa chuyển kịp mà cúp đứt thì nó hư. Cho nên, những người tu trong chùa hay mấy ông cha cũng vậy, nhiều khi bị khùng là vậy đó, vì tức trí quá, không có chỗ thoát. Còn đàng này, chúng ta không cấm vấn đề đó, bởi vì nó là cái chuyện bản thể, ở thế gian, nó phải ở thế gian, còn cái Đạo là cái điển. Mình phải lấy ý chí gom cái điển đi lên. Cho nên, nắm được cái đường lối đó thì cứ giữ đó mà đi lên, rồi tới cái tuổi tác kia, nó đã đi vô thanh tịnh giới, rồi nó hết những cái ham muốn ở thế gian. Có chút xíu à, tu nhất kiếp ngộ nhứt thời. Người ta nói: tu hoài sao không thấy, nhưng mà tới cái giờ đó, nó đúng cái mức độ đó (degré) đó rồi đi, một chút xíu, nó điều động (régler) nó bước vô nó đi. Nhưng mà đừng có làm biếng trong cái giờ công phu. Nhiều người không biết nói: tại tôi cũng bị về cái đó (tức tình dục) mà tôi không thấy sáng. Không phải, không phải vấn đề đó. Cái trí ý của mình đem cái thanh khí ở bên trên, mình phải giữ cái mức độ ở bên trên. Mình đừng đem cái thanh khí điển để làm cái việc của trược khí. Còn cái khích động ở trong bản thể của mình nó có: hạ, trung, thượng. Hạ nó phải làm việc theo hạ, trung theo trung, và thượng theo thượng, nó có thứ tự và có giờ phút khắc ở trong đó, chớ không phải muốn làm gì được đâu, nó có qui định, nhưng mà người tu rồi càng ngày rồi càng minh. Cho nên Đức Phật không có nói cấm cái gì hết, nhưng người thế gian, họ bày ra cấm. Họ nói ông Phật ổng ăn chay. Ông Phật không đi chơi, ông Phật không đi coi xi nê. Thì cái trình độ của ông Phật, ổng đã qua khỏi rồi. Bây giờ, bắt chước ông Phật mà cấm là không có được. Hồi nhỏ, ông cũng biết đánh võ, ông cũng biết viết chữ, rồi bây giờ, ông không thèm viết chữ, không thèm đánh võ, là ông đã qua cái thời viết chữ, cái thời đánh võ, ông tới cái mức độ khác rồi. Rồi sau, những người tuổi trẻ, họ phải tới cái mức độ khác, chứ không phải ở mức độ đó. Thành ra, nhiều người chỉ cho người ta tu, mà cấm người ta, là không có được, chỉ khuyên tu, tu về thanh điển ở bên trên thôi. Cái đó là cái giá trị của người tu. Mình đi đâu đi, mình phải nhớ cái chuyện công phu. Mình công phu để làm chi? Để gom góp cái thanh điển lên trên, luyện cái trược điển biến thành thanh điển, nhớ ở trên bộ đầu, thì cái đó nó càng ngày càng nhiều thì cái trí tuệ của mình càng thanh cao. Mình hưởng về thanh cao được một trăm phần trăm thì cái trược nó đâu có bám theo được nữa, thì lúc đó có cho họ cũng không. Còn bây giờ, họ đang ở trong cái giới trược mà bắt họ phải như vậy đó thì họ hư, họ không có làm việc được nữa, cũng như đem họ xử án tử hình, làm sao họ tiến bộ. Họ qua cái cơn đó, họ mới tiến được, cái giới mới định được, còn cấm người ta là không có được. Cho nên nhiều người nói ông đó ổng tu ông giữ giới ghê lắm, nhưng mà rốt cuộc, ông là người ngoan cố nhất. Nếu làm bạn thân với ông ấy, rồi hỏi ông ấy: chính ông là ngoan cố nhiều nhất, ông làm cho cái cơ thể của ông hư hết, tiến không được, giữ giới này giữ giới nọ, nó hư hết, không có phát triển được, bởi vì cái luồng điển nó phải trao đổi, sửa đổi nó mới tiến, cái luồng điển phải liên kết với luồng điển khác rồi nó mới phát sáng.

Tu Pháp Lý được hoàn toàn tự do :

Nhiều khi, tôi nói cho mọi người nghe, có nhiều người có trình độ học cao, họ đi liền, người chưa nghe họ không có phục đâu. Họ nghe, họ nói: "Ông này ổng nói vậy, để tôi về tôi tu, tôi tu chừng 5, 6 tháng... À! Ông nói vậy đúng". Họ không chịu phục, bởi vì cái hồn con người không có phục ai hết. Cho nên, mình tu cái pháp này, mình được hoàn toàn tự do, chứ không phải là nghe theo người truyền pháp. Nhưng mà, phải tìm hiểu coi người truyền pháp nói cái đó có đúng không? Bây giờ tôi không hiểu được, để tôi về tôi tu, thanh tịnh, ba tháng sau, lời nói của ông đó có trở lại với tôi không? "Thì đúng như vậy, ông đã nói trước rồi, bởi vì cái giới đó tôi chưa tới, rồi một ngày kia, tôi tới cái giới đó là tôi minh cảm chớ có gì đâu?"[182]

Tu tiến bộ thế nào ?

Người mới tu thì sáu tháng, rồi tới ba tháng, rồi tới một tháng, một tuần, rồi tới mỗi ngày, mỗi giờ, mỗi phút, mỗi giây tiến bộ là thượng cấp, cao rồi. Hồi nãy, mình mới nghĩ vầy, nó bộc ra một cái, liền sáng suốt hơn hồi nãy nữa: thì đó là mình lên tới cấp cao rồi ...

Khai thông bộ đầu, tình dục hết :

Về tình dục, khi khai thông được bộ đầu rồi, thì tự nhiên, cái cửa ở dưới nó đóng, không còn nữa ...

---

[182] Theo kinh nghiệm, những bạn tu lâu và tôi, đều nhận đúng như vậy. Ông Tám nói nhiều khi mình không hiểu tới, và thấy nghịch nhĩ hoặc chống đối, nhưng nhờ công phu, lần lần chúng tôi đạt tới và mức độ đó mới hiểu được (có khi phải hàng tháng hoặc hàng năm sau)

Khi mà bộ đầu mở, nó rút lên hằng ngày, thì nó quên tất cả cái bản thể, thành ra không đi tới cái chỗ dục.

Tu nội tạng phơi bày, thì không còn tình dục :

"Nếu thân sửa đổi ngày ngày
Nội tâm ngũ tạng phơi bầy chuyển minh"

Lúc mà bộ đầu nó mở rồi, thì tất cả ban đêm cũng như ban ngày, nội tâm và ngũ tạng chúng ta phơi bày công khai, thành ra con người chúng ta không biết làm bậy là gì. Những người làm bậy là những người trong đó tối tăm, đi vô trong cái bóng tối. Nam nữ giới gặp nhau họ cũng làm bậy, mà cái tâm chúng ta tối tăm thì chúng ta suy nghĩ chuyện bậy, không có minh cái tâm, và nội tạng được công khai phơi bày ra thì chúng ta không còn cái gì kêu là tình dục nữa, nó chuyển mình càng ngày càng sáng suốt.

Chúng ta đến đây với bàn tay không :

Chúng ta đến đây với bàn tay không, rồi chúng ta sẽ về với bàn tay không. Nguyên căn chúng ta không có một cái gì hết, làm sao chúng ta sợ mất. Chúng ta nhập xác chúng ta đem cái gì xuống đây mà chúng ta sợ mất. Bây giờ chúng ta trở về với cái phần hồn thì chúng ta không có mất. Chúng ta trở lại chứ không có mất, còn nếu mà chúng ta trở về với vật chất, thì tự nhiên chúng ta sẽ thấy chúng ta mất. Mà cái vật chất đâu có trường cửu, có ai chết mà đem tiền bạc đi được ...

Tu đừng ngã mạn :

Khi mà ta đi lên cao rồi, ta tưởng ta là đắc đạo, đó thì rớt. Tưởng ta là giỏi, ta là tài, là ta bị rớt xuống. Tôi có nhắc: học chừng nào thì thấy mình dốt chừng nấy, tu chừng nào thì thấy mình thấp chừng nấy ...

Tu không có được làm thầy :

Chỉ lo tu cho mình mà thôi. Cho nên cái pháp này không có được làm thầy một người nào hết. Cái hồn làm thầy lục căn lục trần của mình và hòa cảm những cơ năng: tim, gan, tỳ, phế, thận của mình. Ở trong đó mỗi bộ phận có 250 vị tỳ kheo theo mình tu. Mình tu theo Phật nó tu theo Phật, mình tu theo ma, nó theo ma. Thì bây giờ, chúng ta sửa cho nó càng ngày càng nhẹ nhàng, càng tiến thẳng đi lên, thì tất cả nó sẽ hòa đồng với bên trên, thì sự từ bi bác ái càng ngày càng mở rộng ...

Tu ở thế gian không có thầy, nhưng mà ở Trên kia thì có Thầy. Cái điển của Đức Di Đà trợ hàng ngày cho mình, nhờ mình tập trung ở trung tim bộ đầu.

Tu sẽ thấy rõ người khi chết ra sao ?

Đây rồi, lần lần, mọi người sẽ thấy người chết nó nằm ở đâu, hồi ở trong hòm nó nằm chỗ nào, chôn trong mả nó đứng ở chỗ nào, mình tới nó đảnh lễ bằng cách gì, lúc đó bạn mới phân minh càng ngày càng rõ hơn ...

Xuất hồn được, thấy người chết không có chết :

Những người ở bên này, xuất hồn đi được, bao nhiêu người chết ở trước mặt họ không thấy chết. Làm sao chết? Cái hồn của người bất diệt, không có chết, không có động. Cái hồn là vô sanh vô tử, rốt cuộc rồi một là luân hồi, hai là tự giải thoát thôi. Còn nếu tu giải thoát là tự mình giải thoát chứ còn mong người ta giải thoát cho mình là không được.

Tu rồi không sợ ma :

Hồi trước, có nhiều người sợ ma sợ quỷ, bây giờ càng ngày càng tu, một năm, hai năm, ba năm, bốn năm, rồi tự nhiên hỏi có sợ ma hay không? Họ nói không, tôi không có thấy ma, dù cho có thấy ma đi nữa tôi không có sợ. Tại sao? Tôi hiểu, tôi hiểu phần hồn là thiêng liêng, con ma chết rồi nó cũng là một vị thiêng liêng, thiêng liêng với thiêng liêng gặp nhau có gì đau khổ đâu, có gì khó khăn đâu. Mình ở đây có đức tin, đem cái sáng suốt hơn con ma, rồi tự nhiên con ma nó sẽ mở mang và nó nhờ sự giúp đỡ của mình nữa là khác.

Thuốc trị bịnh tham, sân, si, hỉ, nộ, ái, ố, dục :

Chúng ta uống thuốc của Lưu Ly Quang Phật là chi? Thanh điển là thuốc của Lưu Ly Quang Phật đang trị bịnh chúng ta, trị dứt cái bịnh tham sân si hỉ nộ ai ố dục, chớ thuốc thế gian không bao giờ trị dứt được cái bịnh này.

Muốn nói pháp cứ thở tự nhiên, đừng suy nghĩ :

Trong lúc bạn nói đạo, bạn cũng phải sợ, bạn cho rằng bạn nói láo. Nhưng mà không phải đâu. Cái mà bạn ngồi bạn suy nghĩ bạn đặt ra để nói, không hay bằng bạn thả tự nhiên để nó nói. Cho nên, ở đây, cũng có nhiều người có thể nói pháp được, nhưng mà cũng còn ngần ngại, cũng còn sợ là mình nói không đúng. Các bạn cứ để tự nhiên, nó tới mức nào, ở trên người ta dắt tới đó, tới cái mức đó, người ta hút, người ta đem cái sáng suốt cho mình, thì càng ngày mình càng tiến tới. Mình tu nhất kiếp ngộ nhất thời, công phu nhiều ngày nhiều giờ, nhưng mà trong nháy mắt, chúng ta đi khỏi bản thể mà không hay...

Ly gia cắt ái :

Ly gia cắt ái[183] là cái hồn xa bản thể. Người thế gian học đạo trên Trời, đi tầm đạo mới là ly gia cắt ái, mỗi đêm bỏ cái bản thể của mình.

Thông rồi thì minh :

Mình đánh đổ cái trược khí trong bản thể và mình liên kết những cái thanh tịnh ở bên Trên. Thông rồi thì nó minh, tôi làm cho cái bộ đầu tôi nó thông thì tôi minh chứ có gì đâu! "Nhất lý thông thì vạn lý minh", mình hiểu cái định luật của âm dương, thì tất cả định luật của

---

[183] Giải nghĩa theo Vô Vi khác với thông thường được hiểu là bỏ nhà (xuất gia) và cắt đứt sự ái dục.

âm dương, từ động loạn đi tới thanh tịnh, từ thanh tịnh tới động loạn, thì nơi nào cũng có cả. Nơi nào là không có?...

Nhất lý thông, vạn lý minh :

Nhất lý thông, vạn lý minh, mình mở cái tiểu thiên địa của mình, mình biết được tất cả cái bầu trời thế giới, khỏi cần bận tâm tìm hiểu đạo này đạo kia, đủ thứ đạo. Chính mình có đạo ở bên trong, mình mở có con đường từ bên ngoài đó tới con tim là đi tới định giới, từ con tim đi tới bộ đầu là đi tới đại định.

Thiên thượng nhân gian duy ngã độc tôn[184] :

Thiên thượng nhân gian duy ngã độc tôn. Tôi thường nói trên trời có dưỡng thanh khí điển đưa xuống cho tất cả vạn vật, hóa sanh ở mảnh đất này, để giúp cho cái bản thể, là giúp cho phần hồn để tu, để minh cái thiện ác, chứ không phải giúp riêng cho ông Thích Ca. Cho nên ông Thích Ca, sau này sợ bị người ta lợi dụng, ông nói: "Phật tự tâm, tâm tức Phật, ta là các người, các người là ta, chúng sanh là ta, ta là chúng sanh, thì đồng hưởng với nhau..."

Phước đức :

---

[184] Câu này Pháp Lý Vô Vi cũng giảng khác. Người ta thường hiểu là: trên trời dưới đất chỉ có mình ông Phật! Phật là người đã thành đạo diệt trừ được tham, sân, si, mạn mà không lẽ Ngài lại ngã mạn đến mức nói như vậy sao? (lời soạn giả)

Lo tu về cái phần điển của mình thôi, còn về thế gian phước đức mình không làm, nhưng mà tự nhiên mình là người phước đức. Mình xuất lên được, mình còn làm nhiều nữa, mình thức giác cho những cái phần hồn đừng luân hồi lại trả thù nữa. Cái đó còn tốt hơn mình cho thuốc người ta uống hết bịnh rồi nó xách dao chém người ta. Còn mình có thể thức giác những phần hồn bị chết oan uổng, họ luân hồi trở lại trả thù, làm thành trận giặc thứ hai, thứ ba, thứ tư; sau này họ không còn nữa, cái đó mới quý giá.

Tiền của phù hạp với lục căn lục trần :

Phần nhiều có tiền nó bầy đủ chuyện hết, bởi vì đồng tiền nó phù hạp với lục căn lục trần. Mình đây tu mình diệt lần lần, mình đi lên, mình tu xa cái cõi hồng trần, để mình chỉ huy trở lên lại, mà mình đi ở đó ngũ hành quá xá, nó bao vây. Tiền là Kim, Mộc, Thủy, Hỏa, Thổ, lục căn lục trần nó khoái, cả ngày nó cứ đếm tiền, nó nhắc đây rồi mua cái gì, nó nói chuyện thế giới, cái đó mình lệ thuộc mình đi không được. Tới đó rồi mình thức giác lần, mình không bị lầm, mình biết mình có số tiền còn nhiều hơn những con số đó, trong lúc mình không có con số nào mới là nhà giàu, mà còn con số nhiều trước mặt là nhà nghèo.

Về nhân loại với chiến tranh :

Nhân loại trong cái chiến tranh thay đổi ở kỳ hạ ngươn này. Thế giới đều diêu động và sửa đổi, rồi sẽ đi đến thông cảm lẫn nhau, di dân, chuyển hóa, trong cái luật định hóa hóa sanh sanh của Địa Tiên đã sắp đặt (mắt phàm không thấy).

VỀ TU KINH KỆ, LÝ THUYẾT, QUÁN TƯỞNG, XIN PHÙ HỘ v.v...

Tu mà dùng lý thuyết, suy luận thì khó đạt được[185]:

Lý thuyết và suy luận thì khó mà đạt được, chỉ có thực hành thì sẽ sớm đến tận nơi tận gốc, nhiên hậu mới được an nhiên tự toại.

Chỉ có hành mới tiến, chúng ta không sửa mà lý thuyết, ai nói cũng hay hết, đường lối nào cũng tốt đẹp hết, mà cái phương pháp tu nào nghe cũng huyền diệu hết, mà chính ta tu không hành, không mở, không khai thông, không hiểu cái quyền năng ở trong cơ thể chúng ta, mà không hiểu cái luồng điển của chúng ta nó hòa cảm với đại tự nhiên bằng cách nào?

Làm sao chúng ta minh cảm cái sự tối tăm hiện hành của nội tâm được? Cho nên, các bạn ở đây trong cái thực hành mà ra, tuy rằng các bạn không kinh kệ, không bắt các bạn học thuộc lòng lý thuyết gì hết, nhưng mà một ngày các bạn cố gắng tu một lần thì tự nhiên sẽ mở và khai thông, làm các bạn càng ngày càng nhẹ nhàng. Tất cả nó sẽ dời lên bộ đầu, nó không có bám vào trong bản thể và làm cho các bạn nặng nề và đau khổ.

---

[185] Những bạn tu chúng ta kinh nghiệm cũng được biết, từ xưa nay, tu mà dùng kinh kệ, lý thuyết có ai phát huệ và đạt đạo? (lời soạn giả)

Tu kinh kệ :

Hát ca lu bù, đọc lu bù; rốt cuộc không hiểu cái gì hết! Thần kinh mình bị hư mà không biết. Khai kinh kệ!

Còn mình có kinh kệ trong nẻo óc, trong bộ đầu mình mà không chịu khai thông nó ra, mà chạy đi đọc quảng cáo cho cuốn sách kia, đâu có được! Mình tìm hiểu cái nguyên lý của người đó, họ thành công, họ nói lại trong sách đó, mà mình khai kinh kệ thần kinh nẻo hóc của bộ đầu mình, mình thấy minh tâm kiến tánh, mới là đi tới điển kinh chơn pháp thanh tịnh kinh. Hiểu rồi là thanh tịnh chứ gì nữa...

Biết nhiều quá cũng khó tu :

... Đừng có lo, bây giờ mình chỉ lo khai thác cái Tiểu Thiên Địa của mình, đừng nôn nóng mà lý luận, thét rồi có nhiều người cái gì cũng hiểu hết, rút cuộc tu không được. Cái gì nói cũng hiểu hết, nói cái gì cũng biết hết, quên đi, đừng theo dõi cái kia, bởi vì cái thực trạng của họ không cởi mở, rồi đâm ra nhiều khi biết nhiều quá họ đâm ra khi dễ những người tu hành: "Tôi biết nhiều hơn anh mới tu không biết gì", nhưng mà nó hay hơn ông, nó đi được, ông không đi được.

Tu rồi sau đọc kinh sách không vô nữa :

Coi thét rồi, không coi được nữa[186]. Sau này hết coi được. Đằng này, muốn biết cái gì họ xét cái đó, rồi nháy mắt là biết, khỏi mất công. Coi sách viết về đời, lấy cái tâm này (chỉ con tim bằng thịt) viết đạo là không bao giờ coi dính hết, không phải là khi, nhưng không có dính nữa. Còn coi về điển nó rút cái bộ đầu, cái đó nên coi. Coi là mình chạy theo, coi rồi mở, mở rồi, qua khỏi cái đó mình không coi nữa, mình thấy cái đó hay bữa nay, nhưng mà mai mình theo kịp rồi, mình thấy không còn hay nữa, mình phải đi cái văn minh khác nữa. Mình không phải là lừa thầy phản bạn, nhưng mà mình đi tới cái tột cùng thanh tịnh không động, chứ mình không có dại dột mê tín, giới hạn nơi đó. Pháp Lý này không cho phép mình làm, mình tu tới đó rồi mình nghe, rồi về một chập ở trong nó chống, nó chống thì nó phải tiến, chứ không bao giờ tin xuôi, tin xuôi là hư ...

Tu cao, không cần đọc sách,
nhưng có sẵn kho sách đầy đủ :

... Trong cái thực hành ở đây, rồi các bạn tu sẽ thấy hay lắm. Không cần đọc sách, nhưng mà đó là cuốn sách, ta muốn dở kho sách của chúng ta ra lúc nào,

---

[186] Riêng tôi (cũng như có nhiều bạn tu trước), lúc đầu thích đọc kinh sách lắm, ông Tám nói tôi không tin và chống đối. Nhưng một năm rưỡi sau, tôi thấy ông Tám nói rất đúng. Bây giờ, tôi đọc kinh sách không vô được nữa, văn tự nó hay sai, thấp và chậm lắm. Đi về điển quang trực chỉ, chính xác, cao và lẹ hơn nhiều. (lời soạn giả)

thì nó cũng có đầy đủ cho chúng ta nói. Khi mà ta hiểu được bản thể của chúng ta rồi, thì chúng ta hiểu được cái thân cây, cái cọng cỏ, nó cũng là thuộc văn chương chứ, sáng suốt, rất hay, rất hợp thời chứ không phải là lơ mơ, suy đoán viết tầm bậy. Nó phân ra từ ly từ tý, một cái đầu, nó phải hiểu cái sự khích động của kim mộc thủy hỏa thổ là thuộc về sự diêu động của mảnh đất, rồi nó mới đi tới cái vật chất, rời từ cái trược khí đi tới thanh khí, nó mới phân minh rõ rệt, nó mới hòa cảm luồng điển của vũ trụ. Tới lúc đó, mới biết thiên môn ở đâu? Tất cả cây cỏ đều ở trong cái tâm trạng như tâm trạng của chúng ta. Cho nên, những người phần hồn bị tan rã làm cây cỏ, chịu chung thân khổ sai không có đi đâu được. Họ phải chuyển lần lên từ bước: bông hoa, hột giống, rồi thành con sâu, từ vật nhỏ đi tới vật lớn, con này tới con kia, rồi chuyển lần lần thành con người, thành ra cái kiếp có thể cả mấy ngàn năm. Khổ lắm. Cho nên chúng ta được tu mà đi lên... Tại sao tìm cái trung tim bộ đầu, nhớ Nam Mô A Di Đà Phật? Biết được nguyên lý của Nam Mô A Di Đà Phật, không phải là người ngu. Người mới tu thì hiểu: Nam là lửa, Mô là không khí, A là nước, Di là phát triển, Đà là màu sắc, Phật là linh cảm. Thì cọng cỏ nó cũng có cái đó vậy. Nam Mô A Di Đà Phật là áp dụng cho tất cả, chứ không phải riêng gì cho người tu ở đây. Trước hết, phải nước lửa gió nó hợp tác nó mới tiến lên được, nó mới phát triển được, thì Nam Mô A Di Đà Phật là chung cho tất cả. Nhất lý thông vạn lý minh là ở đó. Chúng ta tu mà minh cảm cái Nam Mô A Đi Đà Phật ở sơ cấp, rồi lên tối trung cấp, lên tới thượng cấp. Tất cả chỗ nào cũng biết. Chỉ nắm cái đó, rồi sẽ minh cảm, hễ cái gì ở đâu, xét tới cái đó thì hiểu được chứ gì. Cái khích động, phản động của Nam Mô ... rồi thì chúng ta phân tách liền, tự động nó nói ra, chứ không cần phải biết cuốn sách nào, hay phải nhờ ông nào dạy thế nào. Không cần!

Tu Pháp Lý dùng điển, chứ không phải đọc kinh :

Mình đọc điển chứ không phải đọc kinh. Mình không cần xài cái văn chương nó chậm lắm. Mình đi lên trên điển bộ đầu rồi, xài văn chương nó chậm, còn cái kia nó mau.

Tu đừng nghĩ tới chuyện phù hộ :

Đừng nghĩ tới chuyện phù hộ, nó rút trở lộn lại, cũng là lục căn lục trần nó phá. Mình phải xuất phát đi lên, không có sự phù hộ nữa. Bắt làm Pháp Luân đều, bởi vì hồi nào mình tưởng tới Phật phù hộ rồi bây giờ, người phù hộ vắng mặt, không có tới, thì thiêng liêng nó áp đảo mình, phải làm Pháp Luân đánh đổ nó ra ...

Tu bất chấp những sự phù hộ :

Chúng ta mượn cái phép này để đánh đổ cái trược điển ở bên trong ra, chứ không phải chúng ta mượn cái phép này để đem cái điển vô phù hộ.

Chúng ta bất chấp những cái sự phù hộ, mà chúng ta tiến tới sự sáng suốt đầy đủ của chúng ta, rồi hòa cảm với sự sáng suốt thiên nhiên tạo hóa ở bên trên

– mới biết được mình là ai, ở đâu đến đây, rồi sẽ về đâu? Chớ không nên mê muội ngoại cảnh ...

Tu mà còn ỷ lại, dùng bùa phép bảo hộ v. v...

Con đường chánh pháp ta phải làm, bắt buộc phải làm. Cứ lạng quạng cái bùa này, phép nọ kia để bảo hộ mình, rốt cuộc mình làm biếng, mình càng ngày càng ngu. Thỉnh bùa chừng nào thì ngu chừng nấy, bởi vì cái tánh ỷ lại nó trường tồn, mà nó không có xuất phát được cái cá tánh sáng suốt, khó ứng dụng cho xã hội và tất cả mọi người ở xung quanh mình.

Quán tưởng đến Chúa Phật và cầu phù hộ [187]:

Nhờ Chúa phù hộ con, mà Chúa không xuống thì ma nó xuống, thì ma nó nhập. Cho nên tu bên Phật giáo cũng vậy, nếu chúng ta tưởng tới Phật, tới Đức Thích Ca là chúng ta sai. Bởi vì chúng ta đâu có thấy Đức Phật được. Trong lúc cái phần điển chúng ta không tập trung, làm sao chúng ta tiếp xúc với Phật được. Dù cho Đức Phật có đứng trước mặt chúng ta cũng không thấy, nhưng mà con ma nó xuống nó nói: " Ta ... con có công tu hành, ngày nay Thầy điểm đạo cho con (nghe mừng quá rồi), từ nay bắt đầu từ rằm trở đi con phải đi ta bà, truyền pháp..." Cho nên, nhiều ông ở nhà ông bỏ ông đi. Ông đi núi đi non, đi chỗ này chỗ nọ, theo sự chỉ huy của nó, rồi ông nói đạo lung tung, mà không có cái pháp nào

---

[187] Chính tôi cũng được gặp người bị điên khùng vì ma nhập vì tu cầu phù hộ. (lời soạn giả)

cho người ta tu hết, không có cái pháp thành ra ông bị thiêng liêng xâm nhập, điều khiển phần hồn, thét rồi đến cái cuối cùng điên dại rồi chết ...

Về các người tu[188] bày cúng quảy, cầu nguyện và kêu Phật xuống thế gian :

"Gạt mình gạt cả hóa công
Bày cho thiên hạ trông mong Phật Trời"

Thét rồi bí đường, không biết làm gì hơn, thì gạt mình gạt cả hóa công, bày đặt ông này ông nọ cho họ cúng quảy, rồi bày cho thiên hạ trông mong Phật Trời xuống, lập cái cảnh bình an ở thế gian. Đức Phật sẽ giáng xuống thế gian năm nào nữa, năm nào nữa, cứ trông năm này tới năm kia, năm kia tới năm nọ, mắt sáng trông cho tới con mắt mù, chưa thấy ông Phật, chẳng thấy ông Phật ở đâu, mà bày cho thiên hạ trông mong Phật Trời.

"Khẩu khai cầu nguyện tơi bời
Ước mong Phật xuống lập đời bình an"

Bày họ cầu nguyện, kêu réo ông Phật xuống, nhưng mà Phật, tôi thường nói là con người đã thoát ly thế tục – Ngài đâu có trở xuống thế gian nữa mà kêu Ngài hoài. Ngài đã cho chúng ta cái ảnh hưởng thực trạng, thực thi, thực tập, cho chúng ta thấy. Chúng ta bắt

---

[188] Tu không có pháp môn.

chước, chúng ta làm, chúng ta phải đi theo con đường đó. Chúng ta đi quên hết thế sự, quên ngũ uẩn, quên bộ đầu, quên bản thể, quên tất cả những cái gì ở thế gian lôi cuốn, chúng ta mới tiến tới con đường Ngài đã và đang tiến. Chứ cứ ước mong Phật xuống để lập đời bình an cho mình hưởng. Khôn quá! Lợi dụng ông Phật quá, đâu có được! Ông xuống lập cái gì ở đây? Chỗ này là cái tạm trú, cái lò lửa, cái lò rèn, cái lò thử thách để cho phần hồn được sửa chữa mà tiến lên, chuyển kiếp tùy khả năng. Cái sự dày xéo của đời mà chịu đựng được thì được tiến cao, còn người chịu đựng không được thì sau này chết phải luân hồi.

Tu không bị phụ thuộc ai hết. Nếu bị luồng điển ngoại xâm thì phải làm Pháp Luân đuổi ra :

Tu phải đích thân đi tới, cho nên cái văn minh sẽ trở về với các bạn.

Các bạn không có bao giờ bị phụ thuộc bởi một người nào hay bởi một luồng điển nào. Luồng điển của bạn luôn luôn xuất phát đi lên, chứ không có đi xuống. Những cái luồng điển mà áp đảo đi xuống, đó là ngoại xâm, chúng ta phải làm Pháp Luân để đánh đuổi nó ra ngoài, không có nuôi dưỡng cái đó, không có để ý cái đó[189].

---

[189] Các bạn tu, trước khi vô tu PLVVKHHBPP, có cầu phù hộ, tu quán tưởng, chơi bùa ngải, cầu cơ, nếu có bị ngoại xâm, tức thấy có luồng điển ở trên đi xuống xương sống, nhớ lưu ý kỹ lời dạy quý báu này.

Ta đương ngồi công phu, đang thiền định, nó bốc rút chúng ta đi lên, đó là cái trợ giúp ở bên trên, do cái lực lượng của mình đã đạt tới cái mức đó, người ta mới rút mình lên được. Mình chưa đạt tới cái mức độ đó, người ta cũng không rút mình được, chỉ rọi sáng cho mình nhẹ thêm, chứ không có bốc kéo mình đi lên được[190].

Các bạn nên lưu ý ngay trung tim bộ đầu cái phương pháp chúng ta đang hành, chứ không nên nghĩ con tim nhân tạo. Nếu nghĩ trái tim này, bạn tu hoài, tu mấy ngàn năm, cũng không tiến được, mà tu không khéo trở nên người khùng nữa là khác. Cho nên tôi nhấn mạnh với các bạn, về cái đường lối điển quang, bởi vì lúc này có nhiều cái tà điển có thể xâm nhập, cho nên tôi chỉ ngay nơi trung tim bộ đầu mà đi lên.

Những người tu bên Địa Tiên[191]:

Những người tu bên Địa Tiên, tưởng niệm nơi con tim, còn chúng ta tưởng niệm nơi bộ đầu. Phần đông tu, thì nhiều người thấy lắm, như trước kia, có một ông tu ở Nước Ngọt, tối nào cũng thấy đi họp với Quan Âm, thấy Thích Ca, thấy đủ thứ, nhưng mà ổng tới nhà tôi, tôi

---

[190] Theo kinh nghiệm rất thường thấy, các bạn tu được nhẹ rồi, dù ở Saigon hay ở xa (bất cứ đâu), đã được gặp hay chưa được gặp ông TÁM hoặc ở Thiền Đường vào buổi họp đạo, lúc có mặt hay cả lúc vắng ông Tám, thỉnh thoảng đều có được tự chứng nghiệm hiện tượng điện rút trên Hà Đào Thành, như nói trên đây.

[191] Có những vị tu này thường đến gặp và hỏi ông Tám chỉ giáo.

kêu ổng nhắm mắt, đồng xuất đi với tôi, thì đi một chập, ổng mới biết rằng chính là ổng đi trong đó. Tôi chỉ ổng về ổng sửa lại. Bởi vì, còn nuôi dưỡng ở trong này (chỉ con tim bằng thịt) sự biến hóa của lục căn lục trần cũng có, và biến hóa của ngũ hành, mà vì mình quá tin tưởng thì nó biến hóa, nó nói: "Ta đây là Phật" và tin vậy thôi, chứ thiệt ra không phải. Chỉ là ảo cảnh, hư cảnh chứ không phải đúng. Sau, ổng tu theo bên này, một thời gian chừng sáu tháng, ổng thấy là khai thông bộ đầu, phần hồn ổng xuất khỏi bản thể, ly gia, ổng mới đi ra, tự lập chứ không có ỷ lại ai hết[192].

Nói với bạn tu nào có tâm chữa bệnh giúp đời :

Chữa bệnh, cái đó ở đời người ta ca tụng ông rất tốt, nhưng mà về Đạo, không có nghĩa lý gì hết. Bởi vì ông không trị cho họ hết được cái tham. Họ mang cái bịnh đó, mà nó theo từ tiền kiếp tới bây giờ. Họ đã sai lầm từ tiền kiếp tới bây giờ, cho nên ông tu tới minh tâm kiến tánh, ông giải họ lần lần, họ hiểu, họ không còn mến tiếc cái bản thể này, là họ mới giải thoát phần hồn, nhất định cái phần hồn phát triển, thay vì, ông cho thuốc họ, hướng về thể xác cũng vậy, họ ỷ lại nơi thuốc rồi họ cũng tái phạm như xưa...

---

[192] Theo kinh nghiệm, tôi cũng được biết nhiều vị tu (không phải pháp lý này) cũng thấy cảnh và xuất như ông Tám nói. Và bị lầm là cảnh thật, rất thường bị lạc theo ma quỷ. Pháp lý ở đây, chúng ta có thấy hay xuất đi đâu, ông Tám đều biết cả và biết trước nữa, nên chỉ bảo cho chúng ta tránh khỏi sai lầm.

Nói thiệt, ở thế gian đàn ông con trai có đi chơi bời là có đau lậu. Không phải nói Đạo là không dám nói câu này, vì là sự thật, không có một người nào có thể chối cãi được sự thật của thế gian. Rồi họ đi bác sĩ, chữa hết rồi, họ cũng đi tái phạm nữa, phạm rồi tái phạm. Nhưng mà, cái người tu chân chánh rồi, họ hiểu cái sự đau khổ của họ, họ minh tâm kiến tánh, họ hiểu họ do đâu đến đây, rồi sẽ trở về đâu, họ bước vô cái nhà điếm không còn là nhà điếm nữa, mà họ thấy cái khổ tâm của đối phương, sự tăm tối của đối phương, sự ngu muội của đối phương, mà họ phát ngôn chân chánh để họ dìu dắt cái người đó qua cái khổ ải trầm luân ở thế gian. Cái đó, mới là cứu vớt người ta, cái đó mới là một viên thuốc chân chánh. Chớ ở đây, không có cấm các bạn đi đâu, mà chỉ cấm các bạn làm biếng. Các bạn tu, các bạn đi tới bất cứ chỗ nào, các bạn phát ngôn chân chánh và đàng hoàng, cởi mở, xây dựng, dìu dắt để cho người ta thức giác. Không có cấm cái gì hết, chỉ cấm có cái làm biếng thôi. Người làm biếng là người thất bại bởi vì không chịu thanh lọc cái thanh điển. Khi mà ông lọc được cái thanh điển rồi, ông vô gặp cái trược điển rồi ông nặng ngực, ông không có bao giờ ngồi với một cô điếm được, nhưng mà ông phải giảng giùm cho đối phương tại sao đau khổ như vậy? Thức giác cái nội tâm, đừng dùng cái bề ngoài. Cho nên cái phương pháp ở đây phải tinh tấn về mặt điển quang chứ không phải tinh tấn về cái sự cấm đoán này nọ.

VỀ CHAY MẶN

Định luật hóa sanh :

Cái định luật hóa hóa sanh sanh, phần hồn bị tan rã ra cây cỏ, bị chung thân khổ sai, thụ trảm bá đao, chịu cái định luật. Thú vật khi đầu thai nó lãnh án tử hình. Cái luật hóa hóa sanh sanh ở thế gian không có cải tạo được. Bạn biết rằng tôi ăn miếng thịt đó, nó còn thù hằn nó phải theo tôi, nhưng mà trong cái khối của tôi ở trong này không có khác gì cái khối của nó cũng là kim mộc thủy hỏa thổ, luồng điện của mảnh đất phù sanh nầy; mà trong nầy tôi đã sửa chữa cái luồng điển ở bên trong của tôi có thứ tự, thanh ra thanh, trược ra trược, chứ cái phần thanh của con thú vật không có ai cướp giựt được, nhưng mà nó bị sự ô trược lôi cuốn nó ra, từ kiếp này đến kiếp kia, định luật tiến để chuyển kiếp: hoa quả, cây cỏ, vạn vật. Thì bây giờ chúng ta tu, đem thanh ra thanh, trược ra trược, hỏi chớ bạn tu để giải thoát cái gì, để giải thoát phần hồn chứ không phải bản thể...

Hỏi nếu ăn chay thành Phật thì bò nó thành Phật hết rồi...[193]

---

[193] Lời nói hết sức "phá chấp".

Trước tôi (cũng như nhiều bạn tu) có chấp về vấn đề ăn chay ăn mặn (tôi trường chay trong ba năm rưỡi) nhưng nhờ ông Tám, tôi đã phá chấp được về việc ăn chay của tôi.

Trong thời gian ba năm rưỡi, tôi không chịu ăn mặn, vì tôi còn nghĩ như sau:

➢ tu mà còn ăn nhục thể của chúng sanh là không có từ bi.
➢ tiếc công phu mấy năm trường chay mà bỏ thì rất uổng.

VỀ TU CAO

Tu cao mỗi sáu giờ bộ đầu rút :

Sau này, người tu cao, cứ đúng mỗi sáu giờ, cái bộ đầu nó rút, nó có một thay đổi đi lên, tới sáu là nó chuyển, sáu là nó chuyển. Giờ đó trung tim nó mát như máy lạnh, giờ đó mà nói pháp thì hay lắm.

Bông hoa đón tiếp :

➢ các bạn tu trước ăn chay nay bỏ qua ăn mặn, tôi cười và nghĩ thầm chắc các bạn ấy thèm mặn, ăn chay hết nổi rồi.

➢ tôi nhớ kỹ trong "Đại Thừa Chơn Giáo" có dạy: ăn chay là bổ khí tiên thiên, còn ăn mặn là bổ khí hậu thiên.

Nhưng với thời gian công phu luyện đạo và được ông Tám giảng giải, tôi mới minh được vấn đề chay mặn, hiểu được định luật hóa hóa sanh sanh của Ngọc Hoàng Thượng Đế (có phận sự cai quản quả địa cầu này) sắp đặt: con vật đến ngà giờ chỉ định phải bị giết để được chuyển kiếp. Còn mình tu pháp lý đây, không có sát sanh, mà trái lại, mình cứu độ cái phần hồn con vật, cũng từ bi vậy, nhưng với một cách khác hơn, là giúp nó mau được chuyển kiếp qua bản thể của mình. Nhờ mình có tu mình mới đem nó lên được. Xin lưu ý, Đức Ngọc Hoàng Thượng Đế, ông Tám nói trên đây là giới Địa Tiên, khác với Đức Ngọc Hoàng Thượng Đế Vô Cực Đại Thiên Tôn là đấng tối cao trên hết.

Về chay mặn, ông Tám giảng là những khía cạnh phiến diện của Chơn Lý. Từ khi có Cha giáng thế (1976) Ngài có dạy nên ăn chay trường, trong thời kỳ này, vì trược khí ngất trời, nạn tai dữ dội cận kề, người tu thiền chưa có trình độ không đủ sức (mặc dù có làm Pháp Luân) hóa giải nổi trược điển vừa do ăn mặn, vừa do ở bên ngoài xâm nhập.

Người tu cao rồi đi qua một cái cây, một cái bông thấy nó đón tiếp họ một cách vui vẻ, họ đứng lại đi rất chậm, họ dòm cái sự đón tiếp ở xung quanh.

Tu vô vi làm việc nhiều :

Ngồi ở nhà, nhưng mà làm nhiều việc, cái người tu vô vi ở đây không có rảnh, càng tu lâu chừng nào thì làm việc nhiều chừng nấy, cho đến không biết cái giờ ngủ là gì, có làm nhiều có học nhiều mới hiểu nhiều.

Nói pháp cho thiêng liêng nghe :

Tôi cũng nói để cho mấy ông kia biết. Bởi vì không phải tôi nói riêng cho mấy bạn ở đây thôi. Những người thiêng liêng ở xung quanh này, từ thánh giới sắp xuống, người ta nghe thành ra nó khó khăn, tôi không có nói bậy, cái gì nó phải đi thẳng, chứ còn nói bậy với mấy ông thánh đâu có chứng minh được.

Nói pháp thế nào ?

Một người tu cao, một luồng gió thoảng ngang qua, họ nắm cái luồng gió ấy, họ cũng có thể thuyết pháp được, chứ không phải đợi coi ở trong cuốn sách nào mới thuyết ra pháp được. Hay một tiếng âm thanh nào phát khởi ra, thì lấy cái nguyên lý đó, biến hóa ra, cũng thành một tràng Pháp Lý.

Lục căn lục trần xuất theo :

Nhiều khi những vị tu thấy một ông thánh, ông thần đi ngang, thấy đằng sau sáng lòa. Cái đó là cái sự phụ thuộc, cùng là chúng sanh ở trong bản thể ngài đi theo. Còn đằng này, mình tu cũng vậy, khi xuất ra, lục căn lục trần, mình cho phép nó cũng đi theo cái thanh cao ở bên trên thì nó cũng sáng như quý vị kia.

Nắm một bài thơ tu cũng đắc đạo :

Các bạn tu ở đây nghe qua lời nói của tôi, mà thông cảm hiểu được một bài thơ, nắm một bài thơ tu cũng đắc đạo, chớ không cần coi nhiều bài . . .

ÔNG TÁM GIẢI ĐÁP CÁC THẮC MẮC CỦA CÁC BẠN TU

ભજજજ ✳ ૭૭૭૭

➢ Về phương pháp công phu
➢ Về triệu chứng do công phu
➢ Về điển, xuất vía, xuất hồn
➢ Về chay mặn
➢ Về sự chết, người chết, ma quỷ
➢ Về định mạng, nghiệp quả
➢ Về võ Phật, văn Phật, về các cõi, về Quần Tiên Đại Hội
➢ Về tôn giáo, kinh sách và pháp tu khác
➢ Về Pháp Lý Vô Vi Khoa Học Huyền Bí Phật Pháp
➢ Về kinh A Di Đà (giảng theo PLVVKHHBPP)
➢ Về linh tinh

Thường ngày, có những thư của các bạn tu ở các nơi gửi đến hỏi về thực hành thiền, tôi xin trích ra đây một số câu do ông Tám giải đáp, để các bạn nghiên cứu tìm hiểu.

VỀ PHƯƠNG PHÁP CÔNG PHU

HỎI: *Ngồi kiết già, bán già hay trên ghế thòng chân, kết quả có cách biệt gì không?*

ĐÁP: Theo tôi thấy, thì những người nào ngồi kiết già thì kết quả mau hơn, còn những người nào mà ngồi ghế bỏ chân xuống đó, thì chậm hơn. Ngồi xếp bằng và kiết già, tôi thấy có phần tiến bộ mau hơn là tại sao? Khi mà chúng ta ngồi xếp bằng thì cái máu bị ứ không có lưu thông như ngồi thòng chân, nhưng mà cái ứ đó ở phần dưới, nó mới do cái Pháp Luân và Soi Hồn ở bên trên, chúng ta đã mở được cái xương sống rồi, ở dưới nó ứ, nó không có đường đi thì nó tống cái luồng hỏa hầu đi phía sau đi lên bộ đầu, thành ra nhiều người xếp bằng nó giựt đi lên, nhưng mà theo đúng cái Pháp Lý ở đây là chỉ cần cái xương sống ngay mà thôi. Người ngồi bỏ chân xuống dưới, làm Pháp Luân nhiều thì cũng tương đương với người ngồi xếp bằng.

HỎI: *Ngồi trên ghế thòng chân thoải mái hơn ngồi xếp bằng hoặc kiết già, có thể ngồi lâu hơn, vậy nên ngồi như thế nào?*

ĐÁP: Tùy theo, bởi vì người bị thương ở chân, đâu có ngồi kiết già hoặc xếp bằng được, người mập quá cũng không ngồi kiết già như người ốm được. Phải tùy theo phương tiện mà làm, nhưng mà cần và điều cốt yếu của chúng ta làm Pháp Luân để thanh lọc cái điển trược và thanh đó thôi. Người ngồi ghế thoải mái, thì tự nhiên Pháp Luân có thể làm nhiều được, còn người ngồi kiết già không có làm nhiều được là vì nó ứ ở dưới như tôi nói trên đây, nhưng mà làm được rồi thì nó rút lên mau, như ngồi cách kia.

HỎI: *Tại sao ông Tám lại biểu ngồi thiền đừng bắt ấn tam muội?*

ĐÁP: Sau này, kêu đổi đừng bắt ấn tam muội khi ngồi thiền là vì hai cái tay nó hợp lại, năm luồng điển nó trì, nó ngay cái lỗ rún đó, thì cái vía của người mới tu còn nặng, nên xuất ra nó bị cản trở ở nơi đó. Thành ra, mới buộc bỏ tay ra hai bên, để cho cái vía xuất phát dễ dãi. Mấy người tu cao đi được rồi, thì bắt ấn tam muội tốt hơn.

HỎI: *Theo phương pháp học ở đây, tôi thấy thiên về Phật A Di Đà nhiều, nhưng mà trong hai câu nguyện sao không thấy đề cập tới Phật A Di Đà, mà lại đề cập tới các vị Phật khác?*

ĐÁP: Bởi vì phải qua các vị Phật khác, về Di Lạc đó rồi mới qua đức Di Đà. Con người từ cái trược đi cho tới minh rồi là về vui vẻ rồi mới thanh tịnh, là tự nhiên, tự động nó phải về đức Di Đà, là về luồng điển thanh tịnh. Còn con người sơ khởi là nó diêu động rồi nó phải nhờ đỡ Quan Âm, rồi tới đức Di Lạc là luồng điển vui vẻ, qua được cái vui vẻ rồi nó đi tới thanh tịnh thì nó qua tới Di Đà đạo pháp. Bây giờ bắt người ta nói vô Di Đà liền thì họ không thấy có kết quả, nhưng mà họ đi về Di Lạc rồi họ thấy có kết quả, rồi lần lần họ đi tới thanh tịnh.

HỎI: *Trong khi ông Tư nghiên cứu kinh sách nhà Phật được biết trong pháp môn xuất hồn có 4 điểm mà thôi, còn lại 12 môn khác phụ thuộc, cũng có nhiều bí mật, phải nhờ xuất hồn mới tìm ra được. Sự bí mật ấy là sao? Vậy 4 điểm kể trên là điểm nào. Chưa thấy ông đề cập?*

ĐÁP: Đó là 4 điểm truyền pháp chúng ta đang áp dụng đây nè. Khi mà ông Tư tu được rồi, thời mới nghiên cứu qua Soi Hồn, Pháp Luân Thường Chuyển, rồi Thiền Định, tới Mật Niệm. Bốn điểm đó là quan trọng, và đi được cái đó rồi thì lên trên mới học cái pháp riêng ở bên trên. Đó là cái điển, được khai điển rồi liên kết ở bên trên có người ta dạy.

HỎI: *Thời tiết bốn mùa có ảnh hưởng gì đến việc tu hành không?*

ĐÁP: Đối với người mới tu, thì có ảnh hưởng vào mùa nóng và mùa lạnh. Từ trung thu trở đi thì cái luồng điển ở bên trên đưa xuống nhẹ hơn, còn mùa hạ thì cái luồng điển ở bên trên nóng. Người mới thì hồi nào tới giờ, cơ thể theo sự diêu động, và cái cơ thể cũng tùy thuộc vào thời tiết, vào sự điều hành của vũ trụ, thành ra họ tu trong mùa hạ, chậm lắm _ còn qua mùa thu họ đi lên được. Những người tu cao đã đoạt được cái cương quyết rồi, thì không có xuân hạ thu đông nữa. Bất cứ mùa nào họ cũng như vậy thôi họ đi thoát khỏi cái bộ đầu rồi, thời tiết không làm diêu động họ được.

HỎI: *Phải âm dương kết hợp, sự chuyển động của âm dương nó mới phát sinh, thì đối với những người già răng*

rụng hết, họ làm sao răng kề răng được, khi công phu.
Như vậy họ tu có kém kết quả không?

ĐÁP: Nếu mà không còn răng, mà họ còn sức để làm Pháp Luân, họ phải làm Pháp Luân nhiều hơn người thường. Rồi chỉ cho họ dùng trung tim bộ đầu tưởng Phật thay vì dùng con tim ở thế gian. Bắt buộc, cái đó phải bắt buộc, nhờ Nam Mô A Di Đà Phật để làm chi? Để sau này có 100 tuổi đi nữa, đi quen con đường đó họ không bị lôi cuốn xuống bàn chân, thành không bị lôi cuốn xuống cái cảnh địa ngục. Còn những người không có răng trước, muốn thấy mau lẹ như người có răng trước, thì khó, bởi vì răng trước nó liên kết với giây thần kinh ngay trên trán này. Mấy sợi thần kinh đó nhờ cái đưa xuống và cái đánh lên mới khai thông được, mới thấy ánh sáng mau hơn, mới chuyển điển dễ dãi hơn. Người già cần phải làm Pháp Luân nhiều hơn và nhờ tưởng, đó là để cho: một được sức khỏe, hai sau này dù có 100 tuổi đi nữa, chết một cách dễ dãi, khỏi đau khổ.

HỎI: *Phải tu luyện thời gian căn bản ít nhất là bao lâu?*

ĐÁP: Ít nhất phải đòi hỏi thời gian ba năm liên tục công phu, thì mới sửa chữa được những sự lố bịch bên trong ở trong thần kinh, mạch đốc trong cơ thể, để trị tất cả những bịnh tình trong cơ thể, tự nhiên nó giải tán hồi nào, mà người hành giả cũng không hay. Phải ít nhất ba năm nó mới quyết định cái con đường nó đi tu ... chứ không có thể làm liền được. Nhiều người làm liền thì cũng thấy ánh sáng vậy, nhưng mà không có giải quyết được cái sự rắc rối của đời nó thâm nhập từ bao nhiêu năm. Ta tu cố gắng trong ba năm, ta mới phân minh được một phần của phần trược và phần thanh của cơ thể. Mà cái căn cội về phần hồn người có tu trước kia, thì kỳ này họ cũng tu thấy sáng, thì họ cũng thấy đi đây đi đó, nhưng mà họ muốn có liên tục mà tu để sửa cái cơ thể thì họ cũng phải bị cái cơ thể nó lôi cuốn trở lại. Cho nên, nhiều người đã tu một thời gian rồi cũng thấy xuất đi, rồi ỷ lại nơi cái đó, tưởng cái đó là sáng suốt, không bao lâu, thì bị nó giựt trở lộn lại. Bởi vì cái phần: ma nhất trượng, Phật nhất xích, nó lôi cuốn như vậy đó. Nếu chúng ta không liên tục tu thì chúng ta không có vượt khỏi được cái sự đòi hỏi của cơ thể và ngoại cảnh ...

Ba năm là căn bản về Pháp Lý, nếu họ có bỏ đi nữa thì thời gian họ sẽ trở lại, chứ không có bỏ luôn được.

HỎI: *Làm Pháp Luân có phải dẫn điển không?*
ĐÁP: Đừng có để ý là phải dẫn điển gì hết, cứ làm y như bạn không biết cái gì. Trong đó người ta dặn nói trong thâm tâm, "đầy rún, đầy ngực, tung lên bộ đầu". Bạn chỉ biết làm bấy nhiêu đó thôi. Còn nói: tôi dẫn xuống đây, tôi xoay qua bên này, cái đó không có được, cái đó làm thất bại. Bởi vì, cái đó là cái lực lượng người ta thông suốt rồi, lúc đó họ điều khiển được ngũ hành, chứ bạn không biết được cái phản động lực của ngũ

hành, hạn chế tầm bậy tầm bạ, trong đó nó vật trở lộn lại[194].

HỎI: *(một bạn mới tu hỏi) Sức khỏe tôi suy yếu, mất ngủ liên tục, phổi nóng, tôi đã đi chụp hình phổi (kết quả bronchite) uống thuốc ngủ, thuốc an thần để dỗ ngủ và duy trì sức khỏe cho thân xác, hầu tiếp tục luyện đạo.*

ĐÁP: Bạn bị cảm ho vì thời tiết thay đổi, một mặt uống thuốc, một mặt tiếp tục công phu, cố gắng làm Pháp Luân Thường Chuyển đến lúc hơi thở được kéo dài, thì tất cả bịnh tình sẽ được thuyên giảm.

---

[194] Xin bạn tu lưu ý kỹ câu vấn đáp này, để làm Pháp Luân cho đúng.

VỀ TRIỆU CHỨNG DO CÔNG PHU

HỎI: *Khi làm Phép Soi Hồn (người mới) thì hai bàn tay lạnh ngắt và tê buốt, như thế là sao?*

ĐÁP: Nên làm Pháp Luân trước, Soi Hồn sau (một thời gian sau, hết triệu chứng đó, thì làm trở lại theo thứ tự cũ).

HỎI: *Mới tu, Soi Hồn Pháp Luân thấy cục cựa, quậy này kia kia nọ là sao?*

ĐÁP: Đó là nó đương đánh đổ cái trược khí ở bên trong ra ngoài, nó giụt bộ đầu, giụt thân thể, giụt những thần kinh ở bên trong, là nó thành sáng suốt. Cái điển ở bên trên bộ đầu mở, đem ánh sáng xuống và nó được lấy cái khí trời, khai thông cái chiều hướng đi lên, thay vì đi xuống thành ra hai cái nó nghịch một chút. Cái điển buông ra thì nó còn yếu nó quầng trở lại, nó làm cái đầu giụt, thân thể giụt.

HỎI: *Mới hành, khi tập trung hoặc khi làm Pháp Luân hít hơi vào, thì da mặt và tay đều hơi mát lạnh như gió thổi.*

ĐÁP: Nên chú ý nơi trung tim bộ đầu và giữa hai chân mày và làm Pháp Luân Thường Chuyển liên tục, điều hòa cơ tạng thì hiện tượng mát lạnh ấy sẽ hết. Nhớ nằm làm Pháp Luân ban ngày hay ban đêm, trước giờ thiền, sau khi ăn cơm 3 tiếng đồng hồ.

HỎI: *Trong khi làm Pháp Luân Thường Chuyển, thấy hơi đưa xuống hậu môn và thoát ra ngoài, như vậy có gì nguy hiểm không?*

ĐÁP: Không có nguy hiểm, vì ăn no và hơi mạnh mới thông được, tiếp tục làm Pháp Luân sẽ được mập thêm và bộ tiêu hoá tốt.

HỎI: *Sao khi tôi hít mạnh (Pháp Luân Thường Chuyển) thì cơ thể phát nóng ran, cặp mắt giựt mạnh, tôi cố giữ trạng thái tự nhiên, co lưỡi niệm Lục Tự, nhưng nó nóng toát mồ hôi, mặc dầu trời dạo này lạnh lắm. Tôi sợ quá, mở mắt nó vẫn giật lia lịa, sức nóng vẫn xoay tròn cả cơ thể, như muốn bưng cả xác thân lên?*

ĐÁP: Làm Pháp Luân quá mạnh, bị động hỏa tam muội. Phải ngưng làm Pháp Luân, nhưng chỉ Soi Hồn và Thiền Định. Tập làm Pháp Luân nằm ([195]), ngoài buổi công phu khuya với hơi thở nhẹ.

HỎI: *(tiếp câu trên) Nhưng đến bao giờ thì làm Pháp Luân ngồi ([196]) trong buổi công phu trở lại được?*

ĐÁP: Sau khi làm Pháp Luân nằm cảm giác điều hòa và hết nóng, thì bắt đầu làm Pháp Luân ngồi, làm nhè nhẹ chứ không nên làm mạnh.

---

[195] Pháp Luân Chiếu Minh.
[196] Pháp Luân Thường Chuyển.

HỎI: *Có khi công phu, sao lúc làm Pháp Luân, thở ra hơi đau nhói bụng dưới, nhưng khi hít mạnh thì nó hết và khỏe như thường?*

ĐÁP: Bớt ăn cay và phải uống một ly nước muối sống, vừa mặn, vào mỗi buổi sáng.

HỎI: *(tiếp câu trên) Như vậy phải uống nước muối đến bao giờ?*

ĐÁP: Sau khi giải hết nhiệt, điều hòa lại, thì có thể ngưng uống, nhưng lâu lâu, cũng phải uống trở lại để tránh nhiệt trong mình. Nước muối vừa mặn uống vào mỗi buổi sáng thì tốt chứ không có hại đối với người trẻ tuổi.

HỎI: *(hành giả mới) Tôi để tâm nghiên cứu kỹ lý do tôi hành sai Pháp Lý Vô Vi nên bị suy giảm sức khỏe, tôi nhận định có lẽ do phép tập thở Pháp Luân tôi làm sai?*
Trước đây tôi hít đầy bụng và tiếp tục hít chuyển lên ngực (chỉ 1 hơi) xong mới thở ra (bởi câu đầy bụng, đầy ngực, tung lên bộ đầu). Dù hành động không đúng lắm, tôi vẫn cảm thấy hơi thở thoát ra một phần ở đỉnh đầu...
Nay tôi hít đầy bụng, xong thở ra liền 1 hơi (không chuyển hơi thở lên trên ngực). Tôi đã ngủ lại đặng, nhưng không biết đúng hay sai? Nếu đúng, câu ra lịnh: "Đầy bụng, đầy ngực, tung lên bộ đầu" đoạn "đầy ngực" xét ra rất có hại cho người học Đạo dù không đưa tư tưởng theo hơi thở cũng vậy.
ĐÁP: Câu nói "đầy rún, đầy ngực, tung lên bộ đầu" là để cho hơi thở không bị nhầm lẫn, ép xuống đơn điền.

Sau này tu thì sẽ đi đến đích, giải tỏa trược khí thay vì lưu trữ. Người mới công phu, thì có bao nhiêu nên hít bấy nhiêu, nhưng cũng vẫn hạ lịnh "đầy rún, đầy ngực, tung lên bộ đầu" để tránh lạc đường hướng ở sau này. Vì người tu về Pháp lý đã ý thức được khi hồn nhập xác bởi bộ đầu thì sẽ trở về với bộ đầu thì mới đúng pháp.

HỎI: *Làm Pháp Luân Thường Chuyển thấy dường như các lỗ chân lông của mình nó to ra và có ý như rần rần mà không phải do nóng lạnh gây ra?*

ĐÁP: Lỗ chân lông to ra là chứng minh được xuất phát, tiếp tục công phu một thời gian sẽ hết.

HỎI: *Nóng giận, tham, sân si có phải là trái cật phun lửa đốt gan mình nóng hay không? Làm sao cho hết?*

ĐÁP: Sân là tại bộ phận của cái gan, cái luồng điển của cái gan chưa có thông, cho nên làm Pháp Luân nhiều. Sau nầy thông rồi hết sân.

HỎI: *Sao có người tu mà còn la lối gây gổ?*

ĐÁP: Tu pháp này mà còn la lối gây gổ là hỏa can chưa thông. Cho nên, mình phải làm Pháp Luân nhiều thì mới hết.

Làm Pháp Luân tới lúc cái gan thông rồi, thì họ gây với mình, mình không có gây lại. Mình hiểu họ đang bị cái bịnh trước kia mình đã bị. Mình phải thanh tịnh mình nhịn họ để giúp họ.

HỎI: *Người tu muốn đánh đổ sân hận phải làm sao?*

ĐÁP: Trước hết muốn đánh đổ sân hận, thì phải tìm hiểu tại sao nó sanh ra cái sân hận, vì do đâu? Do năm cái luồng điển: tâm, can, tỳ, phế, thận, bất thông. Cho nên, chúng ta nửa đêm làm Pháp Luân để giải tỏa, kêu là buông bỏ nó đi, thì nó không có sân hận. Nhưng mà hằng ngày, nếu chúng ta muốn đánh đổ sự sân hận cấp thời đó, chúng ta phải co lưỡi răng kề răng, nhớ niệm Nam Mô A Di Đà Phật lên trên bộ đầu, là đem cái thanh điển, cũng như phân ra, thanh ra thanh, trược ra trược, thì nó không có lẫn lộn, không có dồn cục, không có sân. Trong lúc mà người ta chọc cho ông thiệt giận, thì ông vẫn co lưỡi, răng kề răng, ông cấm không cho nói ra, nhưng mà ông cứ niệm Nam Mô A Di Đà Phật trên bộ đầu, thì một hồi cái sân hận đó nó phải đi mất, nhưng tối về, ông phải làm Pháp Luân cho nó bồi bổ lại.

HỎI: *Có người đang công phu, làm Pháp Luân, thấy một bóng người cắn chân tay mình tại sao?*
ĐÁP: Cái đó là ma chứ không có cái gì hết (Nó cắn khi công phu hay bóp cổ khi ngủ). Phải xông trong nhà, bởi nhà nào cũng có. Xông rồi, không bao giờ nó dám tới nữa. Xông nó đi, nó không làm gì mình được hết.

HỎI: *Có bạn công phu thấy có người lại, dòm sát mặt mình, rồi lấy mặt ra. Ai mà dám đùa giỡn như vậy?*
ĐÁP: Bởi vì, những người đó trong lúc công phu không dùng cái Trung tim bộ đầu mà niệm Phật, mà chỉ dùng cái nội tâm con tim của cha mẹ tạo, niệm Phật thì tự nhiên người ta áp đảo tới. Cái đó là ngũ hành trong nhà,

nhà nào cũng có. Hiện tại ở nơi đây, dòm cũng thấy nhiều lắm, nhưng mà họ không có bao giờ áp đảo đứng trước mặt mình được đâu.

Những người tự tu ở trong chùa, trong am này kia kia nọ, họ chỉ nhờ ơn trên phù hộ dẫn dắt cho họ được tu hành nhưng mà lấy con tim của cha mẹ niệm Phật, thì tự nhiên họ phải thấy ma quỷ. Cái đó là chính họ ưng thuận đi tới cái từng đó, thì họ phải gặp những chuyện đó. Mình không có chấp nhận con đường đó.

HỎI: *Cái điển ở ngoài đi vô (theo xương sống) là phải do bùa phép hay cầu phù hộ không?*

ĐÁP: Cái điển mà đi vô đó là thiêng liêng phù hộ hành pháp này một thời gian nó không có đi vô nữa, mà ngược lại nó đi ra. Dùng bùa phép, nó đem cái đó vô. Có người, về phần thiêng liêng, mình cầu nguyện, gia đình cầu nguyện xin phù hộ, cho nên nhiều khi nó làm cái tánh mình bất thường nhiều khi nóng mà không biết nóng cái gì, nhiều khi tức gia đình muốn bỏ đi không biết đi đâu? Có nhiều chuyện lạ thường xảy ra trong nội tâm của mình. Còn hành cái phương pháp ở đây, không muốn mích lòng ai hết[197], chỉ cái phương pháp cho người tự thanh lọc, người ta đi tới? Tự sửa chữa thấy sự thật của mình rồi đánh đổ ngoại xâm.

HỎI: *Đang ngồi thiền, bỗng nghe lỗ tai kêu vù vù, tôi đâm sợ, cố niệm lục tự, nhưng không hết?*

---

[197] Nghĩa là không dùng Võ Phật trị tà ma.

ĐÁP: Đó là trược khí của bộ phận gan xuất phát, tiếp tục công phu trong ba tuần sẽ hết.

HỎI: *Khi thiền định, có nhiều đêm tôi ngủ gục, không biết bao lâu, bỗng tôi giật nẩy người, khiến thân hình chao động và thần trí tỉnh lại. Hình như tôi chỉ bị giật khi lưng cong xuống (vì ngủ gục) có phải đó là do điển giật không? Nếu không phải, thì ai đã giật?*
ĐÁP: Muốn tránh khỏi trạng thái này, thì trước khi công phu phải xúc miệng rửa mặt rồi mới bắt đầu công phu. Nhớ làm thêm Pháp Luân nằm nhiều lần.

HỎI: *Hôm trước, sau khi công phu, đầu tê, bị nhức như búa bổ, bên trái ngực thì nóng và tim cũng bị nhức, như thế có gì hại không xin cho biết?*
ĐÁP: Bạn bị cảm nhiệt, nên đi bác sĩ hay uống thuốc bắc khi có triệu chứng này.

HỎI: *Có người cho rằng sở dĩ lúc công phu ngực bên trái nóng ran, tim nhức và đỉnh đầu nhức dữ dội là vì điển rút lên đầu và được mở luân xa. Sau này, từ đó hồn sẽ xuất đi từ chỗ nứt ra của đỉnh đầu. Như vậy có đúng không?*
ĐÁP: Hiện tượng nhức nơi tim, bộ đầu để xuất điển thì chỉ nhức khủng khiếp trong một phút mà thôi, còn nhức tim và nhức đầu là bị cảm hay nhiệt trong mình. Có thể dùng Vitamin C (hay là thuốc mát do các tiệm thuốc bắc có bán).

HỎI: *Có đêm thức khuya (ngủ trễ) nên khi tới giờ công phu tôi cố gắng dậy, cho nên mấy hôm nay nhức đầu quá, tôi làm Pháp Luân Thường Chuyển nhẹ nhàng mà sao nhức đầu không dứt?*

ĐÁP: Muốn sớm dứt khoát bịnh nhức đầu, thì phải cố gắng Soi Hồn nhiều, thì thần kinh sẽ được ổn định. Nhớ co lưỡi răng kề răng, ý niệm Lục Tự Di Đà đưa lên trung tim bộ đầu. Nước miếng đầy, nhớ xoay mặt qua phía tay trái, nuốt xuống.

HỎI: *Dòm ra thấy màu đỏ trên trời là thế nào?*

ĐÁP: Chừng nào mình nhắm con mắt phóng ra ngoài, thấy người đó đứng rõ ràng thấy một cục lửa, trên Trời đi xuống có trật tự, mình biết người đó là người nào, Lê Viên Thánh Mẫu hay là ai? Xuống vì cái gì? Mình hỏi mình biết? Cái đó là chánh. Còn ngồi tưởng để cúng lạy mà thấy cái đó là mình quá tưởng, nên con tim nó mở, ánh sáng mặt Trời rọi xuống nên thấy màu đỏ của con tim.

HỎI: *Sao có người công phu điển xuất phát xẹt hai bên là sao?*

ĐÁP: Cái đó là luồng điển bên này chưa được tập trung lắm, nhiều khi còn yếu nó phải vậy. Khi nó tập trung rồi không có xẹt hai bên nữa, nó trụ thành một viên tròn và xuất phát ra. Còn xẹt là chưa đủ lực lượng. Phải nhớ lấy cái trung tim bộ đầu là mức tiến chân chánh, chớ đừng lấy con tim ở thế gian mà nói chuyện này nọ quá nhiều, nó phân tán, nó bị hạ xuống. Ban đêm công phu thì nó rút lên sáng mình nói lung tung thì tối nó hạ xuống, thì nó xẹt qua xẹt lại là tại mình vừa đem lên vừa kéo xuống, nó không có thống nhất không có tập trung.

HỎI: *Có người khi công phu thấy một lằn ngũ sắc như móng trời, từ rún lên bộ đầu rồi phóng ra không gian đến gần nhiều tinh tú khác có màu sắc, hiện tượng này là thế nào?*

ĐÁP: Khi công phu, nhờ khớp xương trên bộ đầu mở nhiều, đằng trước ngực khai thông luồng điển thì mở luôn cái luồng điển chỗ Tề Luân Hư Cảnh này, nó dội trở lộn lên. Bởi vì cái chỗ này khai thông thì thấy sao. Mà trong lúc nó mở chỗ này ra thì ông thấy ông ở chỗ này chứ không ở trên nữa, mà thấy nhẹ nhàng, thì cái điển nó quật sáng rọi một đám sao ở ngay chỗ ngực, thì con tim hé mở đồng một nhịp với trung tim bộ đầu, mới thấy cái đó. Mới có sơ bộ, chứ mình tưởng đâu ở ngoài, cái bản thể mình lớn lao lắm, cũng như cái vũ trụ vậy.

HỎI: *Có bạn tu, lúc công phu, nghe trong đầu kêu "rét", (như tiếng thắng xe gấp) và lúc lắc cái đầu thì nghe xương ở trên kêu, như vậy là hiện tượng gì?*

ĐÁP: Hiện tượng đó là khớp xương nó dang chứ không có gì hết. Cái trược điển lúc mình làm Pháp Luân nó dồn đến bộ đầu nhiều quá, nó tức nó tung lên bộ đầu, làm cái "rét" vậy đó hay là làm một cái "cắc" lớn. Đó là tiếng khớp xương nó dang ra. Nhờ Pháp Lý mình đã mạnh, động ở bên trên tức, nó tung ra chớ không có gì hết. Nó đi một tiếng lớn chừng nào là nó sẽ rớt xuống, điển nó rớt ra ngoài, rồi nó sẽ tựu thanh điển ở bên trên. Sau này, tiếng đó nhiều lần, rồi chúng ta nhắm mắt thấy sáng, sáng hơn người thường.

HỎI: *Có bạn tu nói, nghe kêu như vậy còn chưa đủ nữa, sau này còn nghe như tiếng bắn lên nóc nhà mình vậy?*

ĐÁP: Cái đó, là ngoài cơ thể này, mình đã có một cơ thể khác rồi. Trong sự diêu động trược điển và thanh điển, hai cái khác, nó phải nổ hết cái trược điển nó mới liên kết với thanh điển. Các bạn sẽ nghe một tiếng nổ to lắm, mà lớn rộng lắm, nhưng mà không bao giờ có sự sợ hãi, là nó minh tâm kiến tánh. Nó cũng như cái banh cao su, bơm ráng, nó tới trớn hai nhiệt độ chỏi nhau, nên nó nổ tét liền.

HỎI: *Do sự trợ lực nào mà thần trí người tu mỗi ngày một mở mang sáng láng?*

ĐÁP: Hồi nào tới giờ tin tưởng cái phần hồn nhập xác thì theo sự diêu động của cơ thể và tin tưởng cái văn minh, vật chất hiện hữu, ở ngoại cảnh thì thành ra mình càng tham, càng ngày càng sân, càng bối rối. Rồi bây giờ mình trở về trong bản thể, trở về cái qui nguyên, trong cái không mà nó có. Tự nhiên, chúng ta càng ngày càng cởi mở, thay vì chúng ta bận rộn về ngoại cảnh vì cơ thể. Bởi vì, chúng ta nhận định rõ ràng: ngoài cái xác thân này chúng ta còn hồn vía, còn một nơi phong phú hơn ở thế gian này. Do đó, chúng ta mới kêu là "Xả phú cầu bần", liệng tất cả những cái tham sân si ở trong đầu óc của chúng ta đã nuôi dưỡng hằng ngày, thành ra cái sự phức tạp đó, nó không còn bao vây chúng ta nữa. Cho nên, chúng ta càng ngày càng cởi mở, càng nhẹ nhàng, càng tiến. Người nào tu tới mức độ nào đó, cái gì ở thế gian họ phải nhớ. Bây giờ, tất cả những cái đó họ quên hết, cả những lời nói xấu của người khác họ cũng bỏ hết... Không có nuôi dưỡng ở nội tâm nữa, thành ra càng ngày càng cởi mở sáng suốt. Cũng như chúng ta xét dòm ra Trời Đất luôn luôn cởi mở và khai thông. Bây giờ luồng điển của chúng ta hòa hợp với Trời Đất, thì tự nhiên, chúng ta đi tới cởi mở, đó là lẽ tự nhiên do cái pháp công phu này dẫn tới.

HỎI: *Về Pháp Lý, người tu tự động giải thích được một vấn đề nào đó họ chưa bao giờ học đến. Như vậy là do ứng khẩu tùy thích tùy căn hay do sự trợ duyên nào mà nói ra được?*

ĐÁP: Ông phải nhận định rằng: tất cả chúng ta mở miệng khai khẩu là do kết tập của kim mộc thủy hỏa thổ: đó là luồng điển. Nhưng mà luồng điển của chúng ta thanh cao hơn, thì nó phải sửa cho đúng đắn theo luồng điển mà từ bên trên nó bố hóa xuống, nó phải phù hợp với luồng điển ở bên trên. Còn cái người họ đòi hỏi đó họ cũng phải vận dụng cái luồng điển ở bên trong ra, cái luồng điển đó không có được sáng suốt bằng luồng điển bên Pháp Lý. Nếu hỏi về Đạo pháp mà hồi nào giờ họ không biết cái giới đó, nhưng mà họ hỏi thét, bởi vì mỗi đêm mình có Soi Hồn, Pháp Luân, thì điển nó tăng trưởng nơi bộ đầu, thì tự nhiên cái điển của mình nó phải thích ứng, nó đứng, ngay trên bộ đầu của đối phương.

Đối phương cao một tấc thì nó cao hơn một phân. Họ cao hơn một phân thì nó lại cao hơn một phân nữa. Rồi họ lấy cái sáng suốt đó họ bổ túc cho đối phương mà trong lúc họ trả lời thì họ thấy họ sợ. Hồi nào tới giờ họ chưa gặp cái vấn đề đó nhưng mà nó trả lời khai thông rồi thì hai bên cùng đồng được hưởng cái sáng suốt chung.

HỎI: *Như vậy, làm sao biết được đúng là do điển trả lời?*

ĐÁP: Theo Pháp Lý, đứng về phương diện của điển quang đó, họ lãnh để hưởng và sửa chữa dạy dỗ lục căn lục trần trong đó, mà họ giải thích cái Pháp Lý đối với người khác thì hai bên đều hưởng hết thảy, thì nó mới đúng đắn. Chứ còn họ tự đặt ra nói thì cái người đời mà có ăn học đó, họ nghe không có ăn nhằm gì hết, không có dính dấp gì hết, không có cởi mở. Còn người đứng về Pháp Lý mà giải thích thì mình nghe chừng nào mình thấy phải, và càng nghe chừng nào thì cái lý trí của mình càng theo dõi cái sự sáng của đối phương thì đó mới là đúng. Còn cái người nào tự bịa đặt để nói, dựa kinh này sách nọ, nói một chập cái người tu về Pháp Lý không bao giờ người ta nghe và người ta sẽ cảm giác nặng ngực và mệt.

HỎI: *Sao có người tu lúc thấy này thấy nọ, nhưng sao có lúc tu không có thấy gì hết?*

ĐÁP: Bởi vì phải thanh lọc tất cả những cái quá khứ của họ, rồi phải lập lại một cái luồng điển mới để nối tiếp cái luồng điển ở bên trên thượng đỉnh bộ đầu, thanh lọc đổi qua chiều mới chứ không có xài cái chiều cũ tất cả dẹp hết. Sau này, rồi lên cao, thấy thấp trở lại, muốn dòm cái quá khứ lúc nào là biết ...

HỎI: *Có bạn tu mới công phu đêm đầu, thì thấy tâm thâm yên lặng, chợt có sức nóng từ đâu tới (bạn ấy không nhớ và nhận thức rõ) chạy rần khắp cơ thể, và bản thân mê đi. Như vậy là tốt hay xấu. Tại sao mới tu mà mê được mau như vậy?*

ĐÁP: Vì khớp xương bộ đầu của bạn ấy mở rộng và tiến về phía sau, nên khuyên bạn ấy tiếp tục hành đúng pháp.

HỎI: *Có người tu, trong khi họ ngồi thiền hoặc đi dạo ở ngoài đồng tự nhiên, ngồi, thấy có cái mùi thơm giống như trầm. Đó có phải là Hương Thượng Phật không? Học đạo ở đây đến lúc nào mới có Hương Thượng Phật?*

ĐÁP: Cái đó ở thánh giới là có, chớ đâu phải mùi Hương Thượng Phật, họ đặt cho có vậy, chứ trên kia đâu có cái mùi đó. Ông bước ra thánh giới, thì tự nhiên phải có cái mùi phảng phất như trầm. Nó thơm, còn đi lên trên, mùi Hương Thượng Phật không có mùi vị gì hết, nhưng mà cái thơm của nó không thể tỏa được như ở thế gian, không có mùi gì hết, nhưng mà nó làm cho con người thơ thới nhẹ nhàng. Cái thơm đó không thể tả được ở thế gian, tôi không thể hình dung được cái thơm ở trên thiên không, khi mà ta ngửi mùi thơm ở dưới thế gian thấy thơ thới, nhưng mà ta nhận định được cái mùi thơm là còn trược. Bước ra thánh giới, ông còn hít được mùi trầm, nó cũng vẫn còn trược. Sau này, ông lên trên đó, không còn có mùi gì hết, nhưng mà nó còn thơ thới hơn khi ông hưởng cái mùi trầm. Mùi thơm ở bên trên, về Phật đó, nó khác, còn đi lên, ở đằng này, ra tới thánh giới thì người ta nhận định được cái mùi thơm rồi, mà nó bật mở chỗ này là cũng đã có rồi, phảng phất trong lúc công phu nghe mùi trầm.

HỎI: *(Tiếp câu trên) Như vậy, lúc công phu nếu mình nghe được cái mùi thơm thì là còn trược chưa có thanh, có thể ai đã đốt trầm gần đó và mình nghe thấy?*

ĐÁP: Không phải, xuất ra ở thánh giới là có. Bởi vì ở chỗ đó, người ta phải có cung phụng, người ta cúng quảy. Người ta dùng cái đó để đưa những phần hồn hướng thượng, thay vì nó lo chuyện tranh đấu. Cũng như ở trong nhà, ta đốt trầm mùi hương phảng phất làm con người nghĩ về Phật, để đánh thức con người. Cái đó thuộc về thánh giới, bên Địa tiên đều có.

HỎI: *Có môn phái tu khác, người tu được ông thầy truyền pháp, truyền cho họ ánh sáng và khi họ xuất ra, họ hiểu biết tất cả những cái gì trong khi họ đi. Cái môn pháp mình ra đi được mà không nhớ mình đi đâu hay làm gì. Nhiều khi, ví dụ, tôi cũng thấy bay xuyên qua một tầng mây trắng, nhưng khi mở mắt để nhìn nhận xung quanh thì không biết gì hết, chỉ biết lờ mờ như vậy thôi, tại sao vậy?*

ĐÁP: Bởi vì đâu có phải ông đi ra, ông mới mở bộ đầu, ông bước ra khỏi Tề Luân Hư Cảnh trong này thôi. Ông thấy ở trong này cũng như bầu trời thế giới, cũng có mây, có sao, đủ thứ, chứ không phải ông đi ra ngoài. Khi ông đi ra ngoài nhất định ông phải có gặp ông thầy chứ... Thầy đó là ai? Đức Di Đà chứ không ai hết, nhưng mà sẽ biến hình tới nói: "Ta là Phật, hộ độ cho đệ tử được tu". Sẽ có một vài câu người ta dạy mình, mà mình lúc đó mình cũng không tin. Tu đi, tới đó rồi một thời gian sẽ hiểu. Còn cái này mới mở, ông mở thấy cái Tiểu Thiên Địa, mới thấy cái xứ của mình thôi, chưa thấy Phật, chưa thấy cái Đại thế giới. Khi ông thấy Đại thế giới rồi, bữa nay ông đi tới đó được. Còn đêm nay ông thấy rồi, đêm mai ông đi trở lại không được là nó mở chỗ này (chỉ con tim) khi nó mở thì thấy dưới, không mở thì nó đóng lại. Cái này là Tề Luân Hư Cảnh thôi, còn ra ở đây (chỉ trung tim chân mày) Pháp Lý này ông ra thì đâu đó có...cũng bảo đảm đâu đó đàng hoàng hết...

Có nhiều khi đi rồi, thấy có đám mây trước mặt, bước lên đám mây bay, không khác gì chiếc xe rước mình, ai sắp đặt cho mình? Nó cũng có cái bản thể của mình sắp đặt cho mình...

HỎI: *Có người tu (pháp khác) nói: mỗi khi họ xuất thì thấy tê toàn thân. Pháp mình có như vậy không?*

ĐÁP: Mở bộ đầu không có ê toàn thân, vì ê toàn thân là còn nặng. Còn người ta ngồi, không biết cái thân ê chỗ nào. Chúng ta xuất ra chỉ theo ánh sáng thôi, thì bộ đầu mới làm được, chứ còn dụng cái tâm ở chỗ này (chỉ tâm thịt) niệm chú, nó chận lại, nó bảo hộ ông.

HỎI: *Có một bạn (sắp tu Pháp Lý này) ban ngày thấy hỏa rần, mà khi ngủ cũng thấy hỏa rần (điện chạy) khắp người. Tại sao vậy?*
ĐÁP: Nên khuyên bạn này mỗi tuần xông thuốc xông trong vòng ba tuần, thì sẽ không còn hiện tượng này nữa.

HỎI: *Có một bạn tu thiền bên C.Đ bị điện ngoại xâm (ở ngoài đi vô). Mình có nên nói cho người đó biết không? (họ tu bên Địa Tiên)*
ĐÁP: Nếu ta cầu nguyện và nhờ ơn trên phù hộ mà không tự hành tiến đúng pháp, thì không khác gì người chủ nhà mở cửa trống, rước bất cứ ai có thể giúp mình, thực theo chiều hướng vọng đông tà tâm, tùy theo năng khiếu của người ta. Từ Địa Tiên cho đến ma quỷ cũng đều động loạn cả. Cho nên, lắm lúc ma quỷ nói chuyện thần thánh, còn Địa Tiên thì ưa thuyết trình về thời cuộc, tử vi. Nên giải cho bạn ấy hiểu rõ tất cả để người đó tự quyết, nhưng không nên cho họ biết là ngoại xâm, vì nó có thể gây sự lo sợ cho họ.

HỎI: *Có một bạn, lúc trước tu theo pháp nào đó luyện hỏa hầu và bị đui mắt. Sau tu qua Pháp Lý này, được hơn một tháng thì bạn này thấy điện ở ngoài nhập vô người và qua sáng hôm sau, mắt bạn ấy trông thấy lại. Có phải nhờ ơn trên phù hộ không?*
ĐÁP: Người bị mù luôn luôn muốn được sáng trở lại, cho nên thâm tâm không gì chứa đựng nhiều hơn là sự cầu nguyện. Thành thử người công phu qua Pháp Lý này, đến lúc thanh tịnh, luồng điển của hai trái cật được

điều hòa và xuất từ xương sống trở lên. Hiện tượng ấy chưa bao giờ đến với hành giả, cho nên người lầm tưởng là ơn trên phù hộ.

HỎI: *Đang công phu bị ho, đàm kéo lên phải làm sao?*
ĐÁP: Khi ho, nó có 2 loại đàm: một loại thuộc bịnh cảm gây ra nên dùng thuốc cảm, một loại thuộc về tà: nên nhai một miếng chanh luôn cả vỏ, nuốt trước khi công phu, thì nó sẽ hết.

HỎI: *Khi chưa thiền cả 3, 4 năm nay tôi bị đau nhức chỉ mỗi bên tả từ lưng xuống cổ chân, thành ra công phu không thể nào thẳng xương sống được, hình như bị bó buộc bởi những sợi gân căng thẳng.*
ĐÁP: Phải gặp mặt mới có thể định bịnh, phần lớn là bị tà khí xâm nhập. Nếu không thể đến được, nên làm Pháp Luân nằm nhiều lần trong mỗi ngày rồi từ từ mới tiến tới hành pháp.

HỎI: *Cách đây khoảng hai tháng, khi thiền định được một lúc, tôi thấy có một luồng hơi nóng từ từ, khởi đầu ở sau lưng (ngang lưng quần) chạy lên tới giữa lưng thì dừng lại một lúc rồi tan mất, có đêm thấy nóng ở bả vai, có phải tôi hành pháp sai nên hỏa hầu phát lên chăng?*
ĐÁP: Hãy thực tập cho nhiều Pháp Luân Chiếu Minh thì sẽ không còn nóng nữa, vì bạn lâm phải hai trạng thái bất ổn, lo âu, ăn uống thất thường. Chỉ có Pháp Luân mới đem lại thanh khí điển vào trợ cho bạn được.

HỎI: *Khi thiền định tôi thấy hai luồng sáng trước mặt, xoay tròn rồi nhập vào nhau nhiều lần, đó là triệu chứng gì?*

ĐÁP: Đó là phép Soi Hồn, làm đúng có hiệu nghiệm, nó mới giải hai luồng sân điển xuất phát, hãy tiếp tục làm một thời gian nữa thì sẽ bớt nóng tánh.

HỎI: *Lúc thiền, nghe trên Hà Đào Thành kêu cắc cắc đôi ba tiếng. Khi thiền xong, thì trên bộ đầu ê ẩm như bị đụng một vật gì và bị rêm ê cả đầu, xin cho biết tại sao?*

ĐÁP: Hiện tượng đó rất tốt, cứ tiếp tục để cho phần trược điển xuất khỏi bộ đầu là hết.

HỎI: *Khi thiền xong, nằm ngủ (nằm ngay ngắn) tưởng nhớ đến Đức Phật, tôi mê ngủ thì hai cái chân bị giật bổng lên, có đêm hai cái tay bị giật, vậy là tại sao?*

ĐÁP: Tiếp tục làm Pháp Luân Chiếu Minh, nhiều lần trong ngày thì sẽ hết. Triệu chứng này (giật tay hay chân) là tại vì đường gân của cơ thể đã được thông một phần đó thôi.

HỎI: *Kể từ khi tôi thiền, buổi sơ khai, tôi thấy nhẹ nhàng mỗi khi công phu, nhưng một thời gian sau này, tôi thấy mỗi ngày nặng nề và khó chịu nơi ngay trung tâm chân mày, đầu ê nơi xoáy óc, đau sau cổ và mỏi mệt, khi làm Pháp Luân Thường Chuyển. Thưa có phải tôi bị bùa hộ mạng, cũng như người khuất mặt cản trở quấy rầy phải không?*

ĐÁP: Không nên tưởng đến sự phù hộ trước khi công phu. Giữa chân mày nặng là hai luồng điển đang tìm mối giao điểm thành thử nó làm nặng, đau cổ và mỏi mệt là tại bị cảm.

HỎI: *(tiếp câu trên) Hãy giúp cho tôi yên chí tu hành vì tôi có lần tự thấy mình biến đổi nhiều về tâm hồn mà không hiểu nguyên do nào? Xin chỉ cho cách nào để trở lại trạng thái bình thường mà lo tu hành.*
ĐÁP: Mỗi khi cảm thấy bần thần thì nên ngậm một miếng chanh nhai luôn vỏ là hết.

HỎI: *Có khi xả thiền rồi nằm xuống ngủ, không biết bao lâu, tôi bỗng thấy mình rơi vào một tình trạng lạ lùng, đầu óc bỗng tỉnh táo nhưng thân mình cứng đờ, thậm chí muốn kêu lên cũng không sao hé miệng được, tình trạng này kéo dài chừng 10 giây là tôi thấy mình run rẩy một chút, rồi tôi nghe thấy tiếng ù ù như gió bão nổi lên trong đầu tôi, có lúc nghe như tiếng chuông chùa, có lúc nghe như tiếng nói xen lẫn nữa. Hiện tượng này xảy ra chừng 1 phút là hết. Có lúc kéo dài, khiến tôi hoảng hốt tìm cách vùng dậy. Xin giảng cho biết?*
ĐÁP: Pháp Luân chưa đúng mức, vậy nên cố thực tập Pháp Luân Chiếu Minh (hít thở từ 1 đến 12 bớt lần cho đến 1), máu huyết sẽ điều hòa lại thì trạng thái ấy sẽ không còn nữa.

HỎI: *Có một vị sư tu Pháp lý được 3 tháng, khi ngồi thiền thấy có ánh sáng xuất ra giữa hai chân mày và có* *khi nghe tiếng nổ (nhiều tiếng) cùng ánh sáng chớp theo nơi tấm vách trước mặt nơi ngồi thiền. Đó là tại sao?*

ĐÁP: Đó là phần thanh điển của vị đó nung nấu nhiều năm nay đã được bộc phát và sẽ tan biến mất, rồi sẽ kết thành Mô Ni Châu sáng hơn.

HỎI: *Có đêm tôi thiền định được chừng 15 phút, bất thần, có một luồng khí đến phát xuất ngay cạnh bên trái, xẹt nhanh ra trước mặt, đồng thời toàn thân tê rần và bị bao trùm kín mít trong màu đen dầy đặc, tim đập mạnh và nhanh gần bị hôn mê. Tôi vội niệm Phật ngay tại Hà Đào Thành thì từ từ trở lại trạng thái bình thường... chừng 10 phút sau lại có cảm giác như một làn gió thổi nhẹ nơi cánh tay phải, rồi từ sau đầu vòng ra trước mặt bị tê rần dữ dội lần này màu đen dầy đặc bao quanh đầu, hớt lên phía trên như có bàn tay vô hình nắm rút cái gì ở trong đầu lên nhưng không rút được, tim lại đập mau và nhanh... Cũng niệm Phật nơi Hà Đào Thành thì cũng lại trở về trạng thái nhẹ nhàng, bình thường như không có gì xảy ra, mặc dầu ngay lúc bị như vậy tôi rất mệt, khó thở, tưởng chừng bị ngất đi...*

ĐÁP: Trạng thái này không phải bị ngoại xâm, nhưng nó đã sẵn trong bản thể từ lâu, luồng điển này xuất ra thích hợp với tà khí điển, nó làm cho tim đập mạnh và sợ sệt. Bạn đã chứng kiến rõ ràng là sự động loạn không bao giờ chiến thắng sự thanh tịnh và bóng tối cũng không thắng được ánh sáng. Vậy bạn nên co lưỡi răng kề răng nhiều giờ trong ngày thì luồng thanh khí trên Hà Đào Thành càng ngày sẽ càng được nhẹ nhàng và sáng suốt hơn, thì những điển động loạn của bạn đã kể không còn nữa.

HỎI: *Thưa ông, tôi thấy chính giữa có một con mắt người nhìn tôi hoặc một hình bánh đúc bên trong có vân màu xanh, bên ngoài nhiều tua đỏ, vàng, nhưng lúc ấy trên trán nó làm như mình nghiện thuốc lá, mà mình hút hồi đầu vậy. Ban ngày làm việc thì thôi, nếu ở không, thì ở trán xuống giữa chân mày xuống nguyên sóng mũi có cái gì quần quần nhột ê ẩm tê dại, tôi dùng hai ngón tay lúc lắc thử thì vẫn chắc nhưng khó chịu quá, việc này có hại không? Nếu có thì cách chữa ra sao?*

ĐÁP: Hiện tượng ấy là khớp xương và nhịp con tim đồng tương ứng thì Mô Ni Châu xuất phát, ánh sáng mà bạn đã thấy là một loại điển bao bọc bên ngoài của Mô Ni Châu, Thánh Thai. Luồng điển của báu linh "Tinh Khí Thần" trụ hóa cho nên nó mới chuyển quần và trì nặng, nhưng không sao đâu, cứ cương quyết tiếp tục thì mọi việc sẽ được tỏ rõ như ban ngày. Ta cứ giữ nguyên lý khai thông sáu cái luân xa Nam Mô A Di Đà Phật, thì ma quỷ không bao giờ có thể xâm nhập được. Lúc rảnh rang, bạn nhớ co lưỡi răng kề răng, ý tưởng Nam Mô Ngọc Hoàng Thượng Đế Vô Cực Đại Thiên Tôn (hay Nam Mô A Di Đà Phật) ở trên đỉnh đầu, để cho phần thanh điển sớm được tiếp xúc với bên trên. Khi bạn được thấy một cái gì trước mặt bạn trong lúc thiền định, thì luồng điển của bạn được nhẹ hơn đối phương bạn mới thấy nó. Còn nặng hơn thì bị nó nhập xác và điều khiển phần hồn như "ông lên, bà xuống". Còn tu về Pháp Lý

Vô Vi thì mình chỉ lo sửa lấy luồng điển của mình để tự tiến, chứ không nhờ ngoại xâm hay tò mò việc của thiên hạ.

HỎI: *Thiền xong đi ngủ, vừa chợp mắt, thấy một bàn tay ấn ngay xương sống chuyển một luồng điển từ ngang lưng quần đẩy lên, luồng điển chạy thật nhanh mạnh vô cùng. Tôi sợ quá vội hất bàn tay ấy ra, thì luồng điển ấy chạy lên ngay giữa lưng và đọng lại đó. Tôi phải làm Pháp Luân đẩy nó ra mới khỏi trì nặng nơi giữa lưng. Xin giảng cho biết luồng điển ấy là thế nào?*

ĐÁP: Không lưu ý bất cứ một hành động nào từ bên ngoài đưa vào bản thể, nhưng chỉ nhớ nơi trung tim bộ đầu mà thôi. Không cần lưu ý luồng điển từ dưới chạy lên trên. Nếu lưu ý những hiện tượng ấy hay là dẫn điển thì sẽ bị tà xâm. Cương quyết co lưỡi răng kề răng để cho khớp xương trên bộ đầu Hà Đào Thành mở thì tất cả những tạp niệm sẽ bị tiêu tan.

HỎI: *Có lúc đang nằm ngủ thì gần giờ thiền, tai nghe nói những câu ông Tám dạy, những câu kinh thuyết pháp, khi giật mình thức dậy thì thấy khoẻ?*

ĐÁP: Đó là phần vía được nhẹ và lục căn lục trần cũng nhẹ, cho nên thường được nhắc nhở về những lời thanh điển của pháp lý.

HỎI: *Có một đêm nọ sau khi công phu xong, nằm xuống cố ngủ lại nhưng không ngủ được, thì tôi bỗng nghe một giọng nữ ngâm 4 câu thơ rất là trong trẻo. Tiếng ngâm* *thơ vừa dứt thì tôi nghe một tiếng bực phát ra, rồi từ từ bay thẳng lên đầu và tung ra ngoài trong tư thế nằm, tôi vẫn tỉnh và biết mình được xuất nên không dám động đậy, chừng một phút... vì không ngủ được nên mệt mỏi và đau cuống họng quá nên tôi nuốt nước miếng thì nó liền trở về bản thể.*

ĐÁP: Cứ niệm Lục Tự Di Đà còn hơn là lưu ý bất cứ âm thanh nào từ thế gian cho đến thiên đàng. Tại sao? Tại vì đường lối của vô vi là sẽ tiến về thanh tịnh thay vì động loạn.

HỎI: *Như vậy giọng ngâm thi đó của ai, và trái lại, má tôi thì luôn luôn nghe giọng nam ngâm, chớ không phải giọng nữ như tôi.*

ĐÁP: (giải thích cũng như trên)

VỀ ĐIỂN – XUẤT VÍA – XUẤT HỒN

HỎI: *Khi Soi hồn xong bỏ hai ngón tay chận lỗ tai ra, tôi vẫn nghe tiếng điển chạy trong đầu (ý thức như lúc đang Soi hồn nhưng nhỏ hơn) có lúc điển chạy tiếp cho đến lúc xả thiền, có khi đến sáng hôm sau thức dậy vẫn còn nghe, đó là triệu chứng gì?*

ĐÁP: Đó là triệu chứng khai thông trược điển của lá gan và thận. Hãy tiếp tục thực hành và chú ý ngay trung tim bộ đầu thì không bao lâu sẽ hết kêu. Làm thêm Pháp Luân Chiếu Minh (đếm từ 1 đến 12, bớt lần cho đến 1).

HỎI: *Trong kinh "A Di Đà" câu "Đại như xa luân, thanh sắc thanh quang, huỳnh sắc huỳnh quang, xích sắc xích quang, vi diệu hương khiết". Ông Tư cho rằng đó là hào quang ngũ sắc, tôn chỉ của Mô Ni Châu. Đã là ngũ sắc, sao điển kinh chỉ đề cập đến bốn màu mà thôi (thanh sắc, huỳnh sắc, xích sắc và bạch sắc)?*

ĐÁP: Cộng thêm với linh điển sắc quang của Xá Lợi Phất là xám. Nó là chủ điển điều hòa bốn màu, thoạt lớn thoạt nhỏ, và sẽ biến hóa theo vạn năng sắc giới, nó vô sắc nhưng nó sẽ ứng vào khuyết sắc.

HỎI: *Hiểu rằng: ngũ sắc hào quang thì một màu thanh sắc, thanh quang thuộc về trung ương bộ đầu, nghĩa là của thần hồn, còn bốn màu kia thuộc về tứ đại (nước, lửa, gió, đất) tức là xác thân, như vậy đúng hay sai?*

ĐÁP: Đúng, Xá Lợi Phật tức là phần hồn phối hợp như đã giải thích ở câu trên.

HỎI: *Thanh sắc, thanh quang, huỳnh sắc huỳnh quang, bạch sắc bạch quang, và lục sắc lục quang, đó là hồng danh của các ngài, có đúng như vậy không? Mà thắc mắc tới chỗ này thì tôi vấp phải thắc mắc về những khái niệm như "Hắc Bì Phật, Hậu Tổ Thích Ca Mâu Ni, Jesus", "Bát Công Đức Thủy", "Tam Niệu Tam Bồ Đề", Hội Cộng Đồng là những điều tương quan mật thiết với nhau về vấn đề pháp lý cũng như về cõi vô vi không động.*

ĐÁP: Đức Phật Di Đà không dụng sắc làm danh, nhưng ngài dụng thanh để hoà cảm. Khối cộng đồng của chư Phật không phân giai cấp, nhưng người tầm Đạo phán xét thấp cao đó thôi. Bạn đã dụng thanh điển xét rất đúng.

HỎI: *Điển của người tu lúc công phu phát ra màu sắc như thế nào?*

ĐÁP: Người tu theo Pháp Lý này, nếu bản tánh hung hăng lúc đầu nhắm mắt thì xuất nơi chân mày màu đỏ, đỏ bầm rồi sau đó đỏ tươi, tới nó xuất phát nó đi lên cao màu vàng tới màu xanh da trời, nó nhẹ qua tới xanh da trời rồi nó mới đi tới Trung điển màu vàng lợt phát quang. Lúc đó là trung tim bộ đầu điển quang phát ra, nó phải phát trước hết ở Trung tâm chân mày, sau cùng ở Trung tim bộ đầu. Cái màu sắc đó nó sáng láng hơn màu chúng ta đang có bây giờ đây, ban ngày sáng mắt không có diêu động.

HỎI: *Như vậy điển phát ra được bao cao?*

ĐÁP: Không biết bao cao, nhưng xa lắm bất cứ nơi nào nó cũng đi tới được, trong nháy mắt là tới trong vũ trụ và ngoài vũ trụ.

HỎI: *Hai bạn tu khá có trình độ tương đương với nhau nói chuyện sao thấy điển chạy?*

ĐÁP: Hai người phải nói, mà trong lúc nói đó, phải thả lỏng để nói, thì cái điển của Đức Di Đà xuống dạy cả hai người. Sau cái đàm luận rồi, mình mới là thấy Đức Di Đà vừa dạy hai người học...

HỎI: *Làm cách nào để trả lời được, những câu hỏi thắc mắc về Phật học, về bên Pháp Lý mà mình không biết?*

ĐÁP: Ông đang tu đây, sau này những sự thắc mắc của một người khác hỏi, vừa hỏi là ông thấy ông bay bổng lên rồi (lúc ông trả lời không được là ông thấy ông bay bổng). Ông nghiêm chỉnh đứng ở trên đó thì tự nhiên ông truyền cái điển xuống dưới này, cái bản thể nó ra liền. Cũng như tôi chẳng hạn, ông hỏi bất cứ cái gì, nó phóng đi đó, cái nào nó biết thì nó trả lời, không thì nó phóng lên trên đó. Trên đó, cái điển sẵn hết trọi, người ta rọi cho mình, mình đáp xuống thì ở đây người ta nghe được mở ra, không có bị kẹt cho người hỏi và được khai thông.

HỎI: *Làm thế nào có thể xuất đến nhà bạn đạo mà không biết địa chỉ của họ?*

ĐÁP: Người xuất hồn, ban đầu thì đang thực tập, tới nhà người này người nọ. Còn người nào có nạn, có công chuyện xắp xảy ra, phải thường trực đi qua đi lại ít lần rồi về. Nhưng mà cái đó, nó bắt về cái luồng điển của các người đạo hữu tu có tưởng niệm tới người xuất được, thì tự nhiên người này không có chương trình đi tới, nhưng mà tới đó họ thấy ở ngay cái nhà đó đi ra đi vô.

HỎI: *Nhưng mà không biết địa chỉ làm sao đi được?*

ĐÁP: Bởi vì cái luồng điển, cái quan hệ của luồng điển của người tu, người ta cảm nó tới đó, người ta nhớ y là y rút – hai cái nó liên kết liền, nó kéo đi. Người tu ở Pháp Lý này nó ngu là nó không biết địa chỉ ở thế gian, nhưng nó biết cái địa chỉ của căn cội của luồng điển. Nó ngu thế gian mà nó khôn thiên đàng.

HỎI: *Vía thì xuất ra nơi lỗ rún, sao có bạn tu khi nằm xuất vía mà ở Hà đào thành cũng thấy có điển rút. Như vậy, vía có xuất được ở đỉnh đầu không?*

ĐÁP: Vía trú ngụ nơi rún, cho nên khi nằm mới thấy xuất ra, nhưng sự cảm giác liên hệ phải báo cáo về Trung ương bộ đầu.

HỎI: *Sao có bạn đạo, vào lúc có lễ giỗ, ở trong gia đình có rước thầy Chùa đến đang tụng rước vong hồn về để cúng, thì điển ở đâu xẹt tới đầy nhà, tóe điện ra đầy nhà. (Hỏi thì ông thầy chùa nói là linh điển của vị nào đến chứng giám). Xin cho biết điển gì vậy?*

ĐÁP: Lúc đó do sự yêu cầu của bạn tu đó, chúng tôi có tới ứng một chút, cho vong hồn cụ đó thôi nhưng mà nói ra người đời cho là mê tín.

HỎI: *Cái điển mà thiên hạ thường nói là Bà giáng, có một lằn xanh ngũ sắc, rộng bốn tấc, bay ở trên Trời rồi nhập vào một cái cây. Đó là thế nào?*

ĐÁP: Không phải điển của Phật Bà. Nếu của Phật Bà không phải bay như vậy. Cái đó là Ngũ hành. Các cây cối đều có những vị đó làm việc, thì đối với những người có con mắt thuộc về phần âm, họ dòm thấy. Những người thuộc về phần dương dồi dào, cũng đồng đứng với người đó lại không thấy. Phật Bà (cũng ăn bận áo mão vậy), nhưng mà người thường dòm vô không thấy được. Điển Phật Bà Quan Âm, bên Pháp Lý sáng thanh lắm, người tu cao mới dòm thấy. Mở mắt không thấy được, mà nhắm mắt thấy ánh sáng rõ ràng, từ ở trên chiếu rọi, đưa luồng sáng xanh đi tới và biết được tại sao ngài xuống thế gian này. Người mà tiếp được cái điển đó thì được nhẹ nhàng, không có động loạn trong nội tâm nữa.

HỎI: *Điển Phật đã đến quá nhanh vẫn khung cảnh này. Kết quả đã nhiều người thấy rõ nơi nhà ông Liêm. Vậy sự chứng minh đó do nơi bạn đạo công phu hay là do sự đương nhiên mà nó có được?*

ĐÁP: Bởi vì, tới cái gia đình đó là vì chủ nhân của gia đình đó có thực tâm tu hành, muốn buông bỏ tất cả những thế sự quá khứ, thì tự nhiên cái thanh bạch nó được ứng chiếu bởi sự thanh bạch, luồng điển ở bên trên, rồi chúng ta tu, kết tập vào cái thanh bạch đó, thì chúng ta cũng đồng chung hưởng cái điển của nhà Phật, chứ không có gì hết. Bởi vì chủ nhân, cũng như bây giờ nhà ông lo tu, ông buông bỏ tất cả những cái thế sự, những cái điển đó nó thanh nó mới thừa tiếp cái luồng điển của nhà Phật. Thì chúng ta không phải là tới đây chúng ta đem cái điển đến nhà này, nhưng mà nhà này vẫn có cái điển của chủ nhân căn nhà này.

HỎI: *Điển Phật, điển Ma khác nhau như thế nào?*
ĐÁP: Bởi vì ma quỷ vẫn ở cái giới thấp dưới hơn mức của hồng trần, dưới hơn con người nữa. Sức hút của Phật là thuộc về thanh điển vượt mức hồng trần, nhẹ nhiều quá, hai cái khác nhau.

HỎI: *Điển của Phật và điển không gian khác nhau chỗ nào?*
ĐÁP: Điển của Phật là nhẹ và không động, không có liên kết với những phức tạp ở chung quanh, còn điển của không gian thì liên kết thành một mảnh, còn cái kia độc lập, tùy theo khối tu hành.

HỎI: *Xin giảng về Hắc Bì Phật và Lưu Ly Quang Phật?*
ĐÁP: Lưu Ly Quang Phật là cấp từ ở trên Trời có thể truyền xuống thế gian được, Hắc Bì Phật đó là chủ điển âm dương, chỉ có thâu và sửa đổi điển người khác được, nhưng mà người khác muốn đổi điển đó không được. Bởi vì chỉ có một màu hắc đen thôi, và phát ra muốn màu gì thì phát ra màu nấy. Nhưng mà mình muốn sửa đổi nó, đen mà đi tới vàng, thì không được, không có vụ đó, thành ra nó là chủ điển âm dương. Mình nói vậy những người tu chưa đi tới họ nói mình mê tín hay là tôn

sùng điển Phật, chứ thiệt ra Chánh Tổ là Hắc Bì Phật, còn Hậu tổ mới là Thích Ca. Còn Lưu Ly Quang Phật là tiền tích nghĩa là làm việc về chuyển động hóa sanh hoa quả vạn vật, trị những căn bệnh nan y của những phần được xuất lên bên trên.

HỎI: *Điển của Hắc Bì Phật như thế nào?*

ĐÁP: Màu điển huyền đen rất đẹp, phóng sáng màu huyền chứ không phải đen như quần đen đâu! Ông Phật ngồi dòm đen, mà mình dòm vô thấy mát mẻ, huyền diệu, tươi tắn, dễ thương, sung sướng. Mình sung sướng lắm...bởi vì ông nắm cái huyền điển âm dương mà. Khi mà ông hóa ra màu gì thì mình thấy phóng ra màu đó. Nếu mình muốn sửa cái màu nguyên của ổng, sửa không được, không bao giờ sửa được, không biến đổi được. Cũng như bây giờ ông gặp ông Thích Ca, mà tâm ông quỉ quyệt, ông dòm thấy ông Thích Ca quỉ quyệt. Nhưng mà ông gặp được Phật Tổ Hắc Bì Phật rồi, không bao giờ có cái quỉ quyệt đó nữa, cái tầng đó thì thanh lọc hết rồi. Ông tới ông dòm, Hắc Bì Phật lúc nào cũng là Hắc Bì Phật. Mà ông gặp Thích Ca mà cái tâm ông quỷ là ông thấy Thích Ca là con quỷ, nó biến đổi, nó xoay chuyển, còn mình tới Hắc Bì Phật thì không có... mình thấy ổng lúc nào cũng Hắc Bì Phật và mình được nhẹ nhàng lắm!

HỎI: *Ông Tám gặp Hắc Bì Phật có nói chuyện được không?*

ĐÁP: Không, đâu có nói chuyện được, cái đó thì ngài trợ điển cho mình, mình minh cảm thôi chứ đâu có nói chuyện được.

HỎI: *Ông Tư có nói: "Công phu luyện đạo, khi có kết quả là ta có thể thâu hay phóng, tức là đem cái hình mà ta muốn tìm thấy đó ở xa lại gần và ngược lại ta có thể đi ra bằng cách phóng đi trở ra" là sao?*

ĐÁP: Đó là phần hồn đã học qua biến hóa rồi. Cũng như hồi nãy, tôi đi đâu đó, bây giờ muốn biết trở lại, ông hỏi chớ nãy giờ tôi xuất đi đâu? Thì cái hình cũng như ti-vi, nó hiện ra trước mặt và tôi nói ra. Tôi thâu lại, hỏi là nó phải đưa ra liền. Rồi bây giờ, tôi không tin tôi muốn kiểm soát lại, thì tôi phóng ra tôi đi kiểm soát, nhưng mà kiểm soát quen rồi. Nhiều người tu tới đại định, có đi cũng không đi, người ta nói câu đó cũng như tôi nói: "Đứng như ngồi, mà nói như tịnh". Cái câu đó những người tu cao, người ta biết đó là cái gì. Người tu cái hồn đã thoát khỏi bản thể rồi, mà lúc nào giờ phút nào, người ta cũng thanh tịnh, để tu cho tới chỗ bất động, người ta mới dám nói tới câu đó.

HỎI: *Có người sợ khi xuất hồn ra trở về không được, nhưng mà có một năng lực tự động rút hồn trở về, xin giảng cho về năng lực đó là gì?*

ĐÁP: Bởi vì cái phương pháp công phu của chúng ta ở đây làm có thứ tự, lần lượt mở cái con đường, cũng như chúng ta biết mở khám đó, chúng ta biết đóng cái cửa khám. Chúng ta bị giam hãm trong con tim này và bây giờ chúng ta gặp cái pháp này cũng như cái đường lối để mở nay chút mai một chút, để đi ra ngoài. Thì lúc đó, nó mở sẵn con đường rồi, thì nay đi chút, mai đi chút. Chúng ta đi về, về đi luôn luôn, chớ không phải như những người kia xuất hồn rồi đi lạc. Đối với những người kêu rằng cúng ma quỷ, rồi nhờ ma quỷ dẫn đi lên Bồng Lai Tiên Cảnh (cảnh ảo tưởng đó) hay là dẫn đi xuống địa ngục chơi đó, rồi bị phụ thuộc bởi thiêng liêng của bên ngoài họ dắt. Rồi tới đó, khi mà mình muốn trở về, người ở thế gian người ta vẽ cái mặt khác, thì nó nhập không được. Không có khai thông bản thể nó, tới lúc nó đi thì nó mê muội đi mà thôi, mà nó cũng không biết nó đi bằng cách nào? Thành ra nó về cũng không biết nhập bằng cách nào?

Cho nên có nhiều người cũng có tu, tu ngồi đâu cũng niệm Phật[198], thét rồi họ cũng xuất đi được. Cũng như có một ông ở Châu Đốc, ông thấy ông xuất qua xóm Thiên Chúa giáo rồi bị người ta đánh ông. Hồi về cái xác ngồi đó thấy bị hộc máu. Sau ông có xuống đây, tôi chỉ cho cái pháp này về tu sửa lại.

Cái pháp của mình đi có thứ tự trong bản thể mình: thoát khỏi con tim, qua cái Tề Luân Hư Cảnh, rồi xuống cái Thiên môn của cơ thể, là trái cật, đi lên cái Vũ trụ của mình là xương sống, rồi đi tới cái Huỳnh

---

[198] Theo kinh nghiệm của tôi, tôi thấy có nhiều vị tu (một mình không có minh sư chỉ dẫn) xuất vía được, và bị lạc theo sự dẫn dắt của ma quỷ, hay thần hoặc may mắn hơn thì bị bên Địa Tiên.

Đình ở phía đằng sau lưng, rồi từ ở đó mới bước đi ra. Thành ra nó có thứ tự đi, có thứ tự về nên xuất ra vô không có bao giờ bị lạc đường lạc lối. Bởi vì mình không có nhờ ai, mà mình tự làm lấy. Không có nhờ người ngoài mà bị lạc lối thành ra không có sợ hồn về không được.

VỀ CHAY MẶN

HỎI: *Tại sao, có người đang ăn chay ông Tám lại bảo ăn mặn? Và có người đang ăn mặn ông Tám lại bảo ăn chay?*

ĐÁP: Bởi vì, tôi dòm tôi thấy cơ thể họ đang thiếu thốn, không thành cái sức lực (bộ phận nào hư dòm thấy rồi), mà nó thiếu thốn thì mất cái bình an, họ không có tu được. Còn những người đang ăn mặn vậy đó, tại vì họ chưa có tịnh, họ ăn mặn họ làm hư cái bộ gan họ mà họ không biết tịnh, thành ra họ tu thét rồi họ bị nhức đầu, bị lộn xộn đó, mà họ hỏi quá thì mình nói: "Thôi bỏ đi, ăn chay, sửa trước đã, sửa dùm cho họ bình an rồi, họ đi tới tự động họ muốn ăn gì họ ăn.

HỎI: *Người tu Pháp Lý ăn mặn có thể độ được những con vật (trong môn mình ăn)? có cần phải hợp với điển hay mạng của con vật ấy không?*

ĐÁP: Không phải, bởi vì cái cơ năng của nó không có tương đồng với cái mạng của con người nhưng mà chỉ có một phần chút xíu của diêu động của kim mộc thủy hỏa thổ là ngũ tạng. Nếu nó ở giới mộc thì nó sẽ tự về cái giới đó, trong bản thể mỗi bộ phận có 250 vị tỳ kheo, ở trong đó người ta sẽ dìu dắt, chuyển bố hóa cho nó. Nó mộc thì theo mộc, kim thì theo kim, thủy theo thủy... Mình ăn vô, làm Pháp Luân thì nó phân tán về chay chứ không còn mặn nữa, với phần điển không à. Còn phần trược nó sẽ ra về phần trược. Mình nhờ cái Pháp Luân mình phân hòa nó trở về thực trạng thành ra ăn vô nó trở về chay chứ không còn mặn nữa.

Cho nên con người của chúng ta ở đây không có chủ trương sát sanh, nhưng mà chúng ta chủ trương CỨU, bởi vì con vật xuống thế gian thì nó bị một cái luật định sát sanh. Phải cái người đó, người ta mới giết được; chứ mình đem con dao mình giết cũng không được.

HỎI: *Phải có cần điện mạnh mới độ được con vật không?*

ĐÁP: Ví dụ, một con gà cắt ra, nếu cái điển của họ không có mạnh, không có sáng suốt thì họ không có bao vây được con vật. Nếu mình mạnh thì mình thấy con gà nó đứng đó, lục căn lục trần nó ra truyền bá, dìu dắt cho nó (trong này có bò bay máy cựa) theo cái khối của nó. Bây giờ mình gắp một miếng thịt gà mình ăn, thì nó theo cái mùi vị của nó, nó vô thì trong tâm mình nói: "Tao cho mày nhập trong cái Tiểu Thiên Địa này, để theo cái luật chuyển hóa của Hóa Công", thì tự nhiên nó mới đi theo được. Còn nếu chủ nhơn ông không cho quyền, nó không vô được. Cho nên, người tu cao, người ta coi cái phần đó không có nghĩa lý gì, họ dòm về phần điển thôi... mà không phải ăn cho nhiều mới độ được, chỉ một chút chơi...

HỎI: *Tại sao trong ngũ giới của Phật có sát sinh, mà sao có người giết gà giết vịt, hỏi ông Tám, thì ông Tám lại trả lời cái đó không sao, chừng nào giết người thì mới quan trọng. Xin ông Tám giải thích dùm?*

ĐÁP: Người sát sinh đó có người bắt con gà, cắt cổ, thả con gà thì nó chết, mà có người bắt con gà cắt cổ mà nó vẫn đứng dậy đi, họ mất hồn, bữa sau không dám cắt nữa. Cho nên, ông thấy có sự chỉ định, có cái sự chỉ định. Còn có người xách cái búa đập ba cái con bò chết, mà có người đập cả trăm cái mà nó vẫn sống- nó khác, nó có cái giờ phút phải chịu cái tử hình, nó phải chịu cái tội đó, rồi nó mới chuyển kiếp. Cho nên có sắp đặt hết trọi[199]. Sanh sát đều có sắp đặt trong cái khối Địa Tiên. Còn nếu kêu cấm giới thì Phật Thích Ca hay quá, tại sao ổng không cấm tất cả những người đó đừng nắm con dao. Ổng làm phép là cái tay người đó nắm con dao không được.

Tại sao ổng không làm? Những vị tiên rất hay, những ông phù thủy rất hay, ổng làm một cái bùa là cái tay người ta quẹo liền, ổng cấm sát sanh thì đâu có giết được; cho nên nó có ngày có giờ. Cái ly bể cũng có ngày có giờ, nó có sanh có tử, là về vật chất. Về phần hồn thì vô sanh vô tử, nó chuyển kiếp làm việc mãi mãi, mãi mãi thôi. Bây giờ tôi có tâm ác, tôi đọa xuống, tôi làm hoa quả, cây cối, rau cỏ, chung thân khổ sai, thụ trảm bá đao, rồi tôi cũng chuyển trở lại, cũng trở lại phần hồn con người, rồi cũng đi lên, làm thánh, làm tiên nhưng mà nó chậm với mau thôi! Còn vật chất thì nó tựu

---

[199] Con người bị tai nạn, sống chết đều có số thì con vật cũng vậy, đến ngày giờ chỉ định cũng phải chết, hoặc bị giết (tất cả đều do nghiệp quả), chúng ta có từ bi thương xót súc vật cũng không đổi số chúng được.(lời soạn giả)

thì nó phải tan, có sanh tử về vật chất thôi. Phần hồn nó có ra đi đâu rồi sau nầy nó cũng kết hợp trở lại. Cho nên, nó phải chuyển kiếp. Nếu không có chuyển kiếp làm sao có mức tiến của quả địa cầu? Mà con vật hay là rau cỏ vô bản thể con người thì nó tầm tiến rất nhiều. Còn nếu mà không có tụ hợp, ví dụ, bây giờ ông không ăn gì hết, cái óc của ông càng ngày càng không nghĩ được việc gì, rồi sẽ tiêu diệt luôn, không có tiến được. Nhờ có những cái đó nó tụ hợp vô thì nó hội đồng lại, nó mới tiến, tìm tòi cái kia, tìm tòi cái nọ, nó cởi mở rồi đi lên trên. Rồi, sau nầy, phần hồn mà thoát khỏi bản thể, lúc đó, phần hồn phải chịu trách nhiệm những cái gì mà ở thế gian được thâu thập, những luồng điển khi mà ông giết nó theo ông chứ gì? Thì tự nhiên cái điển ông cao ông đem nó đi lên, thấy không? Ông rước người ta vô nhà mà nhà ông vệ sinh tốt đẹp, có phòng ăn phòng ngủ, thì những người vô đó họ được hưởng cái cảnh sung sướng thay vì họ ở trong cái chỗ khổ cực. Cho nên, chúng ta cởi mở biến cái Tiểu Thiên Địa nầy thành Xá Vệ Quốc, thì chúng ta phải lấy cái lượng rất rộng, từ bi thâu thập tất cả. Chúng ta không nên bỏ, tội nghiệp, để cho nó tụ hợp lần lần đi lên. Thành ra đi đúng theo cái lượng từ bi bác ái, mà Phật cũng không có chỉ định ăn rau chứ không có ăn thịt, tùy duyên trợ hành mà thôi. Mà Ngài cũng không có giết ai hết, thì tự nhiên nó giết nó đem lại cho ngài, ngài rút đem đi, bởi vì tất cả về mặt thiêng liêng, nó có chết đi rồi, thì ngài đi ngang cái nào mà ngài trợ được cũng trợ.

HỎI: *(tiếp câu trên) Như vậy, ông Tám cho biết rõ bạn đạo có quyền sát sanh không?*

ĐÁP: Cái đó còn tùy duyên thôi, tùy theo cái gia đình người ta đang buôn bán, ví dụ, đang làm gà nấu phở, mà không cho người ta sát sinh đâu có được? Lấy gì người ta kiếm ăn? Tôi phải đi kiếm việc khác cho người ta sao? Nhu cầu của xã hội, nói đó là cái tội, cái tội đó không phải riêng người sát sinh mà người ăn cũng có tội. Nhưng mà cái người sát sinh, nếu có tu, thì người ta dắt dẫn, người ta có nguyện cho con vật, người ta đem cho nó đi.

HỎI: *(tiếp câu trên): Như vậy, là qua lời giảng dạy của ông Tám thì chúng ta hiểu là: tùy duyên, nếu người nào làm nghề gì đó để mưu sống mà phải phạm giới sát sinh, thì phải làm để mưu sống miễn đừng giết người. Còn những bạn học đạo ở đây phải cố gắng hết sức, tránh làm những việc liên quan đến sát sinh.*

ĐÁP: Tự nhiên, tu cao tới đó thì không có sát sinh nữa, dù cho muốn sát nó cũng không có cơ hội sát, sát cũng không được, mà độ cho thú vật thì có.

... (Ông Tám còn cho biết thêm) Rau cỏ cũng có sự sống[200] chứ, nó cũng có gia đình có máu mủ, nó cũng có sự tiếc thương, nó cũng có màu mè, nó cũng có sắc đẹp. Họ không hiểu đó là phần hồn tan rã hồi trước. Họ chưa

---

[200] theo tôi được biết, thì một cái hoa ông Tám cũng không ngắt nữa, vì ổng thấy nó đón tiếp ổng. Người tu đã phát huệ nhìn thấy, không muốn sát sinh cả cây cỏ, bông hoa.

minh, cho nên trước kia, ông tu ở đây, tôi nói ăn mặn, ổng nói không được. Có nhiều khi ông nói ăn chay chứ nghe cái điệu ăn mặn không có vô rồi. Không chịu, nhưng mà y tu tới, y thấy ngoài cái bản thể nầy chỉ có cái điển thôi. Còn tất cả trược phải trở lại thế gian, thì thanh nó phải lên Thiên đàng. Mà nếu cái khối thanh của chúng ta mạnh chừng nào thì chúng ta đem cái khối thanh kia đi lên cao chừng nấy...

VỀ SỰ CHẾT – NGƯỜI CHẾT – MA QUỶ

HỎI: *Nếu trong số các bạn tu, có người chết, trước khi xuất hồn được, thì hồn người đó sẽ ra sao, có được tiếp tục tu không, có bị luân hồi không?*

ĐÁP: Nếu khi còn sống, người đó cương quyết nhận định ra rồi, thì tới giờ chết không có bị luân hồi đi đâu hết chọi. Họ cương quyết nắm đó mà tu. Cho nên, cái cương quyết của mình sắp đặt trước khi mình chết rồi, thì tới khi chết, điển của Quan Âm tới, mình cũng ứng, điển của Di Đà tới, mình cũng ứng, điển Hộ Pháp tới cũng vậy chớ không có bao giờ bị tà ma quỷ quái ám hại đâu. Đừng có lo vấn đề đó!

HỎI: *Sau khi người tu chết, điển hồn đi ra có ai giúp đỡ không?*

ĐÁP: Không cần, cái điển mình đã thường thường đi lên trên. Cũng như ông ngồi, cái đầu của ông tại sao nó mát, ngay trung tim rút đi lên, mát là do cái thanh điển. Ông không có đi chơi ở dưới này nữa, mà Vua Diêm Vương cũng không động ông được nữa.... Sau này, ông tu tới đó, ông sẽ thấy: này ma tới, này quỷ tới, này đủ thứ, nó phá ông, mà không làm gì ông được...

HỎI: *Các tôn giáo khác, người tu lúc chết có bạn đạo đến giúp đỡ, còn bên Pháp Lý mình thì sao?*

ĐÁP: Không cần sự giúp đỡ của bạn đạo. Tôi đã nói, khi họ sống, họ đã tự vệ rồi. Cái lúc chết, thì tự nhiên họ trở về họ kiếm những người đã xuất hồn, dẫn cho họ đi. Mỗi đêm cũng không chạy chỗ nào khỏi hết, bởi vì có luồng điển của Đức Di Đà liên lạc rồi. Chết có người ta chứng minh, người ta giúp đỡ rồi không có bận tâm người còn sống mà lo cho người chết? Hễ chết bữa nay, thì mai chôn, chôn cái hòm đơn giản. Cái luật có vay có trả, từ chín tháng mười ngày, cha mẹ vay, chúng ta làm con người ở đây, chúng ta vay cái thực phẩm hằng ngày, thì đây rồi phải có cái thời gian, trả lại cho hết. Cái đó, là cái sự vay trả của người đó. Chôn thì chỉ chôn tạm thôi cho nó tan rã nó khỏi trở lộn lại, rồi cái phần hồn nó mới được nhẹ đi lên. Thành ra có sự sắp đặt ở bên trên, chứ không phải ở dưới thế gian...

Nếu ở thế gian, mà đi chiếu cố cho người chết thì tôi thấy không có làm cái gì được hết ... Còn ở đây mình tu là người ta đã lo cho phần hồn của mình rồi. Chết đi ít nhất cũng lên được Côn Lôn Sơn để tu (cái nơi mà người ta nói là lập Long Hoa Hội là cái chỗ đó). Tất cả, những người có tu ở thế gian được lên trên đó tu mà hạng nhất là tu bên Pháp Lý này, được đi thẳng mau hơn nữa...

HỎI: *Người chết chôn có phải coi ngày giờ không?*
ĐÁP: Nếu trong gia đình, mà họ không phải tu hết về Pháp Lý thì phải coi ngày giờ, bởi vì người chết đi nhưng cái bản thể đó, đi ở trong luật sanh khắc của tử vi, kim mộc thủy hỏa thổ, cái giờ khắc giờ sanh thì họ làm ăn khó khăn vậy thôi. Coi cái ngày chôn thì tốt hơn. Còn người nào trong gia đình mà tu về Pháp Lý nầy thì ngày nào cũng là ngày Phật không cần coi.

HỎI: *Người tu theo Pháp Lý, sau khi chết hồn đi lên nhưng vía phải chờ 100 ngày để trả tất cả rồi mới được đi theo.*

Như vậy khi hồn đi lên là đi, theo tôi nghĩ cũng có điển của Phật giúp cho đi lên, đi vào đường hướng để tiếp tục học tu?

Trong khi đi lên thiếu điển của vía đi theo thì có gì làm trở ngại cho bước đường đi trong thời gian 100 ngày không?

ĐÁP: Lúc chết đối với người tu xuất hồn được thì 49 ngày (7 lần 7 = 49) thôi, chứ không có tới 100 ngày, thì họ ở đó lo về chuyện thanh toán, cái kia cái nọ, bên nào trược và thanh sắp đặt hết, qua một cái lễ gọi là hoàn trả hết thì lúc đó mới được đi lên. Hồn vía đi chung, chớ không phải cái hồn đi trước, cái hồn vẫn ở đó tới 49 ngày. Còn người tu chưa qua được một giới nào thì phải một năm trời, cũng phải ở ngay chỗ đó, để chờ cho bản thể tan rã rồi[201] đẳng này mỗi đêm chiếu cái điển cho nó minh cảm. Tới lúc đó Hộ Pháp mới đưa họ lên được nhờ cái phướng của đức Quan Âm rút họ lên, họ mới đi được. Còn đẳng này đi được rồi thì khỏi. Mỗi đêm họ cũng tu thường trực vậy! Mà họ phải trở về phân phối công tác, sắp đặt, gia dịch, phần thanh thì đi theo phần thanh, phần trược ở lại – không có thể lưu luyến được nữa, giải

---

[201] Tu Pháp Lý này, không nên thiêu xác chỉ nên tẩm liệm sơ xài cho bản thể mau tan rã.

thích đàng hoàng rồi nó đem đi – 49 ngày là nó đi được, chứ không phải tới 100 ngày.

HỎI: *Nếu vậy trong thời gian 49 ngày thì hồn người chết ở tại cái mả đó?*
ĐÁP: Vẫn ở tại cái mả đó, mà người xuất hồn được cũng vẫn đảnh lễ Phật hằng đêm, làm công phu như ở thế gian.

HỎI: *Tu Pháp Lý để khỏi luân hồi, còn những người không tu nhưng sau khi chết, linh hồn tu theo Pháp Lý thì có phải trở lại làm người không?*
ĐÁP: Không, nếu họ cương quyết tiếp tục tu. Ở trên đó họ cũng dự nhiều cái cuộc thuyết pháp, như của chúng ta ở đây. Nếu họ tiếp tục theo dõi thì không có cái chuyện luân hồi lại thế gian nữa, họ chỉ đi lên.

HỎI: *Bình thường ma quỷ không dám lại gần người, nhưng sao cũng có người nó lại dám tới?*
ĐÁP: Bởi vì, họ sử dụng sai, họ đem cái sáng suốt của họ đi xuống theo cái độ thấp, thì thấp với thấp hai cái nó hòa cảm. Còn nếu con người bình thường thì không có con ma nào nó dám tới, không bao giờ dám tới vì sáng quá. Còn họ đem vào trong cái tăm tối, sân hận, buồn bực tính giết ai, thì cái điện nó, hòa hợp, ông mở mắt, bốn năm người ngồi ma nó tới không thấy; mà ông đó thấy ma nó tới đánh ổng mất hồn....

HỎI: *Tôi muốn xin ông đến coi dùm nhà tôi còn ai phá phách, hay tu có gì bậy chỉ vẽ cho.*

ĐÁP: Người nào cũng không nhiều thì ít, nhưng đối với pháp lý thì lần lần trược khí lưu trữ trong mỗi cơ năng của bản thể sẽ được tiêu tan. Bộ đầu của bạn đã có ấn chứng nên tiếp tục xuất phát luồng thanh điển lên xoáy óc của Hà Đào Thành với phương pháp co lưỡi răng kề răng là được, chứ không có tà ma xâm nhập đâu.

HỎI: *Nếu người tu ở chung nhà với người chuyên coi bói làm bùa phép để cúng kiến ếm tà gì đó, thì sự công phu có bị ảnh hưởng gì không? Có nên dọn nhà đi chỗ khác không?*

ĐÁP: Nên cương quyết đạt được hơn là dọn đi chỗ khác.

HỎI: *Tại sao ông không đánh ma cứu người?*

ĐÁP: Tu ở đây là ở trong tình thương cho tất cả, chỉ bổ túc và xây dựng, đem lại cái sáng suốt cho các tầng lớp, chớ không phải là diệt cái sáng suốt của họ. Từ một con ma nhập xác của một bạn tu (²⁰²) lắm lúc tôi cũng có quyền năng mượn bên võ Phật đánh đổ họ, nhưng mà nhiều khi tôi có cảm giác làm như vậy thì sai. Tôi chỉ khuyên cái người sống và cái phần hồn lần lần tìm hiểu lấy mình và tự sửa chữa, tự tiến. Hai bên đồng tiến, chớ tôi không muốn ghét một bên và bỏ một bên. Thành ra, cái phương pháp này vô hại. Khi mình giúp người ta, là

---

²⁰² Nói về những người bị ma nhập, trước khi đến tu theo Pháp Lý Vô Vi này. Chớ tu Pháp Lý Vô Vi không bao giờ ma nhập được.

mình giúp trọn lành chớ không phải bỏ một bên mà giúp một bên. ...Tôi thấy đi tới con đường chân chánh của Đức Thích Ca, không có chiến tranh, mà đi tới hòa bình cho tất cả, cùng xây dựng cởi mở, đem sự sáng suốt cho tất cả vạn linh, chớ không phải là giúp một cá nhân nào mà bỏ một cá nhân nào hết ([203]).

HỎI: *Những nơi có ma quỷ thì phải làm sao cho hết?*

ĐÁP: Đất nào nghĩ có ma, thì đào lên rồi đốt lấy cái nóng, ma thì sợ lửa, đốt một hồi rồi thay lớp đất mặt bằng một đất khác, thì con ma nó không có ở đó, nó không có lai vãng về cái trược điển của nó nữa ([204]). Nhiều nhà, mỗi đêm có quỷ hiện lên, thì phải dở nóc ra, để rơm ngay giữa nhà, đốt cho có hơi lửa là nó sợ, nó theo cái khói nó bay đi ra.

Các bạn đã có công phu luyện Đạo. Các bạn quyết chí tu để được giải thoát luân hồi.

HỎI: *Quỷ Yêu là sao?*

ĐÁP: Quỷ đó là luồng điển của mặt trời đưa xuống. Của tầng lớp nào, tầng lớp cao thì nói chuyện về Phật, hay lắm, còn tầng lớp trược, nó làm con người biến thành sân si, làm cho gia đình lộn xộn bất an vì nó. Cái

---

[203] Con ma cũng là một linh hồn như ta.
[204] Những nơi có người treo cổ tự tử, thì dưới đất, ngay chỗ hai chân, đào lên có cục máu. Đó là trược điển của người chết. Vì vậy, phải thay lớp đất đi cho không còn trược điển này.

đó cũng là cõi thấp phát xuống, cõi ở cao phát xuống, hai cái khác nhau cái đó xuống cơ nhiều lắm[205].

HỎI: *Những người chết được cầu siêu ở chùa thì sao?*
ĐÁP: Cũng có nhiều thiêng liêng chết rồi đi vô trong chùa tu, theo chùa miểu ở cũng có nữa. Lâu lâu những vị hộ pháp đến hiệu triệu, cũng có một phần lớn đi theo tu, còn phần lớn thì muốn tá túc ở đó để chờ cúng quảy (hưởng cái ngũ vị đó chứ không phải ăn cái vật chất).

HỎI: *Đứng cạnh xác người chết, mà người tu giữ răng kề răng co lưỡi có bị rút điển không?*
ĐÁP: Đứng cạnh xác người chết mới tu thấy mệt lắm, phải răng kề răng không thôi nó xâm nhập.
Như tôi, đứng cạnh xác chết thì không sao, bởi vì tôi không còn ở trong này nữa (chỉ con tim thịt). Những người chưa thoát khỏi, nó còn ở trong này, thì bị nó làm cho mình nặng lắm...

HỎI: *Những người ở dưới địa ngục có tu được không?*
ĐÁP: Ở cảnh địa ngục luôn luôn cũng có chỗ cho những người kêu là ngoan cố thành ra bị hành hạ, mà sau sự hành hạ đau đớn rồi, họ mới trở về nội tâm trong lúc đó. Cho nên cái luật của Phật có ngày ân xá trong Rằm tháng bảy, cái điển của Phật chiếu các nơi, để cho những

---

[205] Nhiều đàn cơ lập không cẩn thận, thường bị quỷ xuống giả làm Tiên Phật. Lắm người tu bị gạt mà không ngờ.

người hồi tâm tưởng Phật thì có thể theo những vị hộ pháp mà đi lên cõi trên tùy theo khả năng mà tu hành.

HỎI: *Những linh hồn ở trên tu làm sao?*

ĐÁP: Ở trên đó tu chậm hơn pháp của chúng ta. Bởi vì tu chỉ ngồi trên hòn đá nào, ở trên núi nào đó, rồi để một cái lư hương ngồi tưởng Phật vậy thôi, hưởng cái thanh khí chậm chậm...rồi, do những cuộc thuyết pháp của những vị thiêng liêng tu hành, (cũng như bây giờ, chúng ta tu ở đây, xuất hồn đi được thì chúng ta cũng dự những cuộc thuyết pháp, để giúp đỡ cho họ một phần, để họ hiểu rồi họ tiến). Con người ở bên trên, còn những vị hộ pháp cũng vậy, những vị tu hành thiêng liêng ở bên trên cũng đàm đạo như chúng ta ngồi đàm đạo ở đây, để tìm cái phương pháp để đi lên cao hơn. Nhưng mà những người ở đó không có cái gì trở ngại nhiều bằng chúng ta. Chúng ta còn mang cái bản thể xác thịt, về cái đời động loạn chúng ta bị trở ngại nhiều. Mà sau cái trở ngại mà chúng ta nhận thức được, chúng ta tu mau hơn những người đó nhiều.

VỀ ĐỊNH MẠNG - NGHIỆP QUẢ

HỎI: *Con người ta sanh ra ai cũng bị ở trong cái định luật ngũ hành, nghĩa là chịu ảnh hưởng những vị sao nầy, sao nọ. Con người sợ định mạng nên coi tử vi coi bói, còn người tu có thể vượt qua bất chấp những chuyện đó không?*

ĐÁP: Mình tu ở đây là mình tom góp lên đỉnh đầu, và mình học cái chết trước khi chết, thành ra mình bất chấp tử vi, mà mình còn đổi tướng số nữa.

HỎI: *Nhưng mà sao người ta cũng có người mắc nạn này nạn nọ?*

ĐÁP: Bởi vì mình đi tắt, còn nếu mình không đi tắt thì tới năm đó cũng mắc nạn. Còn người tu ở đằng này đi tắt, nó đụng sớm hơn thì sau này không có. À, bây giờ thử coi về số mạng. Ông thầy, ông nói: "Ông 60 tuổi chết", mình phải cố gắng tu cái pháp này tới 60 tuổi, mình đi kiếm ông thầy cho ông thấy là mình đã thực hành đổi được số mạng. Phải có lý do gì mới đổi số mạng được. Hồi trước cái tánh mình cuống cuồng trong tham sân si là do cái bất minh nguyên lai của mình, thì giờ mình thông cảm lấy mình, mình thấy hành động của mình càng ngày càng bất chánh thì mình càng ngày càng sửa mình sớm, nó không có bị cái đụng chạm ở sau này. Còn mình sửa trễ tới thì giờ nó đụng thì mình nhào. Còn mình sửa sớm cũng như mình tự vệ mình, tới lúc đó nó chỉ đụng xoàng rồi thôi.

Tu ở đây sửa tướng số, sửa nội tạng, sửa cái cơ đồ bao vây cơ thể của mình, sửa hết, cho nên về cái hậu vận, về tương lai chắc chắn là không. Bởi vì mình chắc chắn là không có tạp niệm cái chuyện lộn xộn, để cho nó làm thành một luồng sóng. Hằng ngày, hằng đêm, mình chỉ sửa thôi, không có tạo ra sóng gió nữa, thì tới cái tuổi già nó đâu có lật mình được. Tôi cũng biết cái phương thức dạy các bạn trừ ma ếm quỷ, nhưng mà cái đó, các bạn tạo sóng gió cho các bạn ở sau này, chứ chuyện đó không có lợi gì thành ra tôi không có học qua cái đó nữa. Bởi vì quan trọng nhất là cái phút cuối cùng của mình, bao nhiêu người đứng xung quanh mình, không có nên tin, không có nên làm những chuyện đó. Tuy rằng mình thắng bây giờ, chứ sau này mình sẽ khổ, không nên làm [206].

HỎI: *Người mà hại người, là do có căn nguyên hay không hoặc không cần căn nguyên mà người này có thể hại được người khác?*
ĐÁP: Chuyện hại người không phải chuyện ở kiếp này mà do ở kiếp trước. Kiếp trước ông giết người ta, thì kiếp này nhất định có một người tới giết ông. Nhưng mà tại sao mình tu về Pháp Lý nó đỡ, là vì mình thù được trở thành bạn. Tới cái ngày đó, tuy người đó là người giết mình, mình biết. Ngày nay họ trở thành bạn thân của mình. Nhưng mà, tới ngày đó mình phải mang một

---

[206] Đoạn sau này Ông Tám khuyên các bạn tu không nên học và dùng phép trừ ma ếm quỷ. Về sau khi bỏ xác họ đến trả thù và đòi mạng.

cái bệnh nó làm cho con người mình bần thần mệt mỏi cũng như muốn chết vậy. Cái nạn đó, mình phải gánh, nhiều lắm chừng 48 tiếng đồng hồ, nhưng mà mình vẫn chơi với người đó là bạn. Thành ra tôi có nói không nên giận người nào. Người đó xấu với mình, mình cần phải tốt cho thật nhiều đối với họ, là mình lo cho cái tương lai của phần hồn. Dù cho kiếp sau mình không muốn làm Tiên làm Phật, mình có xuống lại thế gian mình cũng không bị cái trở ngại nhiều. Còn cái kiếp này họ giết mình là kiếp trước, nhớ rằng mình đã giết họ. Không phải lấy dao giết họ, một lời nói có thể giết chết người ta mà mình không hay. Thì kiếp này mình tu, mình nhờ cái Pháp Lý sáng suốt mình ảnh hưởng được người bạn của mình, thì tới đó mình cũng phải bị một chút đỉnh nạn, trở ngại chứ không đến nỗi mà bị người ta giết chết. Còn không tu thì đúng ngày đúng giờ nó phải bị cái đó là tự động phải tới, bởi vì tới đúng giờ, hai cái nó phải đụng chạm, mà bây giờ mình sửa không cho nó động chạm nữa...

HỎI: *Trước khi học đạo, cũng có người đã phạm lỗi (phải nhiều kiếp mới trả được) nếu tu theo Pháp Lý khỏi phải luân hồi thì cái món nợ này làm sao trả?*

ĐÁP: Bởi vì theo Pháp Lý này là tu để sửa cái luồng điển tận căn cơ ở bên trong. Tại sao họ sai lầm, vì điển của họ bất thông mới nổi ra những tham sân si hỉ nộ ái ố dục. Bây giờ họ tu rồi, họ mở hết những cái uất khí của nội tâm, họ diệt cái tham sân si hỉ nộ ái ố dục rồi, thì họ hòa cảm với thượng tầng đi lên²⁰⁷ thì tự nhiên, cái mà hồi trước họ đã làm sái quấy, mà khi tu xuất hồn được, thì họ phải đi công tác gấp mấy lần ở thế gian để trả quả. Cũng như tôi, trước kia không phải là người hiền, nhưng mà tu rồi, lúc mà tôi đi được, mỗi đêm tôi cũng phải đi vô nhà thương, những chùa, những nhà phong cùi, tôi cũng chịu đựng mà tôi thuyết pháp, để tôi trả cái quả. Tôi lo cho xong tất cả những cái chuyện, kêu là trước xấu bao nhiêu bây giờ tôi phải lo bấy nhiêu. Tất cả đều sẵn sàng làm những sự tốt mà không có tính toán gì hết. Ban ngày, lúc còn tỉnh giấc ở thế gian thì có ai tới tôi giúp tất cả những gì mình có khả năng. Còn ở bên thiêng liêng, thì mỗi đêm đi giúp chuyện này chuyện nọ, gia đình này gia đình nọ, ngày nay tôi mới nhẹ một phần. Có những bạn tu, đi được cũng phải đi tới nhà này nhà nọ, đó là để trả lại cái duyên kiếp hồi trước, cái nghiệp hồi trước đã tạo ra những chuyện không tốt. Bây giờ, mình phải xây dựng sửa chữa lại nhờ cái điển nó khai thông, mình mới biết cái sai lầm của tiền kiếp của mình, mình mới ăn năn hối ngộ, mình tới giúp đỡ để mình trả lại cái quả, trước khi mình dọn gánh đi về bên trên.

---

²⁰⁷ Đây là nguyên lý căn bản tu sửa của pháp lý, mà không cần cấm giới.

VỀ VÕ PHẬT, VĂN PHẬT,
VỀ CÁC CÕI -- VỀ QUẦN TIÊN ĐẠI HỘI

HỎI: *Xin giảng cho về Văn Phật và Võ Phật.*

ĐÁP: Văn Phật thì cái thanh điển, người ta đưa đi lên luôn, còn Võ Phật thì người ta lấy cái sáng suốt mà lợi dụng cái trược điển ở thế gian. Võ Phật là phải lấy cái sáng suốt của mình, lãnh đạo âm binh ở thế gian và hợp tác với cái khối Địa Tiên để xoay chuyển tư tưởng người ta, có thể làm hại người, cũng có thể tạm cứu người ở trong cơn đã bị hại của người khác. Đó thuộc về Võ Phật, còn Văn Phật của chúng ta thì càng ngày càng đi lên, bỏ tất cả những trược khí, đi lên luôn...

Bên Võ Phật, ví dụ ông có một cái mụt, họ lấy cái mụt họ đem họ gởi ở trên cái cây, thì cái mụt ông cũng hết, nhưng mà họ không có thể cứu ông vĩnh cửu, cái phần hồn được thoát ly. Họ lấy cái sáng suốt làm chuyện tạm mà thôi (đuổi tà, đuổi ma, đuổi quỷ cũng là tạm thời). Còn bên Văn Phật làm cái chuyện vĩnh cửu.

HỎI: *Có nhiều người tu ngộ nhận cho mình là theo Văn Phật (không kể mấy ông thầy pháp, thầy bùa thì quá rõ), họ nói là họ tu theo Tiên Thiên, chứ không phải là Địa Tiên, và họ cho những đạo khác là Địa Tiên, họ ngộ nhận họ là Tiên Thiên. Vậy thì, các ông tu ở trong những cái chùa mà không có trị bịnh cho ai hết, và chỉ lo tu niệm và hành pháp là theo Văn Phật hay Võ Phật?*

ĐÁP: Nếu họ không có trị bịnh nhưng mà, trong cái thâm tâm họ có nhờ đỡ người này người nọ và có thờ cúng lạy, như vậy thuộc về Võ Phật. Bên Văn Phật không có cái đó. Muốn thử người đó phải hay là không, thì mình cứ đem những cái câu sẵn có trong kinh A Di Đà (mà mình đã giải thích ở đây), hỏi một, hai câu thì họ thấy họ tức, họ giải thích không được, cái đó là họ bị kẹt, bị kẹt là tại sao? Là cái uất khí, cái trược điển vẫn còn ở bên trong. Họ có tu đi nữa, họ cũng nhờ ơn trên phù hộ đó là thuộc về Võ Phật, không có tự tiến như bên Văn Phật phải tự mình tiến.

HỎI: *Tam thiên, đại thiên thế giới là thế nào?*
ĐÁP: Ở trong bản thể của mình, cũng có Tam thiên. Bây giờ, ở dưới này chúng ta qua ở đây, cũng như bây giờ các bạn tu, nó mở ra, nhiều người nhắm mắt thấy mây, thấy cảnh, thấy đi đây đi đó, đủ thứ cũng là cảnh. Con tim nó hé mở ở đây, nó cũng là một cái cảnh trời, rồi xuống từ lỗ rún mà đi qua trái cật, ở đây, nó cũng là một cái Thiên môn, nó cũng là một cảnh nữa, rồi lên trên Huỳnh Đình đây sắp lên, cũng là một cảnh. Tam thiên (ba giới) ở trong bản thể mình xuất phát ra. Chúng ta mới đi thấy Đại Thiên thế giới, bầu trời thế giới, chúng ta đi lên. Nói về căn bản trong bản thể còn ra ngoài cũng còn Tam Thiên, Đại Thiên thế giới nữa. Thành ra chuyện cắt nghĩa ở bên trên có hơi khó khăn, đối với những người mới tu, người ta không tin tưởng được. Những người tu có điển rồi sau này người ta tới, bây giờ chỉ cắt nghĩa Tam Thiên là mình đang khai

thông Tam Thiên trong bản thể, cửu trùng đài trong bản thể của mình đây, nó có ba giới. Những người mới tu, sơ thừa, hạ thừa, họ cũng có ba giới, họ đương khai thông, đem tinh khí thần lên đến Trung giới rồi lên Thượng giới. Ba cái đó, nó cũng, mỗi một lớp có ba tầng. Cả thảy là chín tầng. Họ khai thông được Tam Thiên họ xuất đi tới Đại Thiên thế giới, mới xuất hồn đi chỗ này chỗ nọ, hòa cảm với tất cả, rồi mới thông cảm hết ngay ở trong bản thể chúng ta, chớ không phải có ở đâu xa. Mỗi người đang thực hành đây, là vượt qua Tam Thiên rồi mới tới Đại Thiên thế giới, thì lúc đó chúng ta mới nắm vững cái đường đi, đi bằng cách nào, về bằng cách nào, nó rõ ràng và nó phân minh. Cái bản thể của chúng ta cũng như một phòng thí nghiệm, môt vũ trụ thu ngắn lại. Muốn thử những người tu cao mình tới mình hỏi phân minh về cái Tam Thiên, Đại Thiên thế giới, dòm cái sắc mặt, biết họ đã thông cảm lấy họ chưa, thông cảm lấy cái Tiểu Thiên Địa của họ chưa? Nếu mà họ chưa thông cảm mà hỏi như vậy, họ bí và họ trở nên sân thay vì họ ôn hòa giải thích cho mình cởi mở để tự tìm hiểu, đem cái sáng suốt cho nội tâm mình để mình tự cởi mở, nhận định đó là khởi điểm chúng ta phải đi. Lúc đó, chúng ta phân minh biết rằng, những vị đó tu chơn chánh chưa và đã thông cảm lấy họ chưa? Nếu họ chưa thông cảm lấy họ thì không bao giờ họ thông cảm trời đất được, cho nên phải khai thác lấy mình, rồi mới hiểu hết sự diêu động ở bên ngoài, rồi hòa đồng với tất cả. Cho nên, dùng lý thuyết của một người đã thành công mà đi hòa đồng với người ta thì không được, chính người đó phải khám phá ra rồi mới hòa đồng với thiên hạ đó là chơn pháp Văn Phật.

HỎI: *Xin cho biết về các cõi từ mặt đất lên đến cảnh giới vô hình ?*

ĐÁP: Ông phải vượt qua cái bản thể của ông: có Tam giới rồi (Tam giới cũng như là Tam Thiên đó), xuất ra, là Đại Thiên thế giới, qua Đại Thiên thế giới mới qua Quần Tiên Hội của Địa Tiên, từ ở đó mới đi lên trên, tới chỗ Luân Hồi cảnh giác, qua Luân Hồi cảnh giác mới lên tới Ngọc Hoàng Thượng Đế [208], rồi đi lên trên nữa, mới tới Bồng Lai là tới giới Tiên Thiên sắp lên...

HỎI: *Người tu ở đây khi xuất ra phải dự qua Quần Tiên Đại Hội, rồi mới được đi lên trên có phải không? Có mấy thứ Quần Tiên Đại Hội ?*

ĐÁP: Ở dưới này, nếu muốn cho người tu đi về Quần Tiên Đại Hội, giới cách mạng, giới Địa Tiên, thì chỉ chú ý ở đây (chỉ nơi đầu mũi) đi ra, thì lẩn quẩn ở đó. Tổ chức một cái đạo, rồi sau này làm Giáo Chủ, chết rồi cũng phải luân hồi trở lộn lại. Quần Tiên Đại Hội ở bên trên về Thiên Tiên. Về Thiên Tiên, rồi từ ở đó đi về Phật. Có hai lối thôi, Địa Tiên thì tom góp các nhà cách mạng, làm quan chức ở thế gian còn Thiên Tiên thì tiếp xúc ngay cái điển của nhà Phật, làm cái công việc bố hóa cho Địa Tiên ở thế gian và cao cấp hơn.

---

[208] Đây là ông Tám nói đến Đức Ngọc Hoàng Thượng Đế cõi Địa Tiên.

Quí vị tu ở đây, vừa tới đó thì có danh sách của mình rồi, cũng như bảng Phong Thần, ở trên đó rồi. Nhưng mà, bây giờ chúng ta đặt trung tim ở chỗ này (chỉ giữa hai chân mày) tới đó, chúng ta chỉ tạm một chút mà thôi. Sau này, ông đi tới đó, ông thức giác về Phật nhiều hơn, nhưng mà cái tánh chất của nó phải đi qua đó. (Ông Tám còn cho biết là phải lên Tiên Thiên, cái vía mới sát nhập với hồn được).

HỎI: *Sự liên kết giữa Quần Tiên Đại Hội và Thiên Tiên như thế nào ?*
ĐÁP: Liên kết thì bên Thiên Tiên người ta làm việc rất ít giờ, bên Địa Tiên làm nhiều giờ _ cùng chung một mục đích. Ở trên kia, người ta xoay chuyển trong một phút, rồi dưới này lâu lắm, rồi qua con người còn lâu nữa.

HỎI: *Xin ông Tám tả cho nghe cảnh giới ở Quần Tiên Đại Hội (Địa Tiên) ?*
ĐÁP: Đáng lẽ, tôi phải nói cái cảnh này cho các bạn nghe, nhưng mà mến rồi, sau này đi qua đó thì bị kẹt. Chính tôi đã bị ông Tư rày: nếu bạn đi qua bên đó thì tôi không chơi với bạn nữa. "Bây giờ, tôi cũng không muốn các bạn đi tới chỗ đó [209], bởi vì sau này, hô hào làm chánh trị, ... mệt lắm". Ai chưa tu, đi đến đó họ tưởng là tột đỉnh rồi, là quý giá lắm, rồi theo đó tu, đây

---

[209] Nếu không có ông Tám chỉ cho về điều này, thì dám chắc tất cả các bạn tu khi xuất được sẽ theo bên Địa Tiên, gần như hầu hết những người tu khác pháp lý này (nếu có xuất được) đều ngả theo.

rồi mình xuống trần, mình sửa cái chánh trị này, mình thay đổi cái cục diện này ... Nhưng mà họ không biết, làm giáo chủ này giáo chủ kia, rồi sau này bị ám sát, nguy hiểm lắm. Cho nên, cảnh trên đó kể ra thì ai nghe cũng mê, nhưng mà mê rồi sau này, đi tới đó là nguy, thành ra tôi không được phép nói cho các bạn nghe.

Lúc sau này, các bạn đi, là tôi có sửa đổi rồi, tôi không có cho ngó ở đây (tức thiền ngó chót mũi). Nếu bạn nào muốn đi qua đó thì tu cứ đây (chỉ chót mũi) thì sẽ qua đó. Mà đi qua đó thì tôi thấy là tu không tiến được. Phải ngó ở đây (chỉ giữa hai chân mày). Tại sao người ta dùng chỗ này (chỉ trung tâm chân mày) mà không dùng chỗ nẩy (chỉ chót mũi) cái này không có hiệu lực. Tất cả những ông dạy thiền nhiều người đều chỉ cái này không à! (chỉ chót mũi): rồi sẽ qua cái Quần Tiên Đại Hội nói trên.

HỎI: *Quần Tiên Đại Hội (Địa Tiên) là những người lo về việc gì ?*

ĐÁP: Điều động về tôn giáo, cách mạng về Thượng đỉnh, cách mạng cao siêu, mấy ông đó lo hết, họ làm việc nhiều lắm, người ta đâu có rảnh như mình. Quần Tiên họp về thời cuộc, có Tôn Văn, có đủ hết ... Bởi vì mình tu về Pháp Lý Vô Vi, mình không có nên đi qua đó.

HỎI: *Nếu vậy, ông Tám sửa không cho thiền ngó chót mũi mà ngó giữa hai chân mày thì người ta không có qua Quần Tiên Đại Hội (Địa Tiên) ?*

ĐÁP: Thiền giữa hai chân mày, không có lạc qua bên đó được. Nếu lạc qua thì về, cảm giác cái ngực nóng.

VỀ TÔN GIÁO,
KINH SÁCH và PHÁP TU KHÁC

HỎI: *Đạo Phật truyền pháp cho người tu tu luyện, còn các đạo khác có truyền pháp cho người tu tu như Đạo Phật hay không?*

ĐÁP: Mỗi một cái tôn giáo họ có một cái phương pháp, có người dùng lý thuyết để sửa nội tâm, có người dùng cấm giới để sửa nội tâm, nhưng mà cái đó, đi ở trong gián tiếp nên chậm. Bởi vì, chúng ta tại sao dùng cái pháp nó đi mau hơn? Vì cái pháp là nó đi ở trong thực hành, sửa bên trong mà ra, còn cái kia lý thuyết từ bên ngoài đi vô, rồi một chập nó quên đi rồi, nó lại thay đổi, còn mình sửa cái nguyên căn hấp thụ lý thuyết là chúng ta Soi Hồn, chúng ta sửa thần kinh là những luồng điển trên bộ đầu là cái tương quan mà hấp thụ lý thuyết. Nhưng mà chúng ta sửa ở đâu? Nó điều chỉnh theo cái tần số của lý thuyết thì nghe một hiểu mười. Thiên biến vạn hóa là do chỗ đó, mà người ta chỉ nghe không mà người ta không có chỗ chứng được. Họ thiếu sự sáng suốt của bộ đầu thì nghe là rồi, chở về cũng còn gây lộn nữa. Còn cái phần nầy nó tu khác hơn: ở trong cái phần thực hành mình sửa các máy huyền vi của bộ đầu và ngũ tạng thì nó thu hút tất cả những cái việc thanh cao và nó có thể lọc cái nào nên sửa và nên bỏ.

HỎI: *Trong kinh có nói "cửu khúc" là thế nào?*

ĐÁP: Cửu khúc, mỗi Hạ thừa nó cũng ba tầng, cũng là do trong cái tinh khí thần. Rồi trong Trung thừa nó cũng có ba tầng và Thượng thừa ở bộ đầu cũng có. Cho nên, mình phải hành, nó cũng phải thấy lên trên nó có Cửu Trùng Đài. Bản thể mình nó cũng phải có cửu khúc. Ở trong kinh người ta nói có, nhưng mà chỉ thiếu có cái hành, có cái hành thì thấy à.

HỎI: *Xin giảng "Thái Hư" là gì ?*
ĐÁP: Thái Hư là chỗ bất động. Chúng ta mọi người đang tu là tiến đến chỗ Thái Hư, không còn cái gì nữa hết _ Không, không_ thì trong cái đó nó sẽ có hết, đáp ứng lại, đem đi, đánh tan tất cả những cái gì uất khí ở bên trong, không còn nữa. Cái chỗ đó là chỗ bất động... Tuy mặt mày ở thế gian, nhưng không còn dính líu một chút gì ở thế gian, đi về cái hư không bất động. Người thế gian, họ nói như vậy không có tình cảm, nhưng mà, những cái đó đi tới cái tình thương thật sự, nó hiểu mọi người đang khao khát cái đó. Cho nên, nó đang dày công dìu dắt tất cả mọi người đi tới cái Thái Hư, không động, mới có cái hạnh phúc muôn đời của phần hồn. Nói về Thái Hư phải nói tới phần hồn, còn lấy cái bản thể để lý luận về cái Thái Hư thì không được.

HỎI: *Câu "Tứ hải qui gia, nam nữ đồng hòa" là gì ?*
ĐÁP: Tứ hải là đây, (chỉ chỗ lỗ rún) 1, 2, 3, 4 _ bốn cái biển họp lại, thành ra cái Tề Luân Hư Cảnh. Nam nữ đồng hòa là hồn và vía đồng hợp ở trong một bản thể ... Khi công phu mà mở cái Tề Luân Hư Cảnh rồi, dòm ở

đây thấy một biển (Tứ Hải Qui Gia), ở trong đó có chương trình hồi xưa của mình.

HỎI: *Xin ông Tám giảng cho về: sắc bất dị không, không bất dị sắc, thọ tưởng hình thức, diệt phục như thị ?*
ĐÁP: "Sắc bất dị không, không bất dị sắc," bây giờ, ông dòm ông thấy, nhưng mà rồi thì nó cũng không có nữa, mà trong cái không, nó biến trở lại cái có. Bây giờ, chúng ta ở đây, người tu họ mở mắt thì ông thấy đó, bây giờ nhắm mắt lại thì ông không thấy chứ gì nữa. Nhưng mà sau này, "dị sắc" nó là thấy lại. "Diệt phục như thị" khi chúng ta mở mắt thì thấy, nhắm mắt ban đầu không thấy, sau nầy thấy lại, nó phải trở lại quy nguyên như hồi trước. "Thọ tưởng hình thức," nó đi trở lộn, trong cái sáng đó nó, "Như thị" như cái hồn trước đây, mới dẫn đến cái cảnh, hồi trước ta ở đâu, ta phải trở về đó, mà nó "Diệt phục" nó đánh cái tà ra ngoài, nó có nhờ cái ánh sáng nó mới đuổi cái tà.

HỎI: *Một bạn tu hỏi về trong Kinh "Vị Tăng Hữu Thuyết nhơn duyên"; chuyện Đức Phật nói chuyện với bốn người Chiêu Đà La, phu khiêng kiệu cho bà Hoàng Hậu ?*
ĐÁP: Chuyện đó không phải ở bên ngoài, bây giờ chúng ta tu theo cái Pháp Lý này, chúng ta sẽ thấy có bốn ông khiêng kiệu vậy. Trong cuốn "Điểu Sào Thiền Sư" [210],

---

[210] Cuốn Điểu Sào Thiền Sư (tức " Tức Tình Trong Bốn Bể") của Ông Tư để lại. Ông viết như chuyện tiểu thuyết phong thần, chứ thực là nói về trong bản thể của con người chỉ dành cho các bạn tu có điển đọc.(lời soạn giả)

ông Tư có nói đến bốn ông khiêng kiệu là Đông Nam Tây Bắc, trong đó ông có bốn người con sẵn còn cái vía không khác gì bà Hoàng hậu ở trong cái cơ thể này, còn cái phần hồn là Đức Phật. Người ta nói trong cái bản thể, cũng như trong truyện "Tây Du Ký" vậy đó [211]. Mấy ông viết sách ra và dựng ý để cho người ta hiểu cái tổ chức ở bên trong. Bốn ông đó sau này phải khiêng kiệu trong bản thể mình, nhưng mà đi lên cao mới thấy. Chứ tới bây giờ, mình nói, thành ra ở ngoài đời, họ đem họ phổ biến thành ra bốn ông khiêng kiệu ở thế gian. Mình khai thác ra rồi, mình thấy Đức Phật nói ra là nói ở trong bản thể của Ngài, chứ Ngài không có nói chuyện ở ngoài đời ....

HỎI: *Trong kinh có nói 48 điều đại nguyện của Đức Di Đà, tượng trưng ý nghĩa là nhân dân trong nước của Ngài, sau này nếu không được trọn tốt trọn lành, thì Ngài không ở chính giác. Lời nguyện này kết quả ra sao ?*

ĐÁP: Các bạn đang tu theo Pháp Lý này là của Đức Di Đà, nhân danh của Ngài. Nếu trong bản thể chúng ta khai thông, thì cái Tiểu Thiên Địa này, mỗi cái lỗ chân lông đều là gia dịch, nhân dân của chúng ta. Ngũ tạng

---

[211] Truyện "Tây Du Ký," khi đã tu về pháp lý này, ta sẽ hiểu không phải là chuyện hoang đường, mà tác giả cuốn này là người đã đắc đạo, thấy rõ được bản thể kể lại toàn chuyện trong Tiểu vũ trụ của mình. Tề Thiên Đệ Thánh tức cái Vía , Xa Tăng là cái Ý , Bát Giới là cái Dục, còn Tam Tạng chính là cái Hồn (lúc Tam Tạng thỉnh kinh thì chỉ thấy ba tờ giấy trắng: đó là Vô Tự Chơn Kinh chữ Không, tức đạt Đạo).(lời soạn giả)

của chúng ta, mỗi tạng có 250 vị tỳ kheo, tổng cộng là 1.250 vị, ở dưới đó có bò bay máy cựa thì nếu chúng ta tu được đắc thành, thì tự nhiên, tất cả đều sẽ đắc thành. Như Đức Di Đà bây giờ đang mãn nguyện là ngài đã đem tất cả những cái gì, từ cái kiếp ở thế gian mà a tùng theo Ngài_ cũng như bản thể của chúng ta. Tiểu Thiên Địa là cái xứ của Ngài, nó bao gồm sự diêu động, kích động và phản động mà bây giờ chúng ta biến nó thành cái "Xá Vệ Quốc" thì nó về Phật giới chung với phần hồn. Phải tu tịnh. Chớ không phải nói bắt buộc người thế gian đi theo mình toàn dân ở trong cái xứ đó. Không được! Không có ông Phật nào thành công. Chính Đức Thích Ca, Đức Di Đà, Đức Chúa, không có ông nào làm được hết. Nhưng mà, mỗi người tự làm lấy thì sẽ được chớ còn nói đem tất cả chúng sanh trong nước, trong một quốc gia, thì không được. Quốc gia ông nói là cái Tiểu Thiên Địa của ổng đã thành công, biến thành cái quốc gia ở trong đó, mà tất cả mọi người đều đang lãnh đạo ở đây. Cho nên, ông Phật nói: "Phật tức tâm, ta là nhà ngươi, ngươi là ta" không có gì khác. Mỗi người tu được thì sẽ đoạt thành.

HỎI: *Có người nói các vị Phật còn đến ngự núi cao Hy Mã Lạp Sơn trong những ngày Đại Hội Quần Tiên, có thật vậy không?*

ĐÁP: Đó là chuyện suy luận, nhưng mà Phật Tiên thì ở thế gian từng nào cũng có ảnh hưởng của Ngài hết. Khi mà ông xuất hồn được, ở Địa Tiên thì ông cũng thấy có Phật Thích Ca, Phật Di Đà, có sự chứng minh rồi ông lên

Trung Thiên Thế Giới ông cũng gặp, lên Bồng Lai Tiên Cảnh cũng gặp, mà thiệt thọ đi tới bất động phải đi qua Thiên Không, mình sẽ thấy cái huyền vi Phật Pháp rất vô cùng nhẹ nhàng và biến đổi nhanh lẹ hơn các cấp ở dưới này. Ở dưới thế gian này, nhiều người ngồi công phu cũng thấy Phật, đi núi này núi kia cũng gặp Phật. Cái ảnh hưởng của Ngài còn ở thế gian, lúc nào cũng có hết. Nhưng mà cái bên trên là được thanh lọc cao rồi, từng giới nào cũng có. Thành ra ông đó ngồi ổng suy luận, về điển, thì cái núi thanh cao đó thì có các vị đó lai vãng. Chuyện đó là cái luồng điển của Ngài xuống, người thế gian đi qua đó thì thấy cái biến hóa, họ tưởng có Phật thì thấy có Phật, không phải chính đích thân Ngài, bởi vì cái ảnh hưởng của Ngài truyền lại trong lịch sử còn ở thế gian, cái luồng điển của Ngài vẫn có ở thế gian.

HỎI: *Bên Thông Thiên Học, có người đã dự Quần Tiên Đại Hội, Địa Tiên, việc đó có thật không ?*
ĐÁP: Việc đó thật. Những người tu ở đây, xuất hồn ra, thì cũng phải dự qua Quần Tiên Đại Hội. Như trước kia, tôi thường nói là tôi cũng thường đi qua bên đó mà đi bên đó hay lắm, mến, vui vẻ lắm_ mình tới cũng có chỗ tiếp rước mình đàng hoàng nhưng mà thích lắm. Kỳ sau bỏ thể xác, rồi cũng qua cái hội đó, thì phải chịu luân hồi lại thế gian. Mấy ông đó xuống đây làm Giáo chủ, trở về đây làm bực cao hơn ...

HỎI: *Sau có pháp tu buộc điều kiện tiên quyết phải có xuất thân tinh khiết mới tu được ?*

ĐÁP: Bởi vì họ luyện về bên ngoài, họ phải thanh khiết xác thân. Còn chúng ta luyện ở đây, cần cái thanh điển. Cái thanh đó nó mới thanh khiết được, hơn là cái bản thể tinh khiết. Bản thể làm gì tinh khiết được! Cái chuyện kim mộc thủy hỏa thổ ở thế gian này đâu có sự tinh khiết: chúng ta đi ngay ở bên trong.

HỎI: *Sao Pháp Lý ở đây không có quán tưởng về một đề tài gì đó khi ngồi thiền, như pháp môn khác có ?*

ĐÁP: Bởi vì cái đề tài quán tưởng đó nó cũng không khác gì cái giây kẽm gai nó chặn đầu mức tiến của người tu. Còn đằng này, có sẵn cái phương pháp rồi. Tại sao phải quán? Là vì cái nội tâm người đó có phức tạp nhiều quá, cái luồng điển, cái uất khí không có khai thông được, thành ra phải quán nhờ chuyện này để bỏ cái chuyện kia, nhưng mà lại thêm một cái chuyện nhờ này thì cái chuyện kia vẫn còn. Còn ở đây, có phương pháp đánh đổ cái trược điển uất khí không còn tựu lại ở bên trong nữa, tới đến cái mức mà chúng ta ngồi vô là nó phải định. Ban đầu, mới tu thì nó cũng thấy nó động loạn đủ chuyện hết, nhưng mà vẫn làm, lấy cái điển thanh lọc cái điển do cái pháp Soi Hồn và Pháp Luân, mà lấy cái thanh khí điển ở bên ngoài, thanh lọc cái trược điển của nội tạng lần lần nó mới đi tới khai thông, chở không phải quán. Như tôi ngồi đó tôi nói "chu cha, cuộc đời mình chán quá, chiến tranh nó giết chóc, nó làm cho con người đau khổ, bây giờ tôi mới quán Đức

Phật"... Cái đó là chấp chứ không phải là quán, nó thêm một cái trở ngại nữa.

Còn cái pháp ở đây, làm cho nó khai thông thần kinh, ngũ tạng, khai thông lỗ chân lông rồi, thì nó hòa cảm với cái thanh điển ở bên ngoài, thì tự nhiên mới đi tới đại định: kêu là xả nó trở về tự nhiên. Còn quán là dùng cái cố ý mà để suy nghĩ là bắt buộc cái thần kinh làm thêm một việc, thay vì nó đã có một việc nữa. Đằng này, xả nó quy nguyên về tự nhiên. Đứa con nít sơ sanh nó đâu có biết quán hay là không quán. Nó có cái luồng điển rất thiên tánh, ai thấy cũng mến cũng muốn ẵm, muốn hôn, là nó nhờ cái phần thanh điển của nó dễ cảm lòng người.

Bây giờ chúng ta tu ở đây, chúng ta trở về cái gì? Chúng ta phải trở về phản lão hoàn đồng, trở về tiên đồng thay cả những trược khí bên trên, thì tự nhiên nó nhẹ nhàng (không khác gì đứa con nít xưa kia) mở miệng nói không mất lòng thiên hạ, mà đem cái thanh điển cho con người ta, vui vẻ với bất cứ từng lớp người nào, hóa cảm với bất cứ nơi nào. Lúc đó, chúng ta đi vô đại định, không có cần quán cái gì hết. Bởi vì tự nhiên nó vậy, là tự nhiên. Cho nên Đức Phật không có chủ trương cho người ta quán, nhưng mà những người đó tu, họ thấy sao? "Tôi tu tôi thấy tôi lộn xộn quá?" Thì hỏi thầy, thầy không biết nói làm sao, thầy biểu cứ nghĩ tới Phật đi, đừng nghĩ cái chuyện đó, là vì không có cái pháp. Mà ở đây có cái pháp. Cái gì nó diêu động bộ óc mình? Là cái điển. Bây giờ, chúng ta Soi Hồn, ban đầu còn nghe ồ ồ, sau này hết nghe tiếng ồ ồ rồi nó đi tới thanh tịnh. Rồi tu cái thanh tịnh nó nghe Nam Mô A Di Đà Phật ở thinh không, nhẹ nhàng, như cái âm thinh ở bên ngoài nó cũng nghe được nữa. Lúc đó, mới đi tới thanh tịnh được, nội tâm không còn uất khí nữa.

Hành pháp này thì khỏi phải quán, mà nếu quán thì hành hoài, nó còn ở đó, đi không được.

VỀ PHÁP LÝ VÔ VI
KHOA HỌC HUYỀN BÍ PHẬT PHÁP

HỎI: *Mỗi Tôn Giáo đều có phương pháp truyền bá sâu rộng cho đại chúng, còn chúng ta đây, đường lối đi có chậm lắm không?*

ĐÁP: Bởi vì cái pháp của chúng ta nó thuộc về Vô Vi, đi tắt. Nhưng mà ở Việt Nam chúng ta và ở Thế Giới cũng vậy nữa, đã bị nhiều tập quán từ trước tới giờ, nó ăn sâu vô trong tâm khảm của con người, thành ra, muốn mà phổ biến cho mau lẹ, thì người ta thấy cái phương pháp nghe nói hay, nhưng mà cái đường lối nó tắt, lúc đó họ theo không được. Cho nên, bây giờ tôi cũng có một cái phương pháp là truyền rộng ra. Hiện tại, thì chúng ta đang truyền rộng đó. Truyền rộng về cài phương pháp sức khỏe cho người ta. Người nào muốn tu sẽ đoạt được sức khỏe trong giai đoạn đầu. Truyền về cái sức khỏe, mới rộng được, còn cái Vô Vi pháp, về Đạo Pháp nó không phải là chuyện dễ, nó phải đoạt được cái thanh điển ở bên trên, mà một lời nói, một câu nói, nó tự phổ biến lấy nó, đem ánh sáng tự xây dựng lấy nó, thì do sự công phu cố gắng của nó mới đoạt được cái đó. Cho nên, phải đòi những bạn mà tu tắt, muốn đi gấp đó, thì họ phải có một cái thiện chí tu, và họ thường xuyên tiếp xúc với cái người đã đoạt được, mà nhờ cái thanh điển của họ cởi mở, hỏi, mới dẫn tiến được họ. Thành ra nó có cái phần khó khăn cho người tu về bên Vô Vi [212].

Cho nên, mình không nên phổ biến liền về Vô Vi ngay cho người tu được, bởi vì họ nghe thì hay nhưng không bao giờ hành được. Mình chỉ truyền trong giai đoạn đầu, truyền cho họ hành để có sức khỏe, rồi lần lần, dẹp cái sự động loạn của họ đi tới thanh tịnh, rồi mới qua đạo pháp được.

HỎI: *Tại sao chúng ta không có tổ chức làm những việc xã hội như các tôn giáo khác ?*

ĐÁP: Những tôn giáo khác họ tổ chức về xã hội, mà mình không có cái tổ chức ra giúp đỡ xã hội. Không có được, nếu mà tổ chức là hư, nó không có thành cái Vô Vi nữa.

HỎI: *Ông Tư có nói, sau này, đến năm 2.000 Pháp Lý Vô Vi này khắp Thế Giới đều biết và như vậy, có thể là sẽ ngang hay hơn một cái đạo nào khác không ?*

ĐÁP: Mình không có thể nói hơn cái đạo nào, bởi vì cái Vô Vi nó hơn luôn luôn rồi. Bởi vì Thiên Chúa Giáo, rút cuộc, cũng đi tới Vô Vi, không động. Phật Giáo cũng đi tới Vô Vi không động. Chúng ta đang đi cái đường Vô Vi. Chúng ta đi tắt thay vì đi quanh co, chứ đồng tất cả Tôn Giáo cũng phải trở về không động, mới đi tới Chánh

---

[212] Những bạn tu với mục đích đạo pháp Vô Vi và giải thoát nên lưu ý lời giảng trên đây. (Còn những bạn tu để có sức khỏe, bình an tâm hồn, sự tiếp xúc với ông Tám không cần thiết).

Pháp. Cái đó nó bao trùm tất cả hết, chúng ta chỉ đi cái đường tắt, thay vì, đi quanh co vậy thôi rồi cũng đi tới đó. Chứ không phải cái đạo pháp riêng gì của ai.

HỎI: *Pháp ta bên mình sao có vẻ lẻ loi, không có đoàn thể, tổ chức như các tôn giáo khác ?*

ĐÁP: Mình tu như vậy thấy lẻ loi lắm, còn đi theo những cái pháp bên kia, thấy ấm cúng lắm, có đoàn thể, mà rút cuộc, sau này cái phần hồn bị lẻ loi. Ở bên trên, không có. Ở bên này, đoạt được rồi, bên trên nó có. Cho nên mình không dám bày một cái gì hết, hễ bày ra một việc, nó sẽ kẹt thêm một việc. Mà kẹt nó rồi khó gỡ, nó như keo vậy, khó lắm... Cho nên, bây giờ tôi không có nói cái gì là "Tôi tự tu thôi, tôi cởi mở lấy tôi, để tôi ảnh hưởng tất cả những người ở xung quanh tôi"

HỎI: *Trước kia, ông Tư học đạo của ông Cao Minh Thiền Sư và nghiên cứu biến đổi ra Pháp Lý ngày nay. Vậy từ đây tới năm 2.000 Pháp Lý này sẽ có được tu chỉnh nữa không ?*

ĐÁP: Theo tôi thấy Pháp Lý này đã tu chỉnh như vậy là hết mức khai thác bộ đầu và cơ thể con người. Tôi thấy không còn cái phương pháp nào có thể làm hơn được. Sau này, họ sẽ giúp đỡ về cái phương tiện khác, người có điển, họ lại năm, mười người thì họ giúp về mặt điển, để giúp đỡ cái vía của người tu, trong giờ công phu thì có, chứ còn không sửa đổi cái pháp ở đây được. Pháp thực hành sơ khởi là phải làm như vậy nó mới tiêu tan được cái ô trược của trong nội tâm. Còn sau này năm

2.001, nhiều người có điển, không phải là trong giờ công phu thiền định, thì họ lấy cái điển, họ điểm đạo. Cũng như bây giờ, các bạn ngồi công phu ở đây, thì tùy khả năng điển quang của mỗi người, tôi đã làm việc, vậy đó. Sau này, chúng ta sẽ có nhiều người làm việc như tôi, thì trong cái thiền đường, vô một chút là thấy con người mau tiến triển hơn bây giờ. Đó cũng là một cuộc sửa đổi mà phải hội hợp chừng năm, mười người có điển đầy đủ mới được.

HỎI: *Những lời thuyết pháp về Vô Vi Huyền Bí, hay những điều hiểu biết của kết quả tu học, trong đó, có thực, có hư. Vậy làm thế nào, cho bạn đạo phân định được thực hay hư?*

ĐÁP: Bởi vậy, cho nên muốn phân định được thực hư, phải đi vào điển. Chứ còn về đời, không hiểu được thực hư của Vô Vi này phải có điển mới xét được.

HỎI: *Nếu ông Tám qua đời, trong lúc chưa có ai thay thế thì đạo pháp sẽ đi về đâu?*

ĐÁP: Đây rồi, sẽ có người khác thay thế. Tôi thiết tưởng, sau này dù tôi có đi đi nữa, cũng chắc chắn, có người khác thay thế, việc này các bạn khỏi lo, bởi vì cái đường Ông Tư đã làm và để lại cho chúng ta. Ở ngày nay có tôi, rồi sau này, sẽ có người bạn còn chân chánh và tốt hơn tôi nữa.

HỎI: *Trong số các bạn học đạo ở đây, bao lâu sẽ có người, giúp và thay thế Ông Tám được?*

ĐÁP: Từ đây tới năm năm[213] , chúng ta sẽ có nhiều người có thể nói dễ dãi. Nữ giới có Nữ giới. Nam giới có Nam giới.

---

[213] Câu này Ông Tám trả lời vào tháng 4-1972.

VỀ KINH A DI ĐÀ
(GIẢI THEO PHÁP LÝ VÔ VI
KHOA HỌC HUYỀN BÍ PHẬT PHÁP)

HỎI: *Kinh A Di Đà, để giải rõ cho các bạn đạo hiểu sự lưu hành của điển trong Tiểu Vũ Trụ của mình. Kinh này không phải là bùa chú, sao có bạn tu, đọc kinh, thì bị xoáy trên đầu hoặc bị mất thăng bằng?*
ĐÁP: Bởi vì kinh A Di Đà dựa theo cái chữ mà biến hóa thành ra cái chơn điển dẫn tiến. Cái người tu, mà bộ đầu có điển thì vừa đọc tới là điển nó xoáy. Vì khi đọc tới đó, thì cái trung tim bộ đầu có thừa tiếp cái điển bên ngoài của Đức Di Đà. Nhờ cái trớn ở đây, mà nó dắt ở bên trên kia, nó mở cho người đó [214]. Còn người nào mà có tà ở trong mình, đọc cái đó, họ cũng mệt lắm, đọc hai, ba cái là họ buồn ngủ và nhắm mắt lại, bởi vì cái điển kia thanh, cái đường lối mở đi tới cái điển thanh. Đọc kinh "A Di Đà" thấy xoáy trên bộ đầu là được rút ở bên trên (trên kia người ta giúp) có lợi chứ không có hại, rồi khỏe nữa.

Những người tu cao đọc kinh A Di Đà cũng nghe được cái âm thinh của Đức Phật tái hội, cho nên mở trí ghê lắm. Nhưng mà tu cao xem kinh A Di Đà được, cho

---

[214] Vì vậy Ông Tám khuyên các bạn tu nào có điển, khi rảnh, nên lấy kinh A Di Đà ra đọc.

nên, hồi ông Tư in kinh rồi, ông không có cho ra ngoài vì lý do đó.

Một ngày gần đây, tôi sẽ lựa ít người, trong các bạn tu khá, tôi giải thích thêm, bổ túc thêm về kinh A Di Đà, lấy cái điển để suy xét cái nguyên lý của âm thinh của Đức Phật hồi trước: mà chính đó, nó chạy vô trong bản thể của mình, và phần hồn mình được hưởng trực chỉ ngay và được tiếp tục làm cái sự việc cho mình, do ảnh hưởng của Đức Di Đà đã truyền pháp ở trong kinh. Cho nên, chúng ta, nhiều người coi kinh, rồi nghĩ về cái chuyện đời, coi rồi nghĩ chuyện phù hộ. Tu ở trong chùa, thì đọc hết các câu văn đó mà không biết cái luồng điển nó đi lên, tại sao nó đi xuống, tại sao nó ngưng lại. Nó có cái đường lối, người có điển đọc vô thì thấy cái luồng điển nó đi lên ở mực nào, rồi nó chuyển hóa bằng cách nào, lúc đó người ta cắt nghĩa ra, thì những người đối diện mà có điển, cái đầu của họ rần, mặt đỏ, và khỏe ghê lắm. Còn lấy cái tâm mà giải thích kinh thì nghe hay thôi, chớ không có mức tiến đi lên thượng tầng. Cũng làm cảm động lòng người ta vậy, để người ta trở nên hiền, nhưng mà, không bao giờ tiến lên được, chỉ ở lại thế gian mà thôi.

HỎI: *Trong kinh A Di Đà, có đoạn nói: Lúc luyện đạo công phu, thì chất nóng của điển xung lên bộ đầu, là một thứ "Diệu Pháp Liên Hoa." Xin giảng cho "Diệu Pháp Liên Hoa" là gì?*

ĐÁP: Trước hết, muốn có cái Diệu Pháp Liên Hoa, chúng ta phải Soi Hồn, cho tất cả thần kinh nẻo hóc ở bên trong nó mở. Rồi chúng ta làm Pháp Luân đúng đắn, cái xương sống nó ngay ngắn, thì lúc đó cái hỏa hầu nó xông lên. Nó xông lên đó, thì nó liên kết ở bên ngoài, rồi nó lớn rộng ra bởi vì cái luồng điển đó nó thanh, nó bay bổng lên trên. Nó lớn rộng, nhưng mà, nó không có bao giờ dính những sự thối tha dơ dáy, lúc nào cũng tươi sáng ở trên bộ đầu. Cho nên, người ta kêu là Liên Hoa. (Ở thế gian, thì người ta lấy cái hoa sen làm tượng trưng, sen ở dưới bùn nhưng không bị dính dơ). Nhưng mà cái đó, chúng ta phải nhờ Soi Hồn và Pháp Luân, rồi nó thông cái xương sống, nó mới đem đi lên bộ đầu. Ở trên này nó cũng tròn như bông sen, nó rất sáng thanh. Đó là biến hóa cái luồng điển liên kết với thanh điển ở bên trên. Sáng suốt lắm!

HỎI: *Kinh A Di Đà giảng về Ma Ha Ca Chiên Diên" là con vua về nhục dục, thất tình, còn theo kinh sách khác thì giảng là tên của một vị Phật (hồi xưa đã tu như thế nào, đã thành Phật và tên là Ma Ha Ca Chiên Diên).*

ĐÁP: Bởi vì họ phân không được cái luồng điển, nhưng họ lấy cái lời dựa ở bên ngoài. Họ đem tất cả thành cái ngoại cảnh, rồi cắt nghĩa ông đó là Ma Ha Ca Chiên Diên, hồi trước ổng tu làm sao, làm sao ... họ dựa trong cái lý đó mà họ nói, quyến rũ cho người ta trở lại tu. Còn người ta không có chỉ rõ Ma Ha Ca Chiên Diên là nó ở đâu. Chúng ta phải lấy cái âm thanh mà luận cái điển. Chữ Ma nằm ở đâu? Chữ Ha nằm ở đâu? Chữ Chiên Diên nằm ở đâu? Đằng này, người ta cắt nghĩa về điển giới, người ta khai tới đâu, mở tới đó, người ta giải thích tới đó. Đó là họ trực chỉ, còn đằng kia lấy cái ngoại cảnh để mà nói thôi, thành ra họ không có phù hợp và không có trực chỉ tiến lên tu cấp tốc được. Họ lại triển hạn, tu dài dài. Rốt cuộc, không hiểu, chỉ hiểu là đặt cái tên cho ông đó, chỉ có ông đó tu thành thôi. Chứ rốt cuộc, cái ông đọc kinh, coi kinh đó không có thành được. Còn đằng này, người ta lấy cái điển người ta khám phá, người ta khai thác ở bên trong, người ta hiểu cái cơ giới ở bên trong. Nó nằm ở chỗ nào. Nó trụ ở trong Tiểu Thiên Địa, nằm ở cái giới nào, mở nó ra được. Cái này kêu bằng chánh trực chỉ. Khai thông nó mới về Văn Phật được, còn bên kia, chỉ nói chuyện thành công của thiên hạ mà thôi. Rốt cuộc tự mình không có được cái gì hết.

HỎI: *Tùy theo sự công phu luyện đạo, mà phát ra một đường thiên xích, để đo cái tầm giới luyện đạo. Xin giảng về thiên xích.*

ĐÁP: Cái đường thiên xích, cũng như tôi nói, nó không khác gì cái Nê Hườn ở ngay trung tim đây. Khi ông tu cao rồi, tự nhiên, ông thấy, cũng như cái ống khói. Cái đường đó, nó sáng lắm, nó thấu đáo bất cứ chỗ nào. Khi nào đây tới, ông gom nó lại trung tim bộ đầu, thì ông ngồi ở đây, ông đo lường được, ngó xuống vầy, chứ không phải là ngước mắt lên trời mới thấy trời. Tôi ngó vầy là thấy rồi. Cái đường ở đây xuất ra, là cái đường thiên xích, nó đi xa ghê lắm. Không cần phải ngó ở trên này tôi mới thấy, ngó dưới này là tôi minh cảm cái sự việc đó rồi, cho nên mới trả lời cấp tốc được. Chúng ta tu ở đây, tại sao bắt nhớ Nam Mô A Di Đà Phật, ở trung tim bộ đầu là muốn tạo cái thanh điển, rồi mới liên kết với bên trên. Hai cái nó thừa tiếp, nó rút lên, đó là con đường thiên xích. Lúc đó, mặc sức, không cần sách vở, không cần ghi chép. Bất cứ ở đâu, ông nghe gió, ông cũng nói được, nghe tiếng động, ông cũng nói Pháp Lý, để giải thích cho tất cả mọi người, không phải là bận rộn, ôm theo sách vở, ôm theo kinh kệ mất công. Tất cả đều tự nhiên, trong cái tự nhiên đó, chúng ta giải thích ra được.

HỎI: *Có nhiều người tu pháp khác 30 năm mà chưa có đường thiên xích, tại vì lý do nào?*

ĐÁP: Tu 30 năm cũng không có đường thiên xích là tại vì họ mê tín. Họ tưởng rằng ông Phật sẽ xuống phù hộ họ. Họ cứ nhớ rằng: tôi tu ở đây, rồi Đức Phật sẽ giúp đỡ cho tôi. Tôi niệm Phật cho nhiều, Phật giúp đỡ cho tôi, chớ họ không khai thác lấy họ để đi lên. Còn ở đằng này, người ta khai thác để đi lên. Không nhờ sự giúp đỡ của bên kia, nhưng mà chúng ta lên tới, thì tự nhiên người ta sẽ rọi sáng cho chúng ta, nó đi tới nơi. Còn nhiều người, tu 30 năm, ngồi cứ tưởng Nam Mô A Di Đà Phật, (cứ tưởng ở ngay con tim này), rồi Đức Phật sẽ đem tất cả những gì cho họ, rồi cái họ cũng có hết! Cái này không có, mình phá cái mê, để mình đi tới, nó mau hơn.

HỎI: *Như vậy, đường thiên xích cũng có tầng giới, đâu phải nó phát là nó đi xa được, mà tùy cái sự tu học của mỗi người?*

ĐÁP: Ở tầng dưới, nó đi lên, sơ thừa rồi tới trung thừa rồi tới thượng thừa. Cho nên, mới vừa tu đi lên đường thiên xích liền đâu có được. Nó cũng đi cửa trời nhưng mà nó ở Tam Thiên ở trong bản thể nó. Coi nó ở cái cấp nào, nó ở từ lỗ rún xấp xuống hay là từ lỗ rún xấp lên, lên tới con tim, hay Huỳnh Đình lên tới bộ đầu, có ba giới. Cho nên, những người tu ở đây, cũng là một lời tôi nói ra, nhưng người ta từ hạ thừa người ta hiểu theo hạ thừa. Người trung thừa hiểu theo trung thừa. Còn người thượng thừa cái đầu người ta khác rồi. Người ta nghe là người ta thông cảm. Người ta có thể phổ biến câu nói của tôi, một bằng mười câu.

HỎI: *Xin giảng về "Hành Đạo" và "Bồi Đức" (có nói trong Kinh A Di Đà của ông Tư).*

ĐÁP: Đạo là một con đường mình tự khai thông đem tới sáng suốt thường trực cho nội tâm. Còn bồi đức là mình phải sửa chữa lấy mình, chấp nhận những sự sai lầm, mình sửa chữa mình mới bồi được cái đức. Còn nếu, cái tánh mình nóng mình vẫn giữ cái mức đó hoài, thì không có bồi cái đức. Cái đức là cái gì? Không làm tai hại ngũ tạng.

Trong ngũ tạng có nhân viên, trong cơ thể của chúng ta có chúng sanh, nếu mà chúng ta làm tai hại ngũ tạng, trong đó nhân viên đều bị điêu đứng hết thảy: chúng ta không có đức. Sau này, chúng ta tu gì thì tu, ở trong đó chúng nó không có quy hàng chúng ta, và không chấp nhận rằng ta đã làm điều phải cho chúng nó. Cái đức, là để cho tất cả mọi người trong cái Tiểu Thiên Địa này, đều nhịn nhận và cung kính chúng ta, từ lục căn lục trần, bò bay máy cựa, tất cả gia dịch trong bản thể chúng ta, đều đồng ứng nhìn nhận rằng ta đã làm điều phải cho chúng nó. Cho nên mới bồi được cái đức. Người tu ở đằng này, không cho xài ngũ tạng mà cho xài bộ đầu. Cho dùng ngay lên trên trung tim bộ đầu... để làm chi? ... Để tránh sự đụng chạm và phá quấy ngũ tạng. Nhiều khi nóng ở trong này, thì nó phá bộ gan, hư cái bộ phận tim và hư tất cả thần kinh. Cho nên, đằng này không có chủ trương đó. Nếu có gì xảy ra, thì chỉ co lưỡi răng kề răng và nhớ ngay trung tim bộ đầu, chứ đừng đem xuống dưới này, đem những sự giận dữ ở dưới này, nó làm hư cái cơ cấu và nó làm uổng cái công ban đêm chúng ta đã hành. Đó! Chúng ta bồi cái đức là chúng ta làm vậy đó. Cái đường đạo, càng ngày phải sáng thêm lên, đi lên khai thác, mở, nó mới sáng được. Cái đạo được rồi, nó mới bồi cái đức, là nó không có đá động, nó không có xài phí ở bên trong quá nhiều. Còn người không tu, không khác gì công tử Bạc Liêu, chỉ xài không à, không có thâu vô và không có sửa chữa. Muốn gây ai, chửa ai thì chửi, muốn làm điều gì thì làm, làm ông trời ông đất giả ở thế gian. Nó hư hết trọi, nó lật ngược ông trời, mà nó còn phá hư cái cơ cấu, cái huyền cơ ngũ tạng chúng ta, là cái huyền cơ của trời đất. Mà nó làm hư luôn mấy cái đó, nó không bồi được đức. Chúng ta tu ở đây, càng ngày là càng bồi đức, sửa chữa, cho nên cái mạng, chúng ta có thể thay đổi và sống lâu hơn cái tử vi đã qui định.

HỎI: *Theo sách vở, kinh sách phần đông có ghi câu: "Khi Phật nhập Niết Bàn...". Còn Kinh A Di Đà của ông Tư viết ra, thì có nói đến Niết Bàn, nhưng với nghĩa khác: "Nếu phạm tội thái quá, thì vào Niết Bàn bị sanh sanh hóa hóa" xin giảng cho tại sao vậy?*

ĐÁP: Niết Bàn, Ông Tư nói, nghĩa là chúng ta đang ở Niết Bàn ở thế gian. Ông nhập bản thể, ông qua trái cật là cái Thiên môn, mà trong đó nó có cái luân xa, cái đó là Niết Bàn, nó là 21 điểm quang. Nó xoáy một cái là nhập vô trong đó. Bây giờ chúng ta sửa lại, là thoát khỏi cái Niết Bàn của bản thể con người, ngay đỉnh đầu đi lên trên. Sau này, cuối cùng chúng ta chết hết rồi, chúng ta qua Thiên Không, chịu chết mấy lần nữa, rồi mới nhập được Niết Bàn ở trên, vô trong Phật giới. Bây giờ chúng ta, mọi người đều nhập ngay ở trong Niết Bàn thế gian rồi, chịu cái sanh sanh hóa hóa ở thế gian. Ông Tư cắt nghĩa cái Thiên Môn của cái bản thể: chúng ta từ bộ đầu xuống, qua xương sống, qua đó, nó đánh một cái thiệt mạnh, nó đưa ngay con tim, trụ ở trong Niết Bàn ở thế gian, theo cái diêu động ở thế gian. Khi khám phá được cái Niết Bàn ở thế gian rồi, chúng ta mới biết cái Niết Bàn của Thiên Không, sau này mới nhập Niết Bàn Thiên Không. Người thế gian họ không biết, họ nói: vô chùa tu, tu sau này nhập Niết Bàn theo Phật. Đi đường nào để nhập Niết Bàn? Chúng ta đã nhập Niết Bàn thế gian rồi, đường trụ trì trong cái Tiểu Thiên Địa, đang

làm chủ, đang quản lý, đang làm một ông Phật ở trong
này mà.

Vậy có hai cái Niết Bàn, một Niết Bàn ở thế gian
chịu sanh sanh hóa hóa ... con người xuống thế gian,
nhập vô rồi thôi, không biết cái tiền kiếp. Bây giờ
chúng ta mới biết hồi trước kiếp trước tôi dữ thế nào?
Xa vợ con bằng cách nào? Càng ngày, tôi càng minh
định tôi mới sửa được, tôi mới chấp nhận và trả cái nợ
hồi xưa ... Nếu mà không có khám phá được cái Niết
Bàn của bản thể thì không nên nói đến cái Niết Bàn của
Thiên Không mất thời giờ vô ích, mà đời đời kiếp kiếp
không có lên được.

HỎI: *Chữ Tinh Khí Thần theo ông Tư giảng, Tinh là tinh
ba vật chất chơn vía. Khí thuộc về bộ máy trí não để
truyền bá hội hiệp cho tim gan phổi gom các điểm này
lên bộ đầu thừa hành hai lỗ tai cùng cái miệng để nói.
Và Thần là hồn chơn điển của bản thể gọi là chủ nhơn
ông hay là Xá Lợi.*

ĐÁP: Cái Tinh theo ông Tư cắt nghĩa, chúng ta nói về
trong cái bản thể, thuộc về vật chất. Nếu mà chúng ta
không ăn cơm, không có ăn những luồng điển chuyển
tiếp từ thanh khí điển ở bên trên xuống thế gian, thì
trong bản thể chúng ta không có cái Tinh. Cái Tinh là
trụ sở của điển quang trong bản thể. Nếu không có nó,
thì không bao giờ phát Khí. Không có Tinh thì không có
Khí, mà không có Khí thì không có Thần. Ông thấy
không? Từ cái trược, từ cái hạ đi tới cái trung, từ cái
trung đi tới cái thượng. Cái Tinh là vật chất mà trong cái

vật chất đó có thanh khí điển, nó trụ hóa bên trong, nó mới phát ra điển, và từ cái Khí nó biến chuyển lên, nó mới phát ra cái Thần, (cái thanh điển sáng về phần hồn) thì cái Tinh luôn luôn nó phải do cấu tạo vật chất, nhưng bên trong, nó có một chút thôi, một chút về cái điển của nó. Rồi sau qua sự kích động và phản động của ngũ hành, nó mới biến ra Thần. Phân ra trược, hạ, trung, thượng, rõ ràng: ba giới. Nó trực chỉ như vậy đó. Ông ăn cơm là ăn cái chất Tinh. Tinh phát ra điển nhà đèn ở trong bản thể. Nếu mà không có cái đó, thì không làm được gì hết. Cái chất nhớt trong đó có trụ, nó mới lưu cái luồng thanh khí điển ở trong bản thể. Nó thành cái Tinh, từ Tinh biến ra Khí, từ Khí biến ra Thần, thì cái chủ trương của nó ở bên trên xuống là thanh khí điển nó thuộc về Thần. Sự sáng suốt rồi, nhưng mà nó xuống chuyển, chuyển, chuyển lần lần. Bây giờ vô trong bản thể chúng ta rồi, ăn rồi thành Khí, Khí thành Thần con người nó sáng suốt. Còn nếu bắt ông bỏ đói suốt ngày, ông không có sáng suốt. Qua nhiều mức chuyển đó rồi quy nguyên trở lại cái Thần là thuộc về thanh điển rồi. Thanh điển xuống, rồi nó qua một cái đi vòng, đi một vòng như vậy rồi nó mới trở lại, trở lại chỗ cũ của nó. Vậy nguyên căn của nó là thanh điển mà bây giờ chúng ta, nguyên căn của chúng ta ở bên trên như hồi nãy vừa cắt nghĩa, nhập Niết Bàn rồi, không biết chuyện gì hồi trước hết trọi, nhưng mà lo chuyện thế gian. Bây giờ chúng ta sửa nó trở lộn lại, đem nó trở lộn ra, nhắm con mắt thấy ánh sáng, đó là cái chủ trương là thần giới, đi trở lộn lại, nhưng mà chúng ta phải qua cái Tinh, Khí rồi nó mới xuất ra cái Thần, là chúng ta phải công phu, đánh đổ khai thác nó ra, để nó lấy trở lại cái chơn điển, nó mới xuất ra đi lên bên trên.

... Cái bản thể, chúng ta lật ngược từ trược. Trước hết là trược, ra đời là trược. Chúng ta thấy tất cả bao gồm những cái trược tinh, rồi sau trược tinh nó biến thành cái khí, sau cái khí mới có thần. Đứa con nít mới ra đời cũng vậy, lần lần nó không biết gì hết, thét rồi nó mới biết: "À! Tôi có thần. Tôi có hồn." Nó càng ngày càng tỉnh, nó hội cái thanh điển nó mở. Tỉnh, nó mới thấy là nó có hồn. Hồi nào giờ chúng ta không tu nghe người ta nói Mô Ni Châu? Ở trong chùa người ta cắt nghĩa Mô Ni Châu là của Phật, Xá Lợi của Đức Phật đã thành công, nói lu bù, nghe hay vậy thôi. Nhưng đằng này, chúng ta Soi Hồn, Pháp Luân và Thiền Định. Chúng ta tắt đèn nhắm mắt thấy sáng ... Nhờ cái tinh khí hòa hợp rồi hóa giải ra, cái thần thức của chúng ta mở, mới thấy cái ánh sáng, mới thấy cái phân hồn? Cho nên, chúng ta mượn cái pháp này, đánh đổ lần lần, từ cái nặng đi tới cái nhẹ, nó mới trở về quy nguyên của nó, từ cái thần xuống mới kết tinh được. Chúng ta đã lật ngược lấy Tinh Khí Thần, chứ không phải Thần Khí Tinh (nói Thần Khí Tinh là không được). Ở thế gian là vật chất mà phải nói Tinh Khí Thần, nói duy vật trước rồi mới đi tới duy linh.

HỎI: *Bát Công Đức Thủy là gì?*

ĐÁP: Đó là nói về cái phương hướng mà đã thâu góp được, cũng như Đông Nam, Tây Nam, Đông Bắc, Tây

Bắc. Tám hướng đó đều có thủy, sau sự di chuyển nó mới trụ hóa thành ra cái thủy giới. Mà thủy là điển, điển là thủy, liên kết với nhau con người mới đi đứng được... Nói cao một chút, thì ở đâu nó đem tới cái đó? Không phải ở trong này mà ra đâu, do ở ngoài kia đem tới. Nó ở tám hướng, nó tiến tới. Cho nên khi tu ở đây này, rồi sau này cái điển của ông ban đầu thấy rần rần ở đây, nhưng ông chưa di chuyển được. Sau này ông di chuyển được muốn hướng nào, nó hướng nấy. Lúc đó, ông mới biết cái Bát Công Đức Thủy nó ở đâu? Ở ngay trung ương này mình có. Câu đó nó cao lắm chứ không phải nói ở trong bản thể. Những người tu có điển trên bộ đầu rồi, mở rồi, nổ rồi, mới thấy được cái đó. Cái đó là một chuyện mở trí về bên đạo pháp rất cao, những người mới tu không hiểu được. Có nói gì họ cũng không hiểu được về cái vấn đề đó.

HỎI: *Kinh A Di Đà Ông Tư nói: "Về phân tách điện bản thể thì có ba loại: hạ, trung, thượng. Hạ là hỏa tặc, điển lửa tam muội, làm nhiều điều tội lỗi, cũng do nơi tinh khí thần làm ra, còn trung là tại lục phủ là sự cố sát, ưa giết người và giết thú vật, và thượng là phần cơ quan trên của ngũ tạng. Giảng như vậy, chúng tôi không hiểu, xin ông Tám cho một thí dụ nào dễ hiểu hơn?"*
ĐÁP: Rất dễ hiểu, ở dưới, nó thuộc về lục tặc nó dồn cục, nó nóng nảy, cho nên nó làm sai mà nó không hay, còn thượng giới có mở, nó mới hiểu. Nó hay bày biểu, nói một câu có thể tán gia bại sản, còn lên tới thượng giới thì nó siêu phàm rồi, nó thoát khỏi sự lôi cuốn của

ngũ tạng, không có cái sự uất khí và làm cho sân hận nữa...

**(Trả lời với bạn tu
có ý muốn sửa Kinh A Di Đà của ông Tư)**

Ở trung giới họ hay biện hộ, nói chuyện mưu mô, sát hại, bày biểu làm những chuyện bất chánh nhiều hơn. Tới thượng giới, thì họ đi tới hòa cảm rồi, họ chỉ xét tới họ. Nếu tu bên Pháp Lý này, chỉ xét tới họ thôi, còn ở trung giới, họ đề nghị đủ chuyện hết. Rốt cuộc, không có chuyện gì thành chuyện gì, hại thêm, chứ không có lợi. Họ hay bày, hay sửa, như có người tu cái pháp này, muốn sửa cái pháp, họ thấy cái pháp này còn dở, phải sửa lại, (là họ tới trung giới). Nhưng họ đi tới thượng giới rồi, họ ăn năn, họ nói sửa làm chi, nó có bao nhiêu đó là làm được rồi. Họ đi tới trung giới, thì ai cũng muốn sửa hết. Tôi biết, chính tôi ở trong đó (đã qua rồi) cho nên ông Tư ra kinh A Di Đà, tôi muốn sửa kinh, tôi nói ông cắt nghĩa cho tôi nghe coi, tôi mới chịu. Ông nói: "Bạn mới ở trung giới mà bạn đòi cắt nghĩa, đòi sửa cái lời giải của tôi, sau này bạn tiếc, tu lên cao rồi mình thấy cái đó nó đúng, cắt nghĩa rất rõ ràng"...

VỀ LINH TINH

HỎI: *Người đã cắt ống dẫn tinh, tu có bị trở ngại gì không?*
ĐÁP: Tu về pháp lý cắt ống dẫn tinh không bị hại, ngược lại nó sẽ điều hoà đưa lên trên bộ đầu, thay vì đi xuống.

HỎI: *Có một đêm tôi nằm mơ thấy ông nói Pháp trong một căn nhà sàn có nhiều bạn tu, sau đó ông cặp tay tôi nói chuyện Đạo. Xin ông xác nhận có phải điển ông đến kéo điển tôi hay là một giấc mơ?*
ĐÁP: Giữa bạn tu với bạn tu, dù cho có gặp gỡ trong giấc mơ cũng đừng vội tin. Cố gắng tu sẽ ngộ điển rõ ràng, để tránh sự ỷ lại và chậm tiến.

HỎI: *Hôm trước có người đau bụng ông Tám để tay lên bụng rồi lấy ra, tay ông Tám thấy có nhớt, đó là cái gì?*
ĐÁP: Bởi vì đây là thanh điển rút trược điển nó ra. Tại sao đau bụng? vì trược điển quây quần trong đó nên đau bụng, bây giờ mình đưa cái thanh điển thanh lọc cái trược điển nên ở đây nó có nhớt. Cái bàn tay đương khô như vầy mà người nào trược, để vô, thì bàn tay có nhớt.

HỎI: *Người tu thì phải giữ thanh bạch, và vì thanh bạch nên không làm điều bốc hốt tiền bạc, thành ra người ta nghèo. Như vậy điều của Phật có giúp đỡ gì họ được không?*

ĐÁP: Khi mà họ tu ở đây, thì được hưởng cái dưỡng khí khác hơn những người phàm. Những người phàm, họ thiếu thốn về cái mặt trường chay khí điển đó. Chúng ta ngồi công phu, cũng như chúng ta ăn chay. Cái thanh khí điển hóa sanh vạn vật, thì chúng ta phong phú hơn người đời. Cho nên, khi mà chúng ta nhận thức được, chúng ta đã hưởng thanh điển hơn người thế gian đó, thì chúng ta là người giàu có hơn, làm sao mà chúng ta nghèo được? Bây giờ ở thế gian, tại sao tôi chân chánh thanh bạch, mà tôi thấy tôi nghèo, tôi buồn. Người tu đằng Pháp Lý này không có bao giờ thấy họ nghèo, bởi vì cái ông ăn yến ăn sâm, ổng có tiền, sáng dậy, mặt mày ông không có vui tươi bằng đằng này, nhà nghèo, công phu ban đêm, sáng dậy đó là sức khỏe [215], đó là tiền bạc, thành ra đâu có thấy nghèo khổ.

Còn những người còn nuôi cái tham lam, thấy mình nghèo là thấy tham, là đi cái ngoại cảnh...

HỎI: Có người có phương tiện để làm những việc có tánh cách là bồi đức. Còn có người khác nghèo hoặc không có phương tiện nhưng tâm họ lúc nào cũng muốn làm những điều tốt. Kết quả hai người như thế nào?

ĐÁP: Những người nghèo mà họ có tâm hướng thượng và hướng thiện, người đó có kết quả còn hơn người đi giựt của người ta làm việc từ thiện. Tôi hỏi ông? Khi không tôi làm gì có tiền? Tôi cũng mánh khóe, tôi mới

---

[215] Các bạn khuya công phu đều công nhận sáng dậy thấy khỏe, dòm vô gương thấy mặt tươi rói vậy.

có tiền rồi lấy tiền của người ta cho người khác. Thì nghèo có tâm tốt, có lời nói xây dựng, để cởi mở cho nạn nhân và họ tự tay họ dìu dắt người đó, không nghĩ tới tiền bạc thì hành động của người nghèo đó cao quí nhiều lắm.

HỎI: *Những lời van xin bố thí của những người ăn mày, thì chúng tôi nghĩ rằng nó có hai nghĩa. Nghĩa thứ nhất: là họ tự nhắc nhở những hành động thiếu sót của họ từ kiếp trước. Nghĩa thứ hai: là một tấm gương để nhắc nhở cho mọi người được xem chung, có đúng như vậy không?*

ĐÁP: Đúng như vậy, khi họ van xin nhiều chừng nào thì kiếp trước họ đã chèn ép người ta nhiều chừng nấy. Kiếp nầy họ mở miệng thì họ nghe trước chứ không phải thiên hạ nghe trước đâu.

HỎI: *Có người nói rằng làm bổn phận con người chưa xong, thì làm sao dám quá cao xa nghĩ tới Đạo và Phật. Như vậy, những người nầy bao giờ mới tu hành được?*

ĐÁP: Chúng ta chứng minh rõ ràng những người đó là lười biếng lo an phận và thâu thập những cái gì của người ta đưa cho họ ăn mà thôi, chớ họ không biết tự tạo ra, không có sáng kiến, không có tự lực cánh sinh. Cho nên, họ nói: "tôi chỉ biết làm bổn phận con người." Mình hỏi ngược lại: "chứ bổn phận con người đang làm cái gì đây? Họ nói: "Bổn phận con người là phải lo kiếm tiền, nuôi vợ nuôi con, cất cái nhà, cho con ăn học... vậy đó, rồi tới chết thôi." Họ chỉ trả lời một câu vắn tắt như vậy. Nhưng mà, cái cấu tạo của cơ thể, mình phải hỏi lại: tại sao anh có một cái cơ thể, anh có một cái hình thù duyên dáng, anh có một sự sáng suốt. Mình hỏi lần lần, mình phân tách cho họ thấy cái nguyên lai của họ, do sự kết tập bởi kim mộc thủy hỏa thổ, và đang hòa cảm với vũ trụ để chuyển kiếp tất cả những cái gì mà họ đang thâu thập. Cho nên, con người có vạn năng, họ có thể bắt thú dữ ở rừng đem về nhà hay sở thú để nuôi cũng được. Họ giỏi hơn vạn vật, nhưng mà họ là một cái cơ hội cuối cùng để cho vạn vật chuyển kiếp. Họ không biết chính họ là bồ tát chứ phải con người đâu. Tất cả đều là bồ tát của loài thú kính trọng chúng ta, khi mà chuyển kiếp qua bản thể chúng ta, chúng nó có một nơi an vui mà nếu chúng ta không tự đi lên thành Thánh, thành Tiên, thành Phật thì tất cả đều bị sa đọa. Bởi vì những người đó chưa nhận thức được cái phận sự của họ ở điểm nào. Và họ chưa hiểu được Phật là ai, Chúa là ai? Thần là ai? Cho nên, những người tu bên Pháp Lý này, chúng ta đi thẳng, chúng ta phải phân tách cho họ biết rằng do con người. Còn người mà đi sai lầm ở hạ giới chết thì thành ma, mà lên trung giới thì thành Thánh, mà lên tới thượng giới thì đi tới Tiên giới thì họ có mọi điểm xuất phát của phần hồn. Cho nên phải dày công giải thích cho họ biết, chớ người đó nói đời tôi chưa xong, mà tôi dám nói chuyện đạo. Những người không tu, tôi đã chứng minh rằng, họ đang tu vì họ bị những sự dày xéo nầy, dày xéo kia, dày xéo nọ. Làm cho họ thức tỉnh lần lần, họ mới tìm hiểu, họ thấy họ sai lầm ở chỗ nào...

HỎI: *Thường người ta có câu: "Sát nhất miêu cứu vạn thử" vậy có hợp với con nhà đạo không?*

ĐÁP: Không có hợp, bởi vì con miêu đó, nó thâu cái luồng điển của con chuột, mà con miêu nó phải chịu trách nhiệm, nó sẽ tiến qua một tầng khác nữa. Con miêu nó còn khôn lanh hơn con kia nữa, từ con miêu, nó sẽ tiến hóa qua từng con khác, rồi nó đi lần lần tới con người. Cái đó là cái pháp chuyển kiếp của vũ trụ sắp đặt bởi Ngọc Hoàng Thượng Đế, cái này ăn cái kia để chuyển hóa, cũng như chúng ta ăn vạn vật rồi chúng ta sẽ đi lên một cái tầng khác nữa.

HỎI: *Có người hỏi sao Pháp Lý mình không có thấy khuyên làm lành lánh dữ, tránh điều này điều nọ vậy?*

ĐÁP: Mình phải biết tại sao người ta dữ, tại sao người ta giận, tại dao người ta nóng tánh? Là do từ ở trong này, ngũ tạng đầy uất khí, nó làm cho người ta đau bịnh gan, đau bịnh tim, đau bịnh phổi, là vì trong đó không thông, thì phải mượn cái thuốc làm cho nó thông. Nó sáng suốt thì tự nhiên, nó không có làm điều ác. Đằng này sáng suốt rồi thì nó mới diệt được cái ác. Bây giờ làm thế nào chúng ta mới có sáng suốt? Chúng ta phải làm cho tâm hồn, nội tạng, những cái tổ chức trong cơ thể của chúng ta được lưu dụng, sáng suốt, lấy cái trược điển, thanh lọc nó, để làm thành cái thanh điển thì mới sáng suốt.

HỎI: *Người tu cao biết được trước việc gì sẽ đến, cho nên họ không làm những việc gì có tánh cách vô ích. Mà* *nếu biết trước một người sắp bị nạn mà không chỉ cho họ tránh, làm như vậy có thiếu sự từ bi hay không?*

ĐÁP: Khi mình biết được, người tu theo Pháp Lý này khi ngồi tự nhiên họ nói ra, thì cứ để nói, chứ mình không có dụng ý cho người đó biết, bởi vì, cho biết cũng không có lợi gì. Nhưng mà tự nhiên chuyển điển, thì phần phước bên kia nó chuyển, thì mình nói, cứ việc nói thả tự nhiên, chứ đừng cố ý nói, cố ý nói thì mình nói ra, nó trật...

HỎI: *Mỗi lần bạn tu dù thấp hay cao nghĩ tới ông Tám, thì ông Tám thấy ra sao?*

ĐÁP: Hễ người nào tu về Pháp Lý mà nhắc hướng về tôi, thì tôi thấy hiện ra trước mặt.

HỎI: *Có bạn đạo ở đây khấn xin Ông Tư cho một điều gì đó. Nếu cái điều đó được toại nguyện, có phải là sự giúp đỡ thật sự của ông Tư không?*

ĐÁP: Những người tu về Pháp Lý có phần điển rồi, nhưng mà phải xin về cái chánh đáng, thì cái giúp đỡ đó, nó ứng liền không phải riêng ông Tư, mà Quan Âm cũng giúp những người tu về Pháp Lý này. Nhưng mà đừng tham lam, tham lam quá, làm được, kỳ này rồi kỳ sau cứ muốn thêm, muốn thêm hoài, thì không có hiệu quả. Những chuyện chánh đáng một lần hay là tới hai lần là thôi. Như chúng tôi bây giờ là không dám xin, ban đầu chúng tôi cũng thắc mắc về vấn đề đó. Có Trời Phật, có ông Tư, thì tôi chỉ xin về trong cái văn chương thôi. Tôi ngồi tôi viết, tới đó tôi túng quá, không được, tôi nói (hồi tôi tu đó) : "Thưa ông Tư, ông hiện ra nhắc cho tôi một chút, thì tôi thấy ông hiện ra nhắc phải làm như vậy. Tôi thấy cái sáng suốt đó nó tới với tôi liền..."

... Tôi thấy xin cái gì thì có cái nấy. Rốt cuộc, sau này cái chuyện ở đời, ở thế gian, mình thấy mình tu, cuộc đời lúa rồi, không có làm ăn gì hết, làm gì có tiền. Nhưng mà gia đình nó hỏi tiền, thì tôi nói, "ông Tư hay là Phật có linh đó, thì giúp một, hai cái coi ra sao?" Mình cũng thử, nghiên cứu sơ sơ, rồi nó cũng có. Có rồi tôi sợ, tôi không dám. Bởi vì, nghĩa là làm như vậy là xấu quá. Mình, người không có khả năng, bây giờ mình phải lo tu luyện, ứng dụng cái sáng suốt của mình tìm hiểu lấy sự sai lầm của mình, chứ mỗi thứ mỗi xin là nó hư hết. Thành ra như hồi trước, tôi có cái tánh cũng như các bạn đây ban đầu, xin thử coi có không? Tôi đã thử, nó có rồi, thì tôi không dám xin nữa.

HỎI: *(tiếp câu trên) Ngược lại, nếu một bạn đạo xin giúp đỡ một việc nào đó mà họ không toại nguyện thì họ nghĩ thế nào đối với ông Tư?*

ĐÁP: Bởi vậy, họ phải xét là việc đó không chơn chánh, thì không bao giờ có. Cũng như, thí dụ, ông chuyên môn về tu hành, nhưng mà vì cái tu hành ông đi tới, thấy ông sạt nghiệp, không có cơm ăn thấy ông đau khổ lắm nhưng mà cái giờ đó cũng không phải ông đòi hỏi, nhưng mà gia đình nó đòi hỏi rồi ông nói: "Nếu ơn Trên có thương đệ tử thì xin giúp, không thương thì thôi, dựa đó mà cho." Chớ không phải ông xin một cách khẩn cầu như những người, ví dụ, họ muốn: "Thứ Ba thôi... Chiều thứ ba đủ rồi, làm sao chỉ cho người nào bán vé số nó đi ngay tôi là được.'' À! Tính cái chuyện đó là không được. Cái đó tôi cũng nghe nhiều lắm rồi, nhưng mà cái đó không được, xin cái đó là hư ...

HỎI: *Sự thực hành công phu theo Pháp Lý là đầu tiên được sức khỏe, nhưng tại sao ông Tư, khi sinh tiền vẫn bị bệnh phải vào nhà thương?*

ĐÁP: Ông Tư không phải là đi ngay về bên văn, đi ngay về Pháp Lý, mà ông thừa võ hóa văn. Trong lúc đó gia đình ông đông con, ông phải học bùa pháp để kiếm tiền nuôi gia đình. Trong cái chuyện vất vả kiếm đồng tiền, về mặt tinh thần, ổng phải nhịn ăn để nuôi con. Người ông chỉ ăn một đồng sôi để qua ngày, để lo tu tịnh, vì vậy nó làm cho ông thiếu sức khỏe, chứ không phải như điều kiện của chúng ta có bây giờ. Hồi trước, ổng ở trong vùng Việt Minh, bỏ vùng Việt Minh chạy ra, một người hai vợ chồng với mười miệng. Chạy cả 11 miệng ăn thì tự nhiên phải đi tìm sự sống. Mà ông là người trị về bệnh điên và các bệnh, coi về quẻ bói, là lúc ban đầu học nơi ông Cao Minh Thiền Sư. Ông nhờ cái pháp đó mà nuôi sống gia đình. Một thời gian sau giai đoạn đó nó cũng vầy xéo ông không ít thành ra bây giờ ông phải nhịn để nuôi gia đình, đâu đó cho hoàn bị. Lúc đó, cơ thể ông không được tốt rồi, cứ lôi cuốn mãi mãi. Bởi thân chủ càng đông, ông không trị thì không được. Trị thì mất điển ghê lắm, mất sức khỏe ghê lắm. Mà sức khỏe ông ban bố cho những người khác, thành tới cái tuổi nó cũng làm cho ổng hư hao và bệnh hoạn, vì ông đã làm việc về mặt tinh thần rất nhiều.

HỎI: *Có pháp tu khác, nếu đau bịnh có cách chữa, còn pháp mình không xài bùa phép, nếu có bạn tu bị đau, có cách nào chỉ hay giúp cho họ tự chữa lấy không?*

ĐÁP: Theo tôi xét, cái bịnh hoạn của con người là do cái bản tính tham sân si hỷ nộ ái ố dục mà ra. Còn bên này, mới vô tu là bắt đầu trị bịnh, bắt đầu uống thuốc, bắt đầu tiêm nhiễm cái luồng điển của Lưu Ly Quang Phật, để tiêu diệt cái bản tánh tham sân si hỷ nộ ái ố dục. Cái đó là trị bịnh tận căn. Còn những người ở thế gian mà họ bị bịnh, vì cái bịnh của họ, họ mê tín, rồi bị tà xâm nhập. Bên này mình tu về Pháp Lý, mình không có theo Võ Phật. Nếu theo Võ Phật thì phải đánh lộn với họ, phải đánh đổ con ma. Ví dụ, nhà ông rước người bạn đó và tôi thấy người bạn đó làm dơ dáy nhà ông, tôi nắm cổ người bạn đó tôi liệng ra, thì nó giận, một ngày sau nó sẽ phá hoại tôi.

Ở đây, chúng ta đánh thức cái phần hồn ấy nói cho phần nó tỉnh, tự nó giác lấy nó, rồi nói tu nó đánh đổ ngoại xâm. Chứ còn chữa bịnh, tôi thấy chữa vậy thôi, chứ rốt cuộc không có kết quả gì. Bởi vì cái tập quán của người ta không thay đổi. Bữa nay tới chữa hết rồi mai nó tiêm nhiễm những chuyện đó, thì chuyện đó xâm nhập lại, cho nên mình thức giác nó.

HỎI: *Tại sao tu ở đây không dạy cho bạn đạo bùa chú gì, để dùng đề phòng khi xuất ra gặp ma?*

ĐÁP: Nếu chúng ta ở đây mở được cái linh cảm sáng suốt thì chúng ta chỉ hóa cảm con ma, chứ nó đâu có hóa cảm chúng ta! Đâu có cần phải đọc bùa chú mà con ma nó mới lánh khỏi. Không cần! Cần có sự để khai thông cái luồng điển đem lên càng ngày càng thanh thì tự nhiên hòa đồng với tất cả. Ma quỷ hay dù cái gì đi nữa, nó tới không phải để ăn hiếp chúng ta, mà tới để học cái sáng suốt trong lúc công phu chúng ta phát cho chúng nó. Thành ra, cái giới thiêng liêng họ luôn luôn thông cảm với chúng ta, chứ không có bao giờ buồn phiền như đối với bên Võ Phật gặp nhau phải đấu võ. Ở đây cái đó không có.

HỎI: Sau có bạn tu, khi còn trẻ chưa có tu gì hết, mà có đêm thấy đi đây đi đó, tới Phật Bà Quan Âm, thấy Bát Tiên, thấy đảnh lễ Phật như vậy là giả hay thiệt?
ĐÁP: Cái đó vì mình coi sách, trong cái tưởng nó có cái tượng ăn sâu ở trong bản thể, nằm chiêm bao mà...

HỎI: Sự mê tín cản trở việc tu như thế nào?
ĐÁP: Ở thế gian con người cả triệu triệu tỷ tỷ, cái miệng nói anh hùng mà cái tâm không có anh hùng. Tu cũng vậy, triệu triệu tỷ tỷ cái miệng nói tu mà tâm không tu. Đọc kinh thì nói đại hùng đại lực, nhưng mà không làm đại hùng đại lực. Cho nên, người ta nói rằng: tôi tu, tôi không mê tín, tôi Thiên Chúa Giáo tôi không mê tín. Không mê tín vậy chớ tôi tin ai? Tôi tin Chúa. Hỏi chứ Chúa ở đâu? Không biết (Cái gì kêu bằng mê tín, đó là mê tín. Bây giờ, chúng ta tin Chúa, chúng ta

phải xét hành động của Chúa, như tôi thường nói: Chúa có một hành động bình thản, không sợ bất cứ những sự diêu động nào, không sợ ai chém giết, không sợ đau đớn, nhưng mà chỉ đem cái tình thương hòa cảm cho tất cả. Hướng thượng không có hướng hạ đấu tranh. Chúa bị đóng đinh, Chúa vẫn không than một lời đau khổ và không kêu những người hậu thế phải trả thù lẫn nhau. Chúa xin ơn trên tha thứ cho chúng nó vì chúng nó chưa hiểu lấy chúng nó.

Nếu mà chúng ta đi theo đường lối của Chúa, chúng ta phải hành, theo cái hành động trực chỉ Chúa đã dạy cho chúng ta thì mỗi người mới đi đến Chúa. Chớ không nên nói rằng: tôi tin Chúa chớ tôi không tin Phật. Phật là giả, Chúa là thiệt. Tôi tin Chúa mà tôi không làm giống như Chúa lắm, té ra tôi lấy cái thông minh tôi lợi dụng Chúa. Tôi tin Phật mà tôi không làm giống như Phật đã làm, thì tôi lấy cái thông minh tôi lợi dụng Phật. Tôi xuống thế gian tôi làm tội nhân, tôi còn gia tăng thêm cái tội, làm cho tôi bàng hoàng chậm tiến. Đó là do cái sáng suốt của tôi đã xài cái quấy. Bởi vì con đường trắng trơn là Phật và Chúa. Hai người đã hy sinh và đã tự hành, tự tu để tiến, để sửa. Bây giờ, chúng ta không học mà ỷ lại nơi Ngài, thờ Ngài. Ngài gác cửa cho chúng ta thì cái chuyện đó là vô lý, không bao giờ tiến lên được. Cái mê tín là vậy đó, tin mà không làm kêu là mê tín.

Chúng ta làm rồi mà chúng ta không tin, chúng ta không mê tín, như vậy phù hợp với cái văn minh bất cứ ở thời đại nào...

HỎI: *Xin giảng đúng nghĩa "định tâm?"*

ĐÁP: Định tâm là phải khai thông tất cả những cái uất khí ở bên trong, thì cái tâm nó mới tịnh được. Còn cái uất khí còn ở bên trong, ngồi lỳ ra đó, cái tâm nó cũng không tịnh được. Cho nên, phải mượn cái pháp khai thông, mới đi tới định tâm. Như chúng ta Soi Hồn, đánh đổ cái điển trên bộ đầu ra, làm Pháp Luân đánh đổ cái trược điển của ngũ tạng ra, thì lúc đó, đi đến cái sáng suốt rồi mới đi đến định tâm. Cũng như bây giờ, ông bị giam hãm trong căn nhà tối khó định tâm lắm. Rốt cuộc, thấy động loạn lắm. Nhưng mà ông đi ra cái cảnh trời sáng suốt, ông đứng ông vui vẻ, thấy cái tâm ông cũng đủ khỏe một phần. Thì ở trong này, tại sao chúng ta không tịnh tâm vì cái bóng tối nó ám ảnh. Bây giờ, chúng ta khai thông cái bóng tối đó rồi, thì chúng ta đi tới định tâm. Còn ngồi quán, để cho nó tịnh thì tu bốn ngàn năm, rốt cuộc cũng không tịnh tâm, cũng phải động loạn.

HỎI: *Xin giải chữ "Minh tâm kiến tánh?"*

ĐÁP: Minh tâm là người ta chỉ cho mình biết cái Trung tim bộ đầu là Tâm điển. Kiến tánh là ở bên trên cao mới thấy sự sai lầm của mình...

Hồi nào, người thế gian tu trong chùa, họ chỉ biết cái tâm này thôi (chỉ tâm bằng thịt). Họ chưa biết cái tâm này (chỉ Trung tim bộ đầu). Còn tu bên Vô Vi, minh tâm là mình biết được Trung tim bộ đầu của mình là cái Chơn tâm điển quang để liên lạc tất cả vũ trụ. Mình xuất ra ngoài, mình mới thấy cái tánh là cái sự phức tạp. Cái tánh cũng như cái kho chứa tập quán vậy thôi. Cái gì nó cũng thâu thập, kinh kệ của ai nói hay, nó cũng thâu thập, nó đem vô nó nhồi cục ở trong đó. Xuất ra được ngoài, mới thấy cái tập quán đó là sai lầm, thành ra mình nhờ cái Pháp Luân Thường Chuyển mới đánh đổ nó, và sửa lại cái tánh. Hồi trước nó nguyên căn không? Không, nhưng mà bây giờ nó thâu thập quá nhiều cái sự tham sân si hỉ nộ ái ố dục, thì mình lên trên bộ đầu mình dòm xuống, mình thấy còn bị kẹt chưa có thông. Mình làm "Pháp Luân Thường Chuyển, huệ tâm khai", là đánh đổ cái đó ra hết, không có nữa...

HỎI: *Sao nói tu Pháp Lý sau này đọc kinh sách không được nữa?*

ĐÁP: Các bạn cố gắng tu thì chắc chắn phải đi tới chỗ sau này sách vở không bao giờ coi được. Ông nắm cuốn sách là ông thấy tác giả nói láo trong đó mấy chục phần trăm. Biết rồi không bao giờ ông coi sách. Ông nắm là ông nắm chơi, vậy thôi, chứ không bao giờ ông coi sách. Ông nắm là ông thấy mặt người ta rồi, ông không có coi sách đâu! Lúc đó ông xài về cái điển thiên nhiên và cái thanh tịnh kinh điển quang của Đức Phật chứ không xài về lối của thế gian. (Chúng ta tu về Pháp Lý được mở ra rồi, sau này mình nói chuyện chơi với bạn bè người ta ai cũng vui mến, chứ không có ghét mình đâu. Đằng này ở trên siêu tầng, không phải ở dưới này).

HỎI: *Tại sao ông Tám khuyên bạn tu, không nên làm chuyện (soi căn) cho người khác?*
ĐÁP: Bởi vì người đời tham lam. Bây giờ, ông ngồi ông soi căn cho ông này, thì chút nữa ông kia đến, bà này đến, nhờ ông coi dùm thì ông không phải người tu. Tu là người sửa, là ông không có động thế gian được. Còn ông chán thế gian ông tu, mà mới tu tiến lên, ngược lại, ông làm mọi cho thiên hạ, thành ra tu hoài không có xong_ thành ra tôi khuyên không nên làm chuyện đó.

HỎI: *Chúng ta tu ở đây có vị nào ở trên giúp đỡ?*
ĐÁP: Cái phương pháp ở đằng này công phu trước hết có Quan Thánh, thứ hai Đức Di Lạc và thứ ba điển của Quan Âm còn về phần kiểm soát ở dưới này, thì có tôi và ông Tư. Và cũng có những vị thiêng liêng bên Địa Tiên qua đây tu và giúp đỡ cho một phần điển bên trên, để dắt cho cái bộ đầu nó dễ mở vậy thôi.

HỎI: *Trong kinh có nói có người được ngộ đạo, "khi nhìn dòng nước hoặc nghe cơn gió thoảng." Vậy theo Pháp Lý ở đây thế nào là ngộ đạo?*
ĐÁP: Pháp này, người mà chịu hành đó, tu mà tới trung tim bộ đầu mở (cái Nê Hườn khai), người đó mới ngộ đạo (bởi vì không công phu thì không có ngộ được). Trung tim mở, họ đã có hào quang mà chính họ chưa thấy, nhưng những người tu cao dòm thấy.

Có hào quang rồi mới bắt đầu ngộ đạo, không có làm điều sái quấy. Họ biết họ sáng suốt, không có hại ai, mới đem tình thương cho tất cả mọi người.

HỎI: *Hồn vía gặp nhau có thể gọi là ngộ đạo không ?*
ĐÁP: Không, hồn vía gặp nhau chỉ là âm, dương tương hội thôi, còn phải tu nữa mới ngộ đạo.

HỎI: *Ngộ đạo và đắc đạo khác nhau thế nào ?*
ĐÁP: Ngộ đạo là mới biết cái sự sáng. Đó là ánh sáng từ bi vĩnh cửu trường tồn. Đạo là một con đường sáng suốt. Ngộ là biết đạo, biết đạo không bao giờ bỏ đạo, thì chúng ta mới đi lên, nắm cái đó làm căn bản, rồi sau này đắc đạo, nghĩa là từ Tiên Thiên, thì cái vía nhập vô trong cái hồn. Không còn đàn ông đàn bà nữa, mới kêu là đắc đạo. Cho nên khó khăn lắm ...

HỎI: *Cái hồn nhập xác lúc nào, khi còn thai nhi trong bụng mẹ hay khi sanh ra.*
ĐÁP: Cái phần vía sáu tháng tụ rồi (mà trong đó có chủ trương của phần hồn), nhập dọn đường cho phần hồn. Lúc sau này tới giờ lọt lòng mới nhập vô.

Ở trên đó, cái giờ đó, bao nhiêu người xuống, không có lộn xộn, tới giờ đó, họ phải nhập vô, tùy cái độ đó. Có người ở cái giới 60, 30, 20, 10, có người tới 100 độ... Tới giờ sanh, cái điển liên kết rồi, cái luồng chánh điển nhập vào đứa bé.

HỎI: *Tại sao tu phải có Thánh Thai mới được giải thoát?*
ĐÁP: Bởi vì nguyên căn của mình thuộc về ở bên trên, còn nếu không trở về Thánh Thai làm sao lên Tiên giới, Tiên Thiên giới được.

HỎI: *Những người không tu tạo Thánh Thai, nhưng mà họ ăn hiền ở lành, làm phước đức khi chết họ cũng được lên Thiên Đàng vậy?*

ĐÁP: Bởi vì Thiên Đàng có nhiều nơi. Có nhiều người chết qua bên Đại Tiên, người ta cũng kêu là Thiên đàng, người ta nói cõi này là thiên đàng, tất cả đều tu, không có chiến tranh lộn xộn như ở thế gian, nhưng mà ông xuất lên cõi trời rồi, ông mới thấy nhiều cấp, nhiều nơi khác nhau. Ông không trở về Thánh Thai, không bao giờ đi lên được Tiên giới, Tiên Thiên giới.

HỎI: *(tiếp câu trên) Như vậy, tu cách khác (không tạo thánh thai) thì không trở về được?*

ĐÁP: Khó về lắm! Tôi thấy cũng có nhiều người xuất đi được nhưng chỉ ở thế gian thôi, tối nào cũng đi, cũng đi lo về đạo ghê lắm, đi chùa này chùa nọ, đi giảng cho người ta, giúp cho người ta tu, làm việc đạo nhiều lắm, nhưng mà ở thế gian thôi.

HỎI: *Cái hồn xuất ra lớn hay nhỏ?*

ĐÁP: Cái hồn nhỏ như con nít, chớ không phải gồ ghề như con người ở thế gian. Nhưng mà đi chỗ nào cũng được. Những con ma hay con người thế gian họ dòm thấy mình to lắm, cũng như con voi, con bò thấy con người lớn lắm. Bởi vì cái điển của nó trước, nó thấp, nó phản ảnh trở lại nó thấy người ta lớn. Những người thế gian, khi không thấy ông Phật to lắm, nhưng mà chúng ta xuất hồn đi được thấy ông Phật đâu có lớn.

HỎI: *Tu lâu sao nghe âm nhạc thì thấy chán, mà nghe ông Tám lại không?*

ĐÁP: Âm nhạc thì khác, cái trình độ của âm nhạc, nó chỉ lấy nội tâm. Ở đây, cái trình độ của mình là siêu phàm thành ra cái trình độ của ông đã vượt khỏi con tim, làm sao chịu ở vô cái giới của con tim nữa?

Tu lâu, mở âm nhạc, nghe không có khoái đâu, không có dính dấp gì hết. Ông mở cái này nghe mới có dính dấp, vì cái này đi trở lộn vô, còn âm nhạc đi trở lộn ra, cái chiều hướng nó khác nhau.

HỎI: *Tại sao âm thanh của ông Tám (cả khi nghe lại băng cassette) nghe thì thấy khỏe không thấy mệt?*

ĐÁP: Tất cả các âm thanh phát ra, là cái điển của ngũ hành và cái máy cassette thâu hút cũng là ngũ hành. Nhưng mà cái làm cho mình khỏe, là do đâu? Do lục căn, lục trần nó ứng, bởi vì nó là trình độ thấp. Rồi làm sao có âm thanh bạn nghe lại mệt, là tại vì lục căn lục trần nó sân si tối tăm...

Có những cái cao siêu ở trong âm thanh nó đánh thức phần hồn. Ban đầu thì những câu nó dạy lục căn lục trần, những câu cao siêu mà mình không thể hiểu được. Đó là nhắc và kích thích cái phần hồn để đi tiến lên. Cho nên, trong lúc mở ra nghe, nhưng có cái mình phản đối: "Tại sao nói vậy? Một chút vặn nghe lại coi." Cái đó là kích thích phần hồn mình tìm, mình hiểu. Còn những cái mà nó dễ nghe, cái đó là để cho lục căn lục trần nó nghe cái thấp ở dưới, nó không có động loạn.

Thành ra (thâu âm) đem về nhà nghe, trong lúc mình công phu, nó khỏe. Và sau một thời gian tu cao rồi, ông nghe cái này không có dính gì hết. Tất cả trong đó, trình độ đều tiến triển hết... thì ông nghe cái này không có nghĩa lý gì hết. Ông nghe âm thanh của Đức Phật kia, ông mới biết cái giá trị, còn cái âm thanh của tôi không còn giá trị nữa. Tôi chỉ đưa ông tu đây, lên tới trên đó...

GÓP PHẦN CHO CƠ

QUY NHẤT và HÒA ĐỒNG

GIỮA CÁC TÔN GIÁO

* * *

Phần này được viết với mục đích góp phần cho sự HÒA ĐỒNG TÔN GIÁO *và* CƠ QUY NHẤT.

Nếu tu mà còn kỳ thị tôn giáo và sắc tộc là chưa hiểu Chơn Lý.

(Vì tôn giáo nào cũng gốc một Thượng Đế mà ra, và giống dân nào cũng là do Trời sanh ra).

Xin kêu gọi tất cả các tín đồ, các người tu, bất cứ ở tôn giáo nào, chi phái nào, không phân biệt dân tộc nào, chúng ta hãy coi nhau như huynh đệ, và giữ sự hòa đồng giữa các tôn giáo, chi phái.

Vũ trụ càn khôn luôn luôn tiến hóa không ngừng, Chơn Lý cũng vô cùng tận.

Người tu phải HÒA *với tất cả và* HỌC NƠI TẤT CẢ. *Phải học hỏi để mở trí, tiến hóa luôn luôn, không nên tự đóng khung mình và dừng lại trong sự hiểu biết hạn hẹp đã có về Chơn Lý.*

Mong rằng những bạn nào, những tín đồ, còn kỳ thị tôn giáo, những trang này sẽ giúp cho quý vị hiểu thêm về Chơn Lý, để người tu hiểu nhau hơn, để cùng nhau hợp nhứt, cùng nắm tay nhau tiến bước trên con đường trở về với Thượng Đế, đấng Cha chung của tất cả.

Hồ Văn Em

CHA TRỜI CÓ DẠY:

"Không tôn giáo nào là Chơn Lý. Tôn giáo nào cũng là phương tiện của Chơn Lý mà thôi".

"Tất cả tôn giáo đều không là Chơn Lý, chỉ là phương tiện để độ nhân, là màu sắc của Chơn Lý mà thôi, là chiếc thuyền để các con mượn đó mà về".

"Các con vì chấp ngã, vì ganh tị, vì tranh đua đạo này, đạo kia, đạo người, đạo ta, đạo này cao, đạo kia thấp. Cho nên, rốt cuộc rồi chia rẽ, rồi ghét bỏ, rồi hận thù, rồi giết chóc, rồi tranh đoạt đủ thứ hơn thiệt, rồi làm sao mà về hả con!"

"... Nay đã tới ngày lo mà quy nhứt, gom về nguồn cội, gom về một Chơn Lý, để phản bổn hườn nguyên mà thôi! Cho nên các con phải hiểu đây là đại cuộc quan trọng của càn khôn và cũng là đại cuộc tối quan trọng của linh hồn các con đó".

TẤT CẢ CÁC TÔN GIÁO Ở DƯỚI THẾ GIAN ĐỀU CÙNG MỘT GỐC DO MỘT THƯỢNG ĐẾ

Phần này được trình bày cùng quý độc giả muốn tìm Chơn Lý qua những điểm sau đây:

* Những sự tương đồng của các tôn giáo khác nhau.

* Giải thích những sự mâu thuẫn khác nhau giữa các tôn giáo (nhưng cùng nằm trong Chơn Lý).

1- VẤN: *Tại sao nói các tôn giáo đều do gốc một Thượng Đế mà ra, mà sao giáo lý của nhiều tôn giáo đáng lẽ phải giống nhau nhưng lại có nhiều điều khác, nghịch, mâu thuẫn với nhau?*

ĐÁP: Thượng đế (tức ông Trời) cho xuống thế gian nhiều tôn giáo khác nhau là vì tùy thời kỳ, tùy địa phương, tùy phong tục, tùy giống dân, tùy trình độ, căn cơ tiến hóa (tâm linh) mà Ngài sáng lập ra đủ thứ hình thức tôn giáo để cho thích hợp với trình độ (tiến hóa tâm linh) và ý thích khác nhau của các con Ngài ở dưới thế gian. Cho nên, các tôn giáo, chi phái tu hành, trong giáo lý dạy có chỗ giống nhau mà cũng có những điều khác nhau, nhưng cũng nằm trong Chơn Lý.

2- VẤN: *Tại sao lại có sự chia rẽ, đố ky, tranh đua cao thấp giữa các tôn giáo?*

ĐÁP: Đó là tại chưa hiểu Chơn Lý và người lãnh đạo hay người tín đồ còn phàm tánh, còn ngã mạn mê muội, cái gì của mình thì cho là hơn người, rồi sanh ra chê bai tôn giáo nào khác với tôn giáo mình, cho là tà giáo hoặc ngoại đạo mà không hiểu rằng tất cả con người đều cùng là anh em với nhau (tứ hải giai huynh đệ), cùng là con chung của một Thượng Đế, tất cả các tôn giáo nào cũng đều là do Ngài và tôn giáo nào cũng dạy làm lành lánh dữ giống nhau.

3- VẤN: *Xin cho biết các tôn giáo khác nhau gọi Thượng đế bằng danh từ gì?*

ĐÁP: Dưới đây là các danh từ dị âm nhưng đồng nghĩa, dùng trong các tôn giáo khác nhau, nhưng cũng là chỉ định một Thượng Đế duy nhất:

* Theo Thiên chúa giáo, Gia Tô, Tin Lành, Cơ Đốc, Nhân chứng Giê Hô Va v.v...: Chúa Trời hay Chúa Cha, Jehovah.

* Theo Phật giáo: Hắc Bì Phật Tổ.

* Theo Phật giáo Hòa Hảo: Ngọc Hoàng Thượng Đế.

* Theo Lão giáo: Trời.

* Theo Cao Đài giáo, Thiên Khai Huỳnh Đạo: Ngọc Hoàng Thượng Đế Vô Cực Đại Thiên Tôn hay Huyền Khung Cao Thượng Đế... ([216]).

---

[216] Về hữu vi, có sự giống nhau về biểu tượng "Thiên Nhãn" dùng trong Cao Đài Giáo với tôn giáo Ai Cập, cách đây 3.000 năm cũng dùng biểu tượng "Con Mắt" để tượng trưng Thượng Đế (Jehovah).
Về biểu tượng chữ VẠN của Phật Giáo, cũng có chỗ giống với biểu tượng dùng trong một số nhà thờ và tu viện ở một số xứ Âu Châu.
Tài liệu của báo "Réveillez-Vous" của phái Thiên Chúa Nhân Chứng Jehovah ngày 22 tháng 11 năm 1970, bài nói về "Nguồn Gốc của Chữ VẠN" (Croix gammée hay Svastika -Svasti nghĩa là cứu rỗi - salut) như sau:
* Ở tu viện "Abbaye Bénédictine" tại Lambach (Áo Quốc - Haute-Autriche) ở trên hang đá có chạm trên vách hình chữ VẠN.
* Ở nhà thờ "Basilique de la Nativité" ở Bethlehem, những hình cẩn trên gạch mosaique có hình chữ VẠN.
* Trong tác phẩm "Vom Hakenkreug" (nói về chữ VẠN của tác giả Joerg Lechter) có hình chụp lại những chữ VẠN được trang trí trong những nhà thờ Thiên Chúa Giáo và có hình "Cái Áo của Đấng Christ" (Nappe de Careme) có mang nhiều hình chữ VẠN.

* Theo Thông Thiên Học: Đại Linh Quang, Đại Ngã hay Đại Hồn, Ngọc Đế...
* Theo Nho giáo: Thiên Hoàng, Hoàng Thiên, Ngọc Đế.
* Theo Ai Cập Giáo: Osiris.
* Theo Hồi Giáo: Allah.
* Theo đạo Bahai: Bab.

(Người Việt gọi nôm na là ông Trời, người Pháp là Dieu, người Anh là God) và v.v...

4- VẤN: *Thế nào là căn cơ tiến hóa, trình độ tâm linh.*

ĐÁP: Con người tuy mang xác thân giống nhau (có tai, mắt, mũi, miệng, đầu, mình, chân, tay) và mang linh hồn như nhau, nhưng trình độ tiến hóa có khác nhau: có người dại, người khôn, người dữ, người hiền, người xấu, người tốt v.v...

Như ở thế gian con người có trình độ học thức khác nhau (mẫu giáo, tiểu học, trung học, đại học, tiến sĩ v.v...).

---

* Hình chữ VẠN còn được thấy trên tấm bàn thờ tại nhà thờ "Sainte Marie des Champs" tại Soest (Đức Quốc).
* Trên một họa phẩm vẽ nhà thờ Dalby (Thụy Điển, Suède Meridionale) hình con trừu non, tượng trưng cho Đấng Jésus Christ có mang hình chữ VẠN.
* Nơi chuông nhà thờ ở Utterslev (Đan Mạch) được trang trí với hình chữ VẠN.
Những chứng tích kể trên cho ta thấy, thời xưa, có sự liên quan một gốc giữa Phật Giáo và Thiên Chúa Giáo.

Phần hồn con người cũng vậy, có căn cơ trình độ tâm linh khác nhau, về sự tiến hóa trí tuệ, tâm tánh, đạo đức...

5- **VẤN**: *Các tôn giáo, chi phái tu, sao có chỗ tu hữu vi dùng hình tượng, lễ bái, nghi thức v.v... Còn bên vô vi lại khác hẳn, không dùng hình thức trên.*

ĐÁP: Tu hữu vi là dùng hình tượng, mượn hình thức bên ngoài để nhắc nhở kêu gọi con người nhớ tới Trời, Chúa hay Phật v.v... đặng tư tưởng hướng thượng, tu hành, làm lành lánh dữ.

Đó là lớp đầu tiên mà mỗi người phải trải qua trong bước đầu trên đường Đạo. Nhưng về sau (kiếp này hay trong kiếp tới) muốn tiến hóa hơn, bước lên thêm trên nấc thang tâm linh, thì cũng phải tu theo vô vi, không còn mượn đến hình thức lễ bái bên ngoài nữa, mà quay về với mình, trở vào nội tâm, hồi quang phản chiếu, dùng pháp thiền định, để tìm Trời, Chúa hay Phật trong mỗi người đều có và mới đi đến đạt Đạo được.

Các tôn giáo nào cũng vậy, trong phần giáo lý, ngoài lý hữu vi như thường đã được dạy cho tín đồ, còn có phần lý vô vi cao siêu ẩn tàng trong giáo lý, mà phải có trình độ tiến hóa mới lãnh hội được, hoặc có những vị mở huệ đắc Đạo mới giảng tới. Tất cả các tôn giáo ví dụ như Nho, Thích, Lão, Thiên Chúa v.v... nếu đi tột cùng rốt ráo thì cũng gặp nhau ở chỗ vô vi ([217]).

---

[217] Giải theo lý hữu vi cho dễ hiểu: thì các sông, rạch, ngòi khác nhau, nhưng đều đổ về và gặp nhau nơi biển cả. Hoặc như những

Sau đây là một số trong những tương đồng về lý vô vi giữa các tôn giáo.

---

con đường khác nhau dẫn lên núi, cũng rốt cuộc gặp nhau ở đỉnh núi.

NHỮNG SỰ TƯƠNG ĐỒNG GIÁO LÝ CỦA CÁC TÔN GIÁO

6- VẤN: *Xin đề cập cho biết những sự tương đồng, giống nhau trong giáo lý của các tôn giáo khác nhau.*

ĐÁP: Những điều tương đồng, giống nhau trong giáo lý của các tôn giáo có rất nhiều, nếu ta chịu nghiên cứu kỹ và tìm hiểu các kinh sách: dùng trí huệ (hay có tham thiền thì dễ hiểu được) và đừng cố chấp vào danh từ (dùng có khi khác nhau giữa các tôn giáo để nói đến vật hay sự hay lý nào đó). Sự kiện cố chấp vào danh từ đã làm chia rẽ cách biệt giữa các tôn giáo và hiểu sai giáo lý rất nhiều.

Nói ví dụ về chữ Linh Hồn mà thôi cũng đã có rất nhiều danh từ khác nhau (nhưng đồng một nghĩa) dùng bởi các tôn giáo khác nhau [218].

Phật Giáo thì dùng chữ Tâm, Chơn Tâm, Chơn Như, Như Lai...

Thiên Chúa giáo dùng chữ Linh Hồn.

Cao Đài Giáo, Hòa Hảo dùng chữ Hồn, Linh Hồn, Ngươn Thần, Chơn Linh, Linh Căn, Chủ Nhơn Ông v.v...

Thông thiên học dùng chữ Tiểu Linh Quang, Linh Hồn, Chơn Ngã, Atman, Thượng Trí, Chơn Nhơn.

Các chi phái khác: Luồng điển thiêng liêng, Nhị xác thân v.v...

---

[218] Có một phái tu chấp vào danh từ mà cho rằng Phật nói không có linh hồn.

7- VẤN: *Con người có ba báu linh tức Tinh, Khí, Thần để tu luyện mới thành Đạo. Xin giải cho về sự tương đồng của ba báu này trong các tôn giáo?*

ĐÁP: Có sự tương đồng mật thiết, mặc dù danh từ dùng khác nhau, giảng về hữu vi có khác nhau vì dùng trí phàm hiểu khác, nhưng về pháp vô vi thì hoàn toàn không khác và đồng nhất lý:

* Trời có ba báu là: mặt trời, trăng, sao (nhựt, nguyệt, tinh).

* Đất có ba báu là : nước, lửa, gió (thủy, hỏa, phong).

Trời nhờ ba báu ấy mà dưỡng dục muôn loài, hóa sanh vạn vật, luân chuyển càn khôn, mới chia ra ngày, đêm, sáng, tối.

Đất nhờ ba báu ấy mà phong vũ điều hòa, cỏ cây tươi nhuận, thời tiết phân ra: xuân, hạ, thu, đông.

Người có ba báu là: Tinh, Khí, Thần. Tu luyện cho tinh, khí, thần ba báu này được hiệp nhứt thì thành Đạo.

Theo Tam Giáo (Nho, Thích, Lão) thì ba báu ấy như sau:
Nho thì có TAM CANG:
Quân Thần Cang là Ngươn THẦN.
Phụ Tử Cang là Ngươn KHÍ.
Phu Thê Cang là Ngươn TINH.
(Đây là giảng về lý cao vô vi, chứ hiểu về hữu vi chúng ta cũng đã được biết là Quân, Phụ, Tử (vua, cha, con).

Theo Phật Giáo thì có TAM BẢO (Tam Quy):

Quy y Phật là: tịnh dưỡng Ngươn THẦN.
Quy y Pháp là: gìn giữ Ngươn KHÍ.
Quy y Tăng là: bảo tồn Ngươn TINH.
(Hiểu đúng nghĩa Tam Bảo của Phật Giáo là Tinh, Khí, Thần, chứ không phải Tam Bảo là ba cái gọi là "Bảo Vật" để trên bàn thờ).

Đạo (Lão Giáo) thì có TAM THANH:
Chơn Thanh là: Ngươn KHÍ.
Thượng Thanh là: Ngươn THẦN.
Ngọc Thanh là : Ngươn TINH.

Thiên Chúa Giáo thì có BA NGÔI (Trinité):
Đức Chúa Cha là : THẦN.
Đức Chúa Con là : KHÍ.
Đức Chúa Thánh Thần là : TINH.
    Ba Ngôi này giảng theo lý vô vi là Tinh, Khí, Thần, còn giảng theo hữu vi thông thường thì như trước nay hàng giáo phẩm và tín đồ Thiên Chúa đã hiểu, đơn giản mà thôi.
Tam Bảo, Ba Ngôi v.v... còn có nghĩa là:

Theo Phật Giáo: TAM THỂ PHẬT tức BI, TRÍ, DŨNG.
Di Đà tượng trưng cho thể TRÍ.
Quan Âm tượng trưng cho thể BI.
Đại Thế Chí tượng trưng cho thể DŨNG.

Theo Thiên Chúa BA NGÔI:
Đức Chúa Cha tượng trưng cho thể TRÍ.

Đức Chúa Con tượng trưng cho thể BI.

Đức Chúa Thánh Thần tượng trưng cho thể DŨNG.

Theo Ấn Độ Giáo TAM VỊ:

Brahma tượng trưng cho thể TRÍ.

Vishnou tượng trưng cho thể BI.

Shiva tượng trưng cho thể DŨNG.

Theo Thông Thiên Học TAM HỒN:

Minh Triết tương đồng với thể TRÍ.

Bác ái tương đồng với thể BI.

Ý Chí tương đồng với thể DŨNG.

Theo Ai Cập Giáo TAM VỊ:

Osiris tương đồng với thể TRÍ.

Isis tương đồng với thể BI.

Horus tương đồng với thể DŨNG.

Theo Hy Lạp Giáo BA NGÔI:

First Logos (Ngôi thứ nhứt) : TRÍ.

Second Logos (Ngôi thứ hai) : BI.

Third Logos (Ngôi thứ ba) : DŨNG.

Theo Hỏa Giáo BA NGÔI:

Ahuramada : TRÍ.

Asha : BI.

Vohumaro : DŨNG.

Các sự tương đồng về Ba Báu, Ba Ngôi, Tam Bảo, Tinh Khí Thần v.v... kể trên chứng minh cho chúng ta thấy rõ ràng hiển nhiên là các tôn giáo đều cùng một gốc Thượng Đế.

Chu trình tiến hóa của các linh hồn ở trần gian là học và phát triển ba đức tánh BI TRÍ DŨNG để trở nên toàn thiện và trở về hợp nhứt cùng Thượng Đế ([219]).

8- VẤN: *Xin cho biết có sự tương đồng nào giữa Đấng Jésus Christ và Đức Di Lạc, Mẹ Maria và mẹ Quan Âm?*

ĐÁP: Những vị đắc đạo và xuất hồn, hoặc bên trên xuống điển cơ có cho biết:

Đức Di Lạc và Đức Jésus Christ chỉ là một. Xuống phương Tây thì lấy hình tượng và danh hiệu là Đức Jésus Christ, còn xuống phương Đông thì Ngài dùng hình tượng và danh hiệu Di Lạc Bồ Tát.

Bên Cao Đài Giáo khi điển xuống, cũng có khi còn gọi Ngài là "Thầy Thập Tự" hay "Gia Tô Giáo Chủ".

Vào cuối hạ ngươn kỳ ba này, Ngài sẽ trở lại xuống trần, đầu thai tại Việt Nam, với danh hiệu Di Lạc Phật Vương, chủ tể hội Long Hoa.

Bên Thiên Chúa Giáo, mẹ Maria cũng tiết lộ như vậy trong "Lá Thư Fatima 3" là Chúa Jésus Christ sẽ đầu thai ở Việt Nam.

---

[219] Muốn có Bi Trí Dũng, người tu phải thực hành Tam Công, tức Công Phu, Công Quả, Công Trình.
- Công Phu: là tham thiền.
- Công Quả: là giúp đỡ, phụng sự tha nhơn, bất vụ lợi.
- Công Trình: là sửa tánh, lập hạnh (trường chay v.v...).
Công Phu để mở Trí, Công Quả để mở Bi, Công Trình để mở Dũng.

Còn Mẹ Maria hay Đức Mẹ hằng cứu giúp và mẹ Quan Âm hay Quan Âm cứu khổ, cứu nạn, cũng chỉ là một vị. Mẹ hiện ra ở Âu Châu thì lấy hình thái người Tây Phương, còn ở Á Đông thì lấy dung nhan người Đông Phương ([220]).

9- VẤN: *Xin giảng cho biết có sự tương đồng nào giữa các tôn giáo về việc: Tu là phải trở vào nội tâm.*

ĐÁP: Theo Phật Giáo, Phật dạy phải đi vào nội tâm, hồi quang phản chiếu. Ngài nói: "Phật tức tâm, tâm tức Phật" và dạy "Ta phải kiếm Ta" ([221]).

Theo Thiên Chúa Giáo, Chúa cũng nói: "Ta ở trong các ngươi, Ta là các ngươi, các ngươi là Ta". Trong Kinh Thánh có nói: "Muốn tìm Đạo, tìm Trời chúng ta phải đi vào nội tâm, để mà kiếm Đạo. Trời không phải chuyện bán mua, quảng cáo nơi ngã ba đầu chợ. Nước Trời chẳng đến rộn rã trong rước sách, trống chiêng mà đến âm thầm mà đã ẩn tàng trong tâm hồn chúng ta" (Phúc âm Mathieu VI: I-28, VII 6, 13, 21, 22, 23 và Luc XVII: 20, 21).

Bên Cao Đài Giáo, Đức Ngọc Hoàng Thượng Đế cũng có dạy: "Thầy là các con, các con là Thầy và Thầy ngự trong các con".

---

[220] Thật đáng buồn có nhiều tín đồ và ngay cả trong hàng giáo lãnh cũng còn có vị chưa hiểu điều này và vẫn còn chê bai khinh khi tôn giáo khác mình, mà không biết là hai tôn giáo Phật và Thiên Chúa Giáo cũng cùng đồng một vị Giáo Chủ (Jesus Christ tức Di Lạc) cũng cùng một Mẹ (Maria tức Quan Âm) và đồng một Thượng Đế.
[221] Pháp Lý Vô Vi, ông Tám cũng dạy: "Tôi Tầm Tôi".

Vậy chúng ta phải hiểu rõ muốn tìm Đạo, đạt Đạo là phải hướng nội (nhờ tịnh toạ, tham thiền, tĩnh tâm...) chứ không phải tìm Đạo ở bên ngoài (chạy theo ngoại cảnh, chỉ rước động loạn chứ không đạt thanh tịnh được).

NHỮNG SỰ MÂU THUẪN KHÁC NHAU GIỮA CÁC TÔN GIÁO

Những sự khác nhau nghịch lý nhau cũng có, so sánh giữa các tôn giáo, nhưng cũng đều nằm trong Chơn Lý, vì Chơn Lý đa diện, nhiều khía cạnh.

Xin xem các ví dụ dưới đây, dùng lý hữu vi cho dễ hiểu:

a) Ví dụ: Chơn Lý là một ngọn đèn sáng, mà chụp đèn bên ngoài hình vuông bốn góc có bốn tấm kính màu: xanh, đỏ, trắng, vàng. Nếu dùng bốn phía nhìn vào, thì thấy ngọn đèn là bốn màu khác nhau, Đó Chơn Lý cũng tựa vậy, khía cạnh nhìn khác nhau nhưng đều đúng cả (theo cái nhìn phiến diện) và cũng nằm trong Chơn Lý duy nhất. Sự mâu thuẫn nghịch nhau, còn do ở cái hiểu, do trình độ căn cơ, sự tiến hoá khác nhau nữa.

b) Ví dụ: Ở nhà trường dạy về hình học (géométrie) cho lớp tiểu học thì giảng về "hai đường song song thì không bao giờ gặp nhau". Nhưng ở trình độ cao, khoa hình học không gian lại dạy nghịch hẳn: "hai đường song song sẽ gặp nhau". Hoàn toàn tương phản, nhưng cả hai đều đúng và nằm trong sự thật.

Cho nên, hiểu những điều này, người tu không nên cãi lẫy, tranh chấp hơn thua Chơn Lý, đạo này đạo nọ, tôn giáo nọ tôn giáo kia mà nên học hỏi, tìm hiểu cùng nhau, trong tình huynh đệ tương thân, để mở trí cùng hiểu nhau, xích gần nhau hơn, xóa bỏ dị biệt tôn giáo.

GIẢI THÍCH NHỮNG ĐIỂM CÁCH BIỆT GIỮA CÁC TÔN GIÁO

10- VẤN: *Sao có giáo lý dạy rằng không có Linh hồn, trong khi hầu hết các tôn giáo đều nhìn nhận có sự hiện hữu của nó?*

ĐÁP: Có một phái tu vì chấp danh từ Phật giảng trong kinh mà nói rằng không có Linh Hồn. Phật dùng để nói đến Linh hồn bằng danh từ: Tâm hay Chơn Tâm, Như Lai, Chơn Như, chứ nếu không có linh hồn thì Thái tử Sĩ Đạt Ta bỏ xác nhập Niết Bàn bằng cái gì? Và trước đó, Ngài luân hồi bao nhiêu kiếp xuống thế gian bằng cái gì? Nếu không phải là bằng linh hồn?

Xưa nay, sự chấp vào danh từ (vì các kinh sách các tôn giáo thường dùng khác nhau) thành ra mới có hiểu sai Chơn Lý cùng sanh ra sự dị biệt giữa các tôn giáo.

11- VẤN: *Nội vấn đề dinh dưỡng mà các tôn giáo đều dạy hay biểu khác nhau: có chỗ cho ăn mặn, có chỗ* *khuyên ăn chay. Và riêng việc ăn chay cũng khác nhau rất nhiều:*

* Có tôn giáo chỉ kêu cử thịt ngày thứ sáu.

* Có tôn giáo kêu ăn toàn rau đậu, ngũ cốc, kiêng hẳn thịt, cá, động vật.

* Có phái kêu gọi ăn trường chay (có phái cho ăn trứng, lại có phái cử trứng) hoặc cho ăn động vật không có máu. Xin giảng cho những sự mâu thuẫn trên?

ĐÁP: Việc dinh dưỡng, các tôn giáo hay phái tu cho khác nhau: dễ dàng, gắt gao ít hay nhiều là muốn nương chiều tín đồ hay hành giả, hoặc theo trình độ tiến hóa v.v...

Bên Thiên Chúa Giáo, chỉ bắt cử thịt vào ngày thứ sáu là dễ dãi cho giáo dân (nhất là dân Âu Mỹ thích rượu thịt mà buộc gắt quá, khó cho họ giữ được và như vậy họ có thể bỏ tu). Chứ cũng có dòng tu Thiên Chúa ăn chay thực vật (ví dụ như dòng "Citeaux", "Trappistes" kiêng ăn thịt cá và trứng).

Trong thông điệp Fatima 3, Mẹ Maria có khuyên ăn chay toàn rau cỏ (không có thịt động vật). Trong Kinh Thánh, Chúa cũng phán: "Này, ta sẽ ban cho các người mọi thứ cỏ kết hột mọc khắp trái đất, và các loại cây sanh có hột giống, ấy sẽ là đồ ăn cho các người... (Sáng Thế ký I: 29 - Chúa nói đồ ăn cho con người là thực vật không phải động vật).

Có chỗ cho ăn chay mà cho ăn động vật không có máu (như tôm, sò...) cũng là hình thức nương dễ dãi cho tín đồ, khó ăn toàn thực vật (ăn động vật không có máu, và nghiệp sát cũng nhẹ hơn là ăn động vật có máu vì là loài kém tiến hóa hơn, và về mặt điển quang, có thể cũng ít nhiễm trược điển hơn)

Còn chỗ ăn chay cho ăn trứng là cũng cho dễ dãi phần nào, giúp người mới chuyển đổi sự dinh dưỡng từ mặn qua chay, cho bớt khó ăn, hay cho người sức khỏe kém chưa ăn quen toàn thực vật, có thêm chất bổ dưỡng như trứng. Còn có nơi cho ăn chay một số ngày nào đó trong tháng (gọi là chai kỳ) cũng là hình thức nương thôi, tập lần cho ăn chay nhiều ngày hơn về sau.

Đúng và rốt ráo hơn hết là ăn chay trường và toàn thực vật mà thôi (người tu không bị nghiệp sát khảo đảo, không đem trược điển của thú vật vào bản thể làm tăng trưởng tham sân si dục). Những nơi tu mà cho người tu ăn mặn trường là quá dễ dãi, vì lý do không có phương tiện và hoàn cảnh để ăn chay (cũng có trường hợp đặc biệt, người tu có trình độ tâm linh cao, mở huệ và ăn mặn vì họ hóa độ được hồn con vật bị sát sanh).

12- VẤN: *Phật Giáo nói có sự luân hồi, sao Thiên Chúa Giáo không có thấy nói đến?*

ĐÁP: Trong giáo lý không có thấy dạy điều này, nhưng sự luân hồi chắc chắn là có. Ta dẫn chứng trường hợp của Chúa Jésus để rõ có luân hồi hay không?

Đức Mẹ Maria trong "Thông Điệp Fatima 3" có dạy cùng dì Lucie như sau: "Chúa Kirixitô, Đức Mẹ Maria và Thánh cả Giuse sẽ có xác thân là người Việt Nam để cứu con Ngài trên thế giới..." ([222]).

---

[222] Việc Đức Jésus sẽ tái thế giáng lâm trở lại (khoảng trước năm 2.000), các tôn giáo khác (ví dụ như: Cao Đài, Thiên Khai Huỳnh

Chúa đã được đầu thai và sanh ra tại Nazareth dưới 2000 năm trước đây. Sau đó Ngài chết đi (sau khi bị tử nạn trên cây Thánh giá). Rồi Ngài được sống lại và linh hồn lên Thiên Đàng. Và sắp tới đây, Ngài sẽ trở lại đầu thai xuống thế lần nữa mang xác thân người Việt Nam (như Mẹ Maria tiết lộ).

Hành trình đầu thai trở đi trở lại như vậy không phải luân hồi thì là gì? (***Luân*** là luân phiên tiếp tục đầu thai và ***Hồi*** là trở lại thế gian) (²²³).

13- VẤN: *Hầu hết các tôn giáo đều công nhận là có Địa ngục, mà sao lại có một hội tu nói rằng không có, và cho rằng Địa ngục chỉ là hình ảnh do tư tưởng con người tạo ra?*

Đạo, Pháp Lý Vô Vi, Nho Giáo, Tây Tạng Giáo, Thông Thiên Học v. v...) đều được Bên Trên cho biết rõ là có thực - không khác lời Mẹ Maria tiết lộ.

²²³ Về việc trong Thiên Chúa Giáo không có giảng dạy đến luân hồi: thì theo vị Đạt Lạt Ma Tây Tạng Lobsang Rampa, đã xuất hồn lên tra cứu trong hồ sơ "Tiên Thiên Ký Ảnh của vũ trụ Akasha" (tức chất Thiên Tiên ghi lại bằng hình ảnh sống động và âm thanh một cách trung thực) tất cả những gì đã xảy ra ở khắp các nơi và bất cứ trong khoảng thời gian nào (ở trần thế, chúng ta có phim ảnh màu, Video, Tivi để lưu lại hình ảnh màu cùng âm thanh, cũng giống như "Tiên Thiên ký ảnh của vũ trụ Akasha") :sau khi Chúa lìa thế gian về Trời, thì 60 năm sau, hàng giáo phẩm Thiên Chúa Giáo có triệu tập một buổi họp và trong buổi họp này, các vị này, ngoài những điều khác, có điều quyết định là bỏ không dạy trong Giáo Lý về sự luân hồi.

ĐÁP: Sự mâu thuẫn này cũng nằm trong Chơn Lý, và với cái nhìn, cái biết phiến diện chớ không phải toàn diện.

Quả đúng là có Địa ngục do tư tưởng con người tạo ra, trông bằng huệ nhãn, như thực vậy, nhưng mà là giả.

Còn Địa ngục thật cũng có (đây không nói về địa ngục trần gian, như ở các trại tù, nhà thương, chiến trường v.v... con người bị hành hạ đau đớn). Những người đắc Đạo, mở huệ và xuất hồn đã từng được thấy hay viếng Địa ngục, ở ngoài cõi trần gian, và trình độ những vị này chắc chắn là đủ quyền năng để phân biệt giữa Địa ngục do tư tưởng tạo ra với Địa ngục thật!

Còn nói về cái lý của trời đất, thì tất cả mọi lý đều luôn luôn có hai trạng thái tương phản, đối nghịch nhau, như có âm có dương, có sáng có tối, có thiện có ác, có thanh có trược, có Phật thì có ma, thì đương nhiên có Thiên Đàng thật thì phải có Địa Ngục thật!

Con người làm tội ở thế gian thì bị trừng phạt với những đau đớn, tai nạn, tật nguyền v.v... để hành hạ thể xác, mà nếu con người còn ngoan cố, chưa chịu ăn năn hối lỗi sửa sai thì khi thác bỏ xác, linh hồn phải tiếp tục bị trừng phạt nơi địa ngục để giáo hóa và giúp linh hồn tiến hóa.

14- VẤN: *Về sự tiến hóa hay thoái hóa của linh hồn cũng có sự mâu thuẫn, có hội tu giảng chỉ có sự tiến hóa chớ không có sự thoái hóa, tức linh hồn không thể đầu thai trở lùi làm súc vật được và trong Thiên Chúa Giáo cũng không có nói về tiến hóa hay thoái hóa của linh hồn?*

ĐÁP: Hội tu đó nói đúng, trên khía cạnh phiến diện của Chơn Lý. Thông thường thì linh hồn tiến hóa đi lên, nhưng cũng có trường hợp con người nếu làm tội nặng, phần điển quang tâm linh quá trược, và thấp ngang tầm điển của giới súc vật, thì theo định luật của Trời, phần hồn này phải sa vào súc giới (và còn có trường hợp quá trọng trược hơn nữa, còn bị tan rã thành cây cỏ, phải rất lâu, cả ngàn năm mới hội tụ lại được điển quang để trở thành súc vật, rồi sau mới trở lại thành người được).

Nếu cũng nói về lý của trời đất (như ở vấn đáp số 13) nếu công nhận có sự tiến hóa thì tất nhiên phải có sự thoái hóa, không thể có một khía cạnh mà thôi, như vậy sai Chơn Lý.

Những người đắc Đạo, phát huệ (từ xưa và gần đây riêng ở Việt Nam có không ít) cho biết nhìn vô con vật và họ thấy (bằng huệ nhãn) có con có linh hồn người ngự nơi xác thú này và họ còn có thể thấy biết được tiền kiếp nhơn quả của linh hồn, phạm tội gì mà phải bị đọa, thoái hóa làm súc vật.

Trong kinh "Vị Tăng Hữu Thuyết Nhơn Duyên", Phật có kể rằng trong những tiền kiếp xa xưa của Ngài, sau một kiếp làm hòa thượng rồi vì phạm tội nặng, Ngài phải bị đầu thai làm con thú giả cang.

Bên Thiên Chúa Giáo có đề cập đến sự tiến và thoái hóa dưới hình thức Thiên Đàng và Địa Ngục.

15- VẤN: *Sao có tôn giáo dạy cầu xin bên trên phù hộ, ban ơn v.v.. mà lại có pháp lý tu dạy nghịch hẳn, đả phá sự cầu xin phù hộ?*

ĐÁP: Sự mâu thuẫn này cả hai cùng đúng và cùng nằm trong Chơn Lý, khác nhau là do trình độ tiến hóa khác. Lấy ví dụ: Hai người con trong gia đình, một người còn vị thành niên, chưa trưởng thành, cái gì cần cũng cầu xin sự giúp đỡ hay che chở của cha mẹ. Còn đứa con kia, đã trưởng thành, nó tự lập, tự lo lấy được, và nó không nhờ đến cha mẹ nữa. Trên bước đường đầu trên đường Đạo và tu hành, con người thường còn yếu đuối nên còn cầu xin ơn trên này nọ, sẽ làm cho tinh thần ỷ lại và vì vậy chậm tiến hơn. (Chớ việc hỗ trợ ân ban của bên trên thì lúc nào cũng có cho mọi người tu, nếu thật tâm và chân chánh tu, thì không cần cầu xin vẫn có được ban).

16- VẤN: *Sao gần như hầu hết các tôn giáo, giáo phái đều có thấy nói đến điển bên trên xuống dạy Đạo qua xác phàm hay xuống cơ qua đồng tử v.v... mà sao bên Thiên Chúa Giáo không thấy nói về việc này?*

ĐÁP: Hiện tượng này cũng có ở bên Thiên Chúa Giáo, nhưng ít người được biết, và ít được phổ biến ra, chớ điển bên trên bố hóa xuống khắp cùng hết chớ đâu riêng gì ở Việt Nam mà thôi, hay riêng gì cho tôn giáo, giáo phái nào. Dẫn chứng là Mẹ Maria có xuống điển qua xác phàm (ngày 19 tháng 9 năm 1962, bên Thiên Chúa Giáo gọi là "nhờ một linh hồn ưu tuyển làm trung gian" và không tiết lộ danh tánh của người này) nhân dịp lễ Đức Mẹ hiện ra ở La Salette ([224]) trả lời 80 câu hỏi

---

[224] Vào ngày 19 tháng 4 năm 1846.

của giáo sĩ và giáo dân Thiên Chúa Giáo về thông điệp La Salette và bí mật Fatima ([225]).

17.- VẤN: *Về vấn đề thiền cũng có sự mâu thuẫn, như trong Phật Giáo chùa chiền hay Thiên Chúa Giáo v. v... có những vị giáo lãnh và tín đồ có hành thiền, nhưng cũng có những vị giáo lãnh không có thiền mà cũng có khi những vị này còn chống đối cấm cản tín đồ của mình thiền?*

ĐÁP: Điều này cũng do trình độ tiến hóa và sự có được hiểu biết về sự lợi ích vô giá của thiền (giúp hành giả sửa được tâm tánh hiệu nghiệm hơn và được tiến gần đấng Giáo chủ của tôn giáo của mình theo hơn).

Những vị hòa thượng, huynh trưởng, chức sắc, linh mục hay mục sư, v. v... mà đã có thực hành và có chứng nghiệm được sự huyền diệu của thiền, thì đều khuyến khích tín đồ của mình nên hành. Còn những vị chưa được cơ hội thí nghiệm, chưa nếm biết được giá trị của thiền, nên cũng có vị cấm cản tín đồ của mình.

Bên Thiên Chúa Giáo có cha Déchanel (dòng thánh Bénéditô) có soạn một cuốn dạy thiền theo yoga "Yoga cho Kitô Hữu - Lối Đi Yên Tĩnh". Cha Boué dòng Đa Minh ở Arbresle, Pháp (đã sống nhiều tháng trong các thiền miểu bên Nhật) có mở khóa dạy thiền cho các linh mục, dì phước, các tín đồ Thiên Chúa cùng các người ngoài. Ở Việt Nam ta, cũng có nhiều vị linh mục

---

[225] Nguyên tác "Le Secret de la Fatima Dévoilé" của cha Althoffer 66 Rue des Écoles, Champigneulles - Met M - Nancy, France.

và nhiều tín đồ có thiền, và đạt nhiều kết quả tốt về sức khỏe, tánh tình, đạo đức cùng tâm linh, được tiến gần Chúa hơn ([226]).

18- VẤN: *Riêng về các phái thiền hay pháp môn thiền cũng có sự mâu thuẫn chê bai nhau, phái này cho phái kia là tà, là ngoại đạo, còn của mình là nội đạo, là chánh đạo v.v... Phái thì nói pháp môn của mình tu đắc Phật cao hơn phái khác chỉ đắc đến Tiên.*

ĐÁP: Phật có nói có tám vạn bốn ngàn pháp môn tu, ý ngụ rằng pháp môn rất nhiều.

Thượng Đế cho xuống thế đủ hình thức tôn giáo, thì Ngài cũng ban cho nhân loại đủ pháp môn thiền cho hợp với căn cơ, trình độ tiến hóa của con Ngài. Trình độ nào thì theo thầy đó, lớp đó, bài đó, tức hợp với pháp môn đó.

Ngài có dạy: "Đừng nói pháp môn nào tà hay chánh, dù pháp môn đó có tà mà lòng con tu chánh thì cũng thành pháp chánh, và pháp môn chánh mà lòng con tà thì pháp cũng thành tà". Người tu mà còn tranh chấp, chê bai tà chánh, là chính người tu đó đã là tà trước rồi.

Pháp môn thiền nào mà hành giả đã thực hành mà thấy kết quả tốt đẹp về sức khỏe (nếu có bịnh thì bịnh bớt lần hoặc hết) thấy sửa đổi được tánh tình tư tưởng từ xấu thành tốt (tham sân si dục càng ngày càng

---

[226] Có Vị còn được tiếp xúc bằng tâm linh với Đức Mẹ Maria và Chúa Jésus nữa.

bớt) trở nên đức hạnh, đạo đức hơn (²²⁷) khi chưa thiền: đó là đúng đường và cứ giữ pháp môn ấy, kiên trì thì sẽ có ngày đạt Đạo không sai chạy.

19- VẤN: *Về vấn đề tu giải thoát luân hồi, sao có chỗ giảng là không thể được trong kiếp này, phải rất nhiều kiếp, mà lại có chỗ dạy là có thể đạt được trong nội kiếp này?*

ĐÁP: Cả hai đều dạy đúng, vì tùy căn cơ trình độ tiến hóa của hành giả. Chỗ mà giảng khó đạt giải thoát, là chưa gặp được Minh sư và pháp tu giải thoát nên chưa nắm được chìa khóa, cho nên việc này họ thấy khó khăn, vô phương, hay phải nhiều kiếp mới đạt được. Chứ nếu có duyên ngộ được Minh sư và thọ pháp tu giải thoát rồi, thì việc giải thoát nội trong kiếp này không có khó. Nếu hành giả rốt ráo, bền chí, thực hành tam công sẽ được Bên Trên sắp xếp thúc hối sự tiến hóa, giảm nghiệp cùng nhồi quả dần cho sạch hết trong kiếp này, đồng thời nhờ tam công sẽ được sáng và minh tâm kiến tánh dần, không tạo nên nghiệp mới. Nghiệp cũ hết, nghiệp mới không có, thì nhẹ gánh, tất nhiên phải đoạt giải thoát. (²²⁸).

---

²²⁷ Và trên đường tu, nếu càng phá mê, phá chấp được nhiều thì càng tiến hóa cao.

²²⁸ Kỳ ba này, Thiên Cơ cho biết sẽ có rất nhiều người đắc Đạo. Và Bên Trên có cho xuống nhiều Pháp Môn (Thiền) thiết thực (Tân Pháp) giúp sự tu hành luyện đạo được tắt và hiệu quả hơn những pháp xưa (Cổ Pháp). Thời kỳ nào Pháp Môn nấy, người tu phải cơ trí, biết thời thế và xử dụng những phương tiện mới và tốt, hơn là cứ

20- VẤN: *Về vấn đề đổi đời hay tận thế hay Long Hoa, tất cả các tôn giáo đều biết là sẽ xảy ra rất gần (khoảng trước năm 2000) nhưng lại có chỗ giảng rằng còn lâu lắm (cả ngàn năm nữa mới xảy ra)?*

ĐÁP: Hầu hết các tôn giáo đều được kinh sách hay Bên Trên tiết lộ cho biết sẽ có cuộc đổi đời hay tận thế hay Long Hoa sẽ xảy ra không xa, và đều dạy không khác nhau, nhưng về vấn đề thời gian thì có chỗ lại giảng khác: họ nói là còn cả ngàn năm nữa hay lâu lắm mới xảy ra là không đúng!

Những vị đắc Đạo, mở huệ và xuất hồn hay các vị Bên Trên xuống cơ hay xuống điển trong thời gian gần đây cùng dạy như nhau về điều này, không thể sai chạy được. Long Vân màn đầu của Long Hoa đã xảy ra và đang khai diễn ở Việt Nam từ 1978. Phải hiểu Thiên cơ và tu cho rốt ráo để cho kịp, đừng để bê trễ, kẻo mà hối thì không kịp nữa (lỡ kỳ này linh hồn phải bảy ức niên sau mới có cơ hội tiếp tục tiến hóa).

Cũng còn nhiều sự tương đồng và tương phản (mà nằm trong Chơn Lý) giữa các tôn giáo, tôi chỉ xin trình bày tạm một số điều chánh yếu ra đây theo sự hiểu biết của tôi, để cống hiến các bạn và mong rằng bao nhiêu đó cũng đủ để chứng minh là: TẤT CẢ CÁC TÔN GIÁO ĐỀU CÙNG GỐC MỘT THƯỢNG ĐẾ.

---

khư khư cố chấp ôm những cái gì quá cũ, những phương tiện cổ xưa, chậm tiến hơn.

Hồ văn Em

Đến đây tôi xin chấm dứt và mong tập này giúp ích cho các bạn tu, phần nào trên đường tu hành.

Tôi xin mạn phép nhắc lại điều quan trọng hơn cả vẫn là do chúng ta phải cố gắng, bền chí công phu. Chúng ta PHẢI HÀNH, HÀNH, HÀNH, VÀ HÀNH... vì chúng ta đã có cái may mắn nhứt gặp được pháp chơn chánh và đi tắt, cùng có được Minh Sư dẫn dắt chỉ bảo quá đầy đủ và tận tình. Nếu chúng ta không cương quyết trì chí tu hành, thì thật là vô cùng uổng phí.

Chúng ta phải đồng cùng nhau nguyện luôn luôn cương quyết, vì cương quyết là chìa khoá của thành công. Xưa Phật, Tiên, Thánh cùng những vĩ nhân đã thành công là nhờ CƯƠNG QUYẾT, chúng ta phải noi gương các Ngài, thì sự thành công cũng phải đến với chúng ta, và CHẮC CHẮN, NHẤT ĐỊNH, chúng ta phải đi đến GIẢI THOÁT.

Xin thân chào quý vị đạo hữu,

Hồ Văn Em

Hội Ái Hữu Vô Vi Bắc California
Ấn Tống và Kính Biếu